AF758568

ഗ്രീൻ ബുക്സ്

ഇരുളിലെ വേട്ടക്കാർ

ഗിൽബർട്ട് Dysp (Retd.)

കേരള പൊലീസ് സർവ്വീസിൽനിന്നും
ഡിവൈഎസ്.പിയായി റിട്ടയർ ചെയ്തു.
കുറ്റാന്വേഷണ അനുഭവങ്ങളുടെ നാലു പുസ്തകങ്ങൾ
(എന്റെ കുറ്റാന്വേഷണ പരീക്ഷകൾ Part 1,
എന്റെ കുറ്റാന്വേഷണ പരീക്ഷകൾ Part 2,
കുറ്റാന്വേഷണത്തിന്റെ കൽപ്പടവുകൾ,
ഡിറ്റക്റ്റീവ് ഡിസൂസ) പ്രസിദ്ധീകരിച്ചിട്ടുണ്ട്.
യു ട്യൂബ് ഈഗിൾ ഐ ദി റിയൽ സ്റ്റോറി
ചാനലിലൂടെയും കൗമുദി ചാനലിലൂടെയും
എൺപതോളം കഥകൾ പങ്കുവെച്ചു.
കേൾവിക്കാരുടെ മനസ്സു കവർന്ന സംഭവപരമ്പരയിലെ
മികച്ച കഥകൾ ഇപ്പോൾ പുസ്തകരൂപത്തിൽ.

കുറ്റാന്വേഷണ അനുഭവങ്ങൾ

ഇരുളിലെ വേട്ടക്കാർ

ഗിൽബർട്ട് Dysp (Retd.)

ഗ്രീൻ ബുക്സ്

green books private limited
gb building, civil lane road, ayyanthole,
thrissur- 680 003, kerala, ph: +91 487-2381066, 2381039
website: www.greenbooksindia.com
e-mail: info@greenbooksindia.com

branches:
thrissur 0487-2422515
thiruvananthapuram 0471-2335301
calicut 0495 4854662

malayalam
irulile vettakkar
experience
by
gilbert dysp (retd.)

published october 2023

cover design : s. mahendra

printed in india
manipal technologies ltd

isbn : 978-93-95878-91-3

GMGPL/1326/2023

സമർപ്പണം

അറിഞ്ഞോ അറിയാതെയോ
കുറ്റകൃത്യങ്ങളിൽ അകപ്പെട്ടുപോയ
മനുഷ്യജന്മങ്ങൾക്ക്

ഉള്ളടക്കം

അഭയസ്ഥാനം

ശാന്തമായൊഴുകുന്ന പെരിയാറിന്റെ ജലകണങ്ങൾ അത്യുത്സാഹത്തിലാണ്. ഇനിയേറെ താമസിയാതെ കടലിനോട് ചേരും. അപ്പോൾ മഹാസാഗരത്തിന്റെ ഭാഗമാവും. ആ സംഗമസ്ഥാനത്തിന്റെ സമീപമുള്ള ഒരു കൈവഴിയിലാണ് ആ സ്വാമിയുടെ സങ്കേതം. സ്വാമിയെന്നാണ് വിളിക്കുന്നതെങ്കിലും അയാളുടെ പൂർവ്വാശ്രമ കഥകൾ ഇന്നും അവിടത്തെ ഗ്രാമവാസികൾക്ക് അജ്ഞാതമാണ്.

ഹിമാലയസാനുക്കളിൽ തപസ്സിരുന്ന് കൈവന്ന സിദ്ധിയാണ് തനിക്കുള്ളതെന്ന് വൈശാഖൻ സ്വാമി അവകാശപ്പെടുമ്പോൾ അതല്ല, മോഷണവും തട്ടിപ്പും വെട്ടിപ്പുമായി നടക്കുന്നതിനിടയിൽ പൊലീസ് പിടിയിലായി ജയിൽവാസകാലഘട്ടത്തിലാണ് സിദ്ധികൾ കൈവന്നതെന്ന് ദോഷൈകദൃക്കുകളും പറഞ്ഞുപരത്തി.

അതൊന്നും നമുക്കറിയേണ്ട ഇപ്പോൾ. നമുക്ക് നല്ല ഫലങ്ങൾ ലഭ്യമാകുന്നുണ്ടല്ലോ. അതുമതി. വെള്ളപ്പൊക്കം ഉണ്ടാകുമെന്ന് സ്വാമി പ്രവചിച്ചിരുന്നു. അതു സംഭവിച്ചു. മാർച്ച് മാസത്തിൽ ചൂട് അസഹ്യമാവുമെന്ന് പ്രവചിച്ചത് സത്യമായില്ലേ? ലോകത്തെയാകെ പരിഭ്രാന്തിയിലാക്കി ഒരു പകർച്ചവ്യാധിയുണ്ടാകുമെന്നും അതുവഴി അനേകം ജീവൻ നഷ്ടമാകുമെന്നും സ്വാമി പ്രവചിച്ചു. അതും അതുപോലെ സംഭവിച്ചു.

വലിയ പ്രശസ്തി ആഗ്രഹിക്കാത്ത സ്വാമി തന്റെ അടുത്ത ശിഷ്യന്മാരോട് മാത്രമേ പ്രവചനം നടത്തൂ. പിന്നീട് അത് നടക്കുമ്പോഴാണ് ശിഷ്യഗണം അത്ഭുതസ്തബ്ധരാവുക. അത്ഭുതസിദ്ധികളുള്ള വൈശാഖൻ സ്വാമിയാണ് ഇപ്പോൾ നാട്ടുകാരുടെ സംശയത്തിന്റെ നിഴലിൽ വീണുകിടക്കുന്നത്.

സംഭവം നടന്നത് ഇപ്രകാരമാണെന്നാണ് ഒരു വിഭാഗക്കാർ പറയുന്നത്. വൈശാഖൻ തൊഴിലന്വേഷിച്ചു നടന്നകാലത്ത് പ്രണയക്കുരുക്കിൽപെടുത്തിയ വിമലയെന്ന സ്ത്രീ, താൻ ഗർഭിണിയാണെന്ന വജ്രായുധപ്രയോഗം നടത്തിയത് വൈശാഖനുണ്ടോ

അംഗീകരിക്കുന്നു. ഇനിയെന്നെ കണ്ടാലല്ലേ അവളുടെ ഉദ്ദേശ്യം നടക്കൂ. ന്നാ പിടിച്ചോ എന്നു പറഞ്ഞ് ഒറ്റ മുങ്ങലായിരുന്നു.

പിന്നെ വിമലയ്ക്ക് വൈശാഖനെ കണ്ടെത്തുകയെന്നത് ബാലി കേറാമലപോലെയായി. അവൾ പറഞ്ഞതു സത്യമാണെന്ന് നാട്ടുകാർക്ക് ബോധ്യമായത് ഒരു കൈക്കുഞ്ഞുമായി വീട്ടിലെത്തിയപ്പോഴായിരുന്നു. തന്തയില്ലാത്ത കുഞ്ഞിനെ വളർത്തുകയായിരുന്നു പിന്നീടുള്ളകാലം അവൾക്കു വിധിച്ചത്. എങ്കിലും അവൾ പ്രതീക്ഷയോടെ വൈശാഖനെ കാത്തിരുന്നു.

തന്റെ പ്രിയതമനാണ് ഇപ്പോൾ ദിവ്യന്റെ പരിവേഷമണിഞ്ഞു നിൽക്കുന്ന വൈശാഖൻസ്വാമി എന്ന് ഒരു ദർശനത്തിൽ കണ്ടതുപോലെ കൃത്യമായി അവിടെയെത്തിയത്. ഈ സ്ത്രീ പറയുന്നത് സത്യമാണെന്നും അല്ലെന്നും തർക്കിക്കാൻ രണ്ടുകൂട്ടരുണ്ടായി. ഇതിനിടയിൽ ഈ കഥ വിശ്വസിക്കണോ നിഷേധിക്കണോ എന്ന ചിന്തയിലാണ്ടു വൈശാഖൻസ്വാമി.

ചില തീരുമാനങ്ങൾ സ്വാമിയുടെ മനസ്സിൽ ഉരുണ്ടുകൂടി. അതിന്റെ പൂർത്തീകരണത്തിനായി പ്രഥമശിഷ്യൻ 'കുരു'വിന്റെ സഹായം തേടി. വിമലയെ സ്വീകരിച്ച് അമൃതേത്തു നൽകി വിശ്രമിക്കാനുള്ള സൗകര്യങ്ങളൊക്കെ ഒരുക്കിക്കൊടുത്തു. സ്വാമി മൗനവ്രത്തിലാണെന്നും നാളെ രാവിലെ വ്രതം അവസാനിക്കുമെന്നും പറഞ്ഞു വിശ്വസിപ്പിച്ചു. വേവോളം കാത്തിരുന്നില്ലേ, ഇനി ആറുവോളം കാത്തിരിക്കാമെന്നു വിമലയും കരുതി. സന്ധ്യാപൂജയിൽ വിമലയും പങ്കെടുത്തു.

ഒരു ധാരണയുടെ അടിസ്ഥാനത്തിൽ, നാട്ടിലേക്കു മടങ്ങിപ്പോയി. ആരാധകരെല്ലാം പിരിഞ്ഞുപോയതോടെ സ്വാമിയും ശിഷ്യനും രഹസ്യഅറയിലായിരുന്ന, സ്വാമിയുടെ കൂടെ കുറെ നാളായി താമസിച്ചിരുന്ന ശ്രീജയും മാത്രമായി. താമസിയാതെ സോമരസപാനീയം തുടങ്ങി. ഭക്ഷണവും മൃഷ്ടാന്നം കഴിച്ചതോടെ ശ്രീജ ഗാഢനിദ്രയിലാണ്ടു. രാത്രി കനത്തതോടെ ശ്രീജയെ പരലോകത്തേക്ക് യാത്രയാക്കി. സ്വാമിക്കും സഹായിക്കും ആത്മാവിനു മോക്ഷം നൽകാനേ കഴിഞ്ഞുള്ളൂ.

ജഡം ബാക്കിയായി. അതിനെ തന്റെ സങ്കേതത്തിനു പുറത്തെത്തിക്കണം. കുരുവിന്റെ സഹായത്തോടെ അല്പം അകലെ കെട്ടിയിരുന്ന വള്ളം രഹസ്യമായി സ്വാമിയുടെ ആശ്രമത്തിനു സമീപമെത്തിച്ചു. രണ്ടാളുംകൂടെ ശ്രീജയുടെ ശരീരം എടുത്ത് ചെറുവള്ളത്തിൽ കിടത്തി. കുരു ശിഷ്യൻ ആദ്യം അതിൽ കയറി. സ്വാമിക്ക് വള്ളത്തിൽ കയറി യാത്രചെയ്യാൻ വല്ലാത്ത ഭയം.

ശിഷ്യനോടു പറഞ്ഞു, "ഞാൻ നടന്നു കുറച്ച് അപ്പുറത്ത് എത്താം. നീ അവിടെ വരുമ്പോൾ അവിടെ വെച്ച് ഞാൻ കൂടെ കയറാം."

കുരു വള്ളം തുഴഞ്ഞു മുന്നോട്ടു പോയി. കൈത്തോട് നദിയുമായി ചേരുന്ന സ്ഥലത്ത് കാത്തുനിന്ന് സ്വാമിയുടെ പരിചയക്കുറവു മൂലം വഞ്ചിയിലേക്കുള്ള കയറ്റം ആകെ തകിടം മറിഞ്ഞു. രണ്ടാളും ശവവും ഒരുമിച്ച് വെള്ളത്തിൽ മുങ്ങി. എത്ര ശ്രമിച്ചിട്ടും വള്ളം നേരെയാക്കാൻ കഴിഞ്ഞില്ല. രണ്ടാളും ഒരുവിധം കരയിൽ കയറി. ജഡം മാത്രം കരയ്ക്കു കയറാൻ കൂട്ടാക്കിയില്ല. ഇനി അതിനെ പിടിച്ചു ബലമായി വഞ്ചിയിൽ കയറ്റി പുഴയ്ക്കക്കരെയെത്തിക്കുകയെന്നത് ദുഷ്കരമായ പണി ആയതിനാൽ, മറ്റുള്ളവരുടെ കണ്ണിൽ പെടാതെ എല്ലാമുപേക്ഷിച്ച് അവിടെനിന്നും പലായനം ചെയ്തു.

നേരം പുലർന്നപ്പോൾ ആൾക്കാർ കണ്ടത് വെള്ളത്തിൽ കിടന്നലയുന്ന ഒരു ചെറുവള്ളവും അതിനോട് ചേർത്തു ബന്ധിച്ച നിലയിൽ ഒരു സ്ത്രീയുടെ മൃതശരീരവും. ചിലരുടെ അന്വേഷണബുദ്ധി പ്രവർത്തിച്ചു. ഈ വള്ളം സ്വാമിയുടെ ആശ്രമത്തിനടുത്തുള്ള ഗണേശന്റേതാണ്. ഗണേശൻ വന്നു കണ്ട് സ്ഥിരീകരിക്കുകയും ചെയ്തതോടെ ഈ മൃതശരീരം ഇവിടെയെങ്ങനെ വന്നു എന്നതായിരുന്നു അടുത്ത ഗവേഷണം.

ഇതേ തരത്തിലുള്ള വസ്ത്രം ധരിച്ച ഒരു സ്ത്രീ ഇന്നലെ ഭജന സമയത്ത് സ്വാമിയുടെ ആശ്രമത്തിൽ വെച്ചു കണ്ടുവെന്നും ഇല്ലയെന്നും അഭിപ്രായങ്ങളുയർന്നു. സ്വാമിയുടെ ആൾക്കാർ ഒരു ഭാഗത്തും എതിർകക്ഷികൾ മറുഭാഗത്തുമായി നിന്നു. തർക്കമായി. ഭജനസമയത്ത് അവിടെയുണ്ടായിരുന്ന സ്ത്രീ രാത്രി എട്ടുമണിയോടെ ബസ് കയറിപ്പോകുന്നതു കണ്ടു എന്ന് ശ്രീകുമാറും സംഘവും ശക്തമായ നിലപാട് സ്വീകരിച്ചു.

വഴക്കായി, സംഘർഷത്തിന്റെ വക്കോളമെത്തി. ആ സമയത്താണ് ഒരാൾ വിളിച്ചുപറഞ്ഞത്. എന്നാൽ പിന്നെ പൊലീസ് അന്വേഷിച്ചു കണ്ടുപിടിക്കട്ടെ. അതിനെ എതിർത്തവരേക്കാളും അധികം അതുമതിയെന്ന അഭിപ്രായത്തിന് ഭൂരിപക്ഷം ലഭിച്ചു.

പൊലീസ് സ്റ്റേഷനിൽ അറിയിക്കാൻ ആരു പോകും എന്നതിനെക്കുറിച്ചുള്ള ചർച്ചയിൽ വള്ളത്തിന്റെ ഉടമയായ ഗണേശൻ പോകട്ടെ എന്നു തീരുമാനമായി. ഗണേശൻ സ്റ്റേഷനിൽ പോയി മൊഴി നൽകി. എന്റെ വീടിനു സമീപം തോട്ടിൽ കെട്ടിയിട്ടിരുന്ന എന്റെ തോണി ഇന്നലെ രാത്രിയിൽ ആരോ മോഷ്ടിച്ചു കൊണ്ടുപോയി. രാവിലെ വള്ളം എവിടെയെന്ന് അന്വേഷിച്ചുവരവെ കൈത

ക്കൂട്ടത്തിനു സമീപം വള്ളം കിടക്കുന്നതും അതിൽ ഒരു സ്ത്രീയുടെ മൃതശരീരം ബന്ധിച്ചിരിക്കുന്നതായും കാണപ്പെട്ടു. ആരോ സ്ത്രീയോ കൊലപ്പെടുത്തി എന്റെ വള്ളത്തിൽ കയറ്റിക്കൊണ്ടു പോകുമ്പോൾ വള്ളം അപകടത്തിൽപ്പെട്ടതാണ് എന്നു സംശയിക്കുന്നു.

ഗണേശന്റെ മൊഴി രേഖപ്പെടുത്തി എഫ്.ഐ.ആർ. രജിസ്റ്റർ ചെയ്തു സ്റ്റേഷനിൽനിന്നും എക്സ്പ്രസ് റിപ്പോർട്ട് ലഭിച്ചയുടൻ അന്വേഷണങ്ങൾക്കായി എ.എസ്.ഐയേയും പൊലീസുകാരേയും കൂട്ടി സംഭവസ്ഥലത്ത് എത്തി. പട്ടണംകാട് എന്ന സ്ഥലം സമൃദ്ധമായ തെങ്ങിൻതോപ്പുകളും അവയ്ക്ക് സമൃദ്ധിയേകുന്ന ചെറുതോടുകളും നിറഞ്ഞതാണ്. അവയെല്ലാം ചെന്നുചേരുന്നത് സാമാന്യം വലിയൊരു തോട്ടിലും. ആ തോട് നദിയോടു ചേരുന്ന ഭാഗത്താണ് ചെറുവള്ളവും സ്ത്രീയുടെ മൃതശരീരവും കാണപ്പെട്ടത്. മൃതശരീരം നാട്ടുകാരുടെ സഹായത്തോടെ കരയ്ക്കെത്തിച്ചു.

ഒരു 30-35 വയസ്സ് തോന്നിക്കുന്ന വെളുത്ത നിറവും മെലിഞ്ഞ ശരീരപ്രകൃതിയുമുള്ള സ്ത്രീയുടേതാണ്. ഈ സ്ത്രീയെ ആർക്കും അറിയില്ലെന്നും ഇവിടെ അടുത്ത് വലിയ പ്രവചനങ്ങളൊക്കെ നടത്തുന്ന ഒരു സ്വാമിയുണ്ടെന്നും സ്വാമിയെ കാണാനായി പല ദേശങ്ങളിൽനിന്നും ആളുകൾ ഇവിടെ വരാറുണ്ടെന്നും ആ കൂട്ടത്തിൽപ്പെട്ട ആരെങ്കിലുമായിരിക്കും എന്ന് കൂടിനിന്നവർ അഭിപ്രായപ്പെട്ടു.

ഗണേശനോടു ചോദിച്ചതിൽ ഇവിടെ അന്തരിച്ച ഒരു മന്ത്രിയുടെ ബന്ധുക്കളും മറ്റും നടത്തുന്ന എട്ടുപത്തു റിസോർട്ടുകളുണ്ടെന്നും കൂടാതെ ചെറിയ ചെറിയ ബോട്ടുഹൗസുകളും അവയോടനുബന്ധിച്ച് ഉണ്ടെന്നും അതിൽ 'കേറ്റ്സ് ഐ' എന്ന റിസോർട്ടിലെ ജീവനക്കാരനാണെന്നും റിസോർട്ടിലേക്ക് സാധനങ്ങളും മറ്റും വാങ്ങിക്കൊടുക്കാനായി ഉപയോഗിക്കുന്ന വള്ളമാണെന്നും ഡ്യൂട്ടി കഴിഞ്ഞാൽ തോണി എന്റെ വീടിനു സമീപം കൊണ്ട് ചങ്ങലയിട്ടു നിർത്തിയിരിക്കും എന്നും ചിലപ്പോൾ പൂട്ടാറില്ലെന്നും അങ്ങനെയാണ് ആരോ ചങ്ങല മാറ്റി തോണി എടുത്തുകൊണ്ടുപോയതെന്നും ആരാണ് കൊണ്ടുപോയതെന്നറിയില്ലെന്നും പറഞ്ഞു.

ഇൻക്വസ്റ്റ് നടപടികൾ ആരംഭിച്ചു. അല്പം ഉന്തിനിൽക്കുന്ന പല്ലിൽ കമ്പി കെട്ടിയിട്ടുള്ളതായി കാണപ്പെട്ടത് പ്രത്യേകം ക്ലോസ് അപ് എടുത്തു. മറ്റു ഫോട്ടോകളും എടുപ്പിച്ചും കറുപ്പും വെള്ളയും ഇടകലർന്ന നിറമുള്ള സാരിയും കറുത്ത ബ്ലൗസുമാണ് വേഷം. കഴുത്തിൽ വട്ടത്തിൽ ഒരു കരുവാളിപ്പു കാണപ്പെട്ടതിൽനിന്നും ബോഡി കൊലപ്പെടുത്തിയശേഷം ആറ്റിൽ ഉപക്ഷിക്കാൻവേണ്ടി കൊണ്ടുവന്നതായിരിക്കണം എന്നു തോന്നി.

മറ്റു രണ്ടു ഷീറ്റുകൾ എടുപ്പിച്ച് പുതപ്പിച്ചശേഷം ഐഡന്റിഫിക്കേഷനുവേണ്ടി ധരിച്ചിരുന്ന സാരിയും ബ്ലൗസും മാറ്റിവെച്ചു. എ.എസ്.ഐ. തുടർന്ന് എഴുതിക്കൊണ്ട് നിൽക്കുമ്പോൾ കൂടുതൽ വിവരങ്ങളെന്തെങ്കിലും ലഭ്യമാകുമോ എന്നറിയാനായി കൂടിനിന്നവരെയെല്ലാം വിളിച്ചു ചോദിച്ചും മറ്റും അന്വേഷണങ്ങൾ നടത്തി. ഏതാണ്ട് അര മണിക്കൂർ ദൂരം സഞ്ചരിച്ചാൽ അവിടെ കടലും നദിയും ഒന്നുചേരുന്ന പൊഴി ഉണ്ടെന്നും അവിടെ മൃതശരീരം ഉപേക്ഷിച്ചാൽ കടലിന്റെ അടിയൊഴുക്കിൽപെട്ട് ദൂരെയെവിടെയെങ്കിലുമായിരിക്കും പൊങ്ങുക. ആ ഉദ്ദേശ്യത്തോടുകൂടിയായിരിക്കണം തോണിയിൽ കൊണ്ടുവന്നത് എന്നും എന്നാൽ മറ്റു വാഹനങ്ങളിൽ കൊണ്ടുവന്നാലും ഗണേശന്റെ വള്ളത്തിനടുത്തുവരെ എന്തിന് എത്തിച്ചു? ഒരുപക്ഷേ അതിനു ചുറ്റുപാടുമുള്ള ഏതെങ്കിലും സ്ഥലത്തുവെച്ചാകണം കൊല നടന്നിട്ടുള്ളതെന്നും സംശയങ്ങളുയർത്തി. നടപടികൾ വേഗം പൂർത്തിയാക്കി നെയ്യാറ്റിൻകര താലൂക്ക് ഹോസ്പിറ്റലിലേക്ക് പോസ്റ്റുമോർട്ടം പരിശോധനയ്ക്ക് അയച്ചു.

പരിസരമെല്ലാം വീക്ഷിക്കുന്ന കൂട്ടത്തിൽ, വലിയ പ്രവചനങ്ങൾ നടത്തുന്ന വൈശാഖൻ സ്വാമിയെക്കുറിച്ച് കൂടുതൽ വിവരങ്ങൾ ശേഖരിച്ചു. എവിടെനിന്നോ ഇവിടെ വന്നതാണെന്നും വിദേശികളടക്കമുള്ളവർ സ്വാമിയുടെ സന്ദർശകരായതോടെ പ്രശസ്തി വർദ്ധിക്കുകയും താമസസ്ഥലം ആശ്രമം ആക്കി മാറ്റിയെന്നും മീഡിയയിലൂടെ വരുന്ന വാർത്താമുന്നറിയിപ്പുകൾ ശേഖരിച്ച് പാവപ്പെട്ടവരുടെ മുന്നിൽ മഴ വരുമെന്നും കാറ്റു വരുമെന്നും പ്രവചിക്കുകയും അതുപോലെ സംഭവിച്ചല്ലോ എന്നു പറഞ്ഞ് അത്ഭുതം കൂറുന്നവരിൽനിന്നും പണം ശേഖരിക്കുകയുമാണ് പതിവെന്നും ആളുകളുടെ വിശ്വാസം ആർജ്ജിച്ചെടുത്ത് അത് മറയാക്കി രഹസ്യ ഇടപാടുകൾ നടത്തുന്നു എന്നും അതിനുള്ളിൽ എന്താണ് നടക്കുന്നതെന്ന് ആർക്കുമറിയില്ലെന്നും മറ്റുമുള്ള വിവരങ്ങൾ ശേഖരിച്ചു.

ആശ്രമത്തിൽ കയറിച്ചെല്ലുമ്പോൾ ദേഹമെല്ലാം ഭസ്മം പൂശി ധ്യാനമഗ്നനായിരിക്കുകയായിരുന്നു വൈശാഖൻ. അയാളെയും കൂട്ടി ആഡംബരസമാനമായ ഓഫീസ് മുറിയിലേക്ക് കയറി വാതിലടച്ച ശേഷം ഒറ്റ വിരട്ടൽ.

“എടോ കള്ളസ്വാമീ, തന്റെ പൂർവചരിത്രം വരെ ചികഞ്ഞു മനസ്സിലാക്കിയ ശേഷമാണ് വന്നിരിക്കുന്നത്. മര്യാദയ്ക്ക് ഉള്ള സത്യം പറഞ്ഞോളണം. അല്ലെങ്കിൽ ഇതിനകത്തിട്ട് ഇടിച്ചുപഞ്ചറാക്കും. ഇവിടെ ഇരുന്ന് ആലോചിക്ക്.”

ഒരു പൊലീസുകാരനെ കാവൽ നിർത്തിയശേഷം മറ്റു മുറികളൊക്കെ പരിശോധിച്ചു. ഒരു സ്ത്രീയുടെ അടിവസ്ത്രങ്ങൾ അടക്കമുള്ള വസ്തുക്കളടങ്ങിയ ഒരു ബാഗ് എടുത്തു നോക്കിയതിൽ അതിനുള്ളിൽനിന്നും ശ്രീജയെന്ന മുപ്പതുകാരിയുടെ വോട്ടേഴ്സ് കാർഡും ബാങ്ക് പാസ്ബുക്കും കാണപ്പെട്ടത് എടുത്തുനോക്കിയ ശേഷം അതേപടി വെച്ചു. ആധുനികസൗകര്യങ്ങളുടെ അടുക്കളയും സജ്ജമാക്കിയിട്ടുണ്ടായിരുന്നു. പിന്നിൽ ഭക്ഷണം രാകം ചെയ്തു കൊണ്ടിരുന്നയാളോട് തന്റെ പേരെന്താ എന്ന ചോദ്യത്തിൽതന്നെ അവൻ ആകെ തളർന്നുപോയി. കൂടുതൽ ഭീഷണിയൊന്നും കൂടാതെതന്നെ അവൻ എല്ലാം തുറന്നു പറഞ്ഞു.

“സാർ, സ്വാമി മുൻപ് സ്നേഹിച്ചിരുന്ന വിമലയെന്ന സ്ത്രീ ഇവിടെ വന്നിരുന്നു. അവർ ഭീഷണിപ്പെടുത്തി എന്നെ പ്രണയം നടിച്ച് ഗർഭിണിയാക്കി കടന്നുകളഞ്ഞെങ്കിലും എവിടെയെങ്കിലും വെച്ച് കണ്ടെത്തുമെന്ന ഉറച്ച വിശ്വാസത്തിലാണ് കഴിഞ്ഞതെന്നും അന്നു ഞാൻ പ്രസവിച്ച മകന് ഇപ്പോൾ പതിനൊന്നു വയസ്സായെന്നും അവനെ സംരക്ഷിച്ചില്ലെങ്കിൽ എല്ലാ കള്ളത്തരവും പൊളിക്കും എന്നും മകനേയും കൂട്ടി ഇവിടെ വന്ന് സത്യാഗ്രഹമനുഷ്ഠിക്കുമെന്നും മാത്രമല്ല, എല്ലാം കത്തിച്ചുകളയും എന്നും പറഞ്ഞതോടെ സ്വാമി അവരെ ആശ്വസിപ്പിച്ചു. മകനേയും കൂട്ടി രണ്ടു ദിവസം കഴിഞ്ഞു വരണമെന്നും നമുക്ക് ഇവിടെ ജീവിക്കാം എന്നും പറഞ്ഞ് പൈസയും കൊടുത്തു മയക്കി അയച്ചു എന്നും പറഞ്ഞു.”

“അതെന്തിനാടോ രണ്ടു ദിവസം?”

“സാർ, കുറേ നാളായി സ്വാമിയോടൊപ്പം താമസിക്കുന്ന ഒരു പെണ്ണ് ഉണ്ട്. അവരും അനുഗ്രഹം തേടി ഇവിടെയെത്തിയതാണ്. പിന്നീട് ഇവിടെ കയറിക്കൂടിയെങ്കിലും സ്വാമിക്ക് അവരെ ഒഴിവാക്കണം എന്ന ചിന്ത ആയിരുന്നു. അങ്ങനെയാണ് അതിനുള്ള പദ്ധതികൾ തയ്യാറാക്കിയത്. മദ്യം കൊടുത്തു മയക്കിക്കിടത്തിയ ശേഷം അവരുടെ കഴുത്തിൽ ഒരു പ്ലാസ്റ്റിക് ചരട് കൊണ്ട് മുറുക്കി.”

“താൻ അത് കണ്ടുനിൽക്കുകയായിരുന്നോ?”

“അല്ല സാർ. അവർ കുതറിമാറാതിരിക്കാൻ ഞാൻ അവരെ പിടിച്ചുവെച്ചു.”

“എന്നിട്ട്?”

“ഞാൻ പോയി ചെറിയ തോണി എടുത്തുകൊണ്ടുവന്നു. ഞങ്ങൾ രണ്ടാളും ആ സ്ത്രീയെ തോണിയിൽ കയറ്റി. സ്വാമിക്ക് തോണിയിൽ കയറാൻ ഭയമായിരുന്നു. ഒറ്റയ്ക്ക് തുഴഞ്ഞു കൊണ്ടു

പോകാൻ എനിക്ക് പേടിയായിരുന്നു. സ്വാമി കരയിലൂടെ നടന്നു വന്നു. ഞാൻ തോണി ഉന്തിക്കൊണ്ടുപോയി. അവിടെ ഒരു കുളി ക്കടവുണ്ടായിരുന്നു. അവിടെ വെച്ച് സ്വാമിയും കൂടെ തോണിയിൽ കയറിയതും ബാലൻസ് തെറ്റി തോണി മറിഞ്ഞു. പ്രേതം ഞങ്ങൾ ഒരു തുണികൊണ്ട് തോണിയിൽ കെട്ടിവെച്ചിരുന്നു. അത് വെള്ള ത്തിലേക്ക് വീണു. ഞങ്ങൾ രണ്ടാളുംകൂടെ വീണ്ടും പഴയപടിയാ ക്കാൻ ശ്രമിച്ചെങ്കിലും നടന്നില്ല. അപ്പോഴേക്കും അകലെനിന്നും മറ്റൊരു വലിയ വള്ളം വരുന്നതുകണ്ട് ഞങ്ങൾ രണ്ടാളുംകൂടെ അവിടെനിന്നും ഓടി."

അവനെ പൊലീസുകാരെ ഏല്പിച്ചശേഷം വൈശാഖന്റെ അടു ത്തേക്കു പോയി.

"കള്ളം പറഞ്ഞു രക്ഷപ്പെടാൻ ശ്രമിക്കേണ്ട. ബലം പിടിച്ച് ഒരു സീൻ ഉണ്ടാക്കാമെന്നും കരുതേണ്ട. ജനങ്ങളുടെ ഭക്തിയൊക്കെ മാറി തന്നെ കൊല്ലാനായി തയ്യാറെടുത്തു നിൽക്കുകയാണ്. ഇനി പറയ്. എന്തിനാണ് ഈ സ്ത്രീയെ കൊലപ്പെടുത്തിയത്? നടന്ന തെല്ലാം തന്റെ കൂട്ടാളി തുറന്നു പറഞ്ഞുകഴിഞ്ഞു. താൻ ഇത് പറയ്."

"സർ, അവളുടെ പേര് ശ്രീജ. പല പുരുഷന്മാരെയും പാട്ടിലാക്കി അവരുടെ പണവും മോഷ്ടിച്ചു കടന്നുകളയുന്നവളായിരുന്നു. എനിക്ക് ആ സ്ത്രീയെ അറിയില്ലായിരുന്നു. ഭക്തി മൂത്ത് ഇവിടെ നിന്നും പോകുന്നില്ലായെന്നു പറഞ്ഞു. മറ്റുള്ളവരുടെ ഉപദ്രവ ത്തിൽനിന്ന് രക്ഷനേടാനുള്ള ഒരു മാർഗ്ഗമായിരുന്നു അത്. ഞാൻ അവൾക്ക് ഇവിടെ അഭയം നൽകി. പിന്നീടാണ് അവളുടെ യഥാർത്ഥ സ്വഭാവം മനസ്സിലാക്കിയത്. അവളെ ഒഴിവാക്കിയില്ലെങ്കിൽ ഇവി ടത്തെ എല്ലാം അവൾ അടിച്ചുമാറ്റും എന്നു തോന്നി."

"പെട്ടെന്ന് അവളെ ഒഴിവാക്കാനുള്ള കാരണം?"

"സർ, അത് പണ്ട് ഞാൻ സ്നേഹിച്ചു വഞ്ചിച്ച വിമല എങ്ങ നെയോ ഇവിടെയെത്തി എന്റെ മകൻ ജീവിച്ചിരിക്കുന്നു എന്നു പറ ഞ്ഞതോടെ, അവരെ ഒപ്പം കൂട്ടാൻ തോന്നി. രണ്ടുനാൾ കഴിഞ്ഞ് മകനെയും കൂട്ടി വരാൻ നിർദ്ദേശിച്ച് മടക്കി അയച്ചു. അവർ വരുന്ന തിനു മുമ്പ് ഇവളെ ഒഴിവാക്കാൻ വേണ്ടിയാണ് ഇതു ചെയ്തത്."

സംഭവത്തെക്കുറിച്ചുള്ള ഒരു ഏകദേശരൂപം മനസ്സിലാക്കി. അവിടെനിന്നും ലഭിക്കാവുന്ന തെളിവുകളെല്ലാം ശേഖരിച്ചു. രണ്ടാ ളെയും അവിടെനിന്ന് കൊണ്ടുവരുമ്പോൾ ഭക്തജനങ്ങളെല്ലാം അത്ഭുതത്തോടെ നോക്കിനിൽക്കുന്നുണ്ടായിരുന്നു. രണ്ടാളെയും കരയിലെത്തിച്ച് ജീപ്പിൽ കയറ്റി പൊലീസ് സ്റ്റേഷനിലെത്തിച്ചു.

അവർ രണ്ടാളുടെയും മൊഴി വ്യക്തമായി രേഖപ്പെടുത്താൻ എസ്. ഐയെ ചുമതലപ്പെടുത്തി.

ശ്രീജയുടെ മൃതശരീരത്തിന്റെ ഇൻക്വസ്റ്റ് നടപടികൾ പൂർത്തിയാക്കി. തോണി ആവശ്യപ്പെടുന്ന സമയത്ത് കോടതിയിൽ ഹാജരാക്കണം എന്ന വ്യവസ്ഥയിൽ ഉടമയ്ക്ക് വിട്ടുകൊടുത്തു. വൈശാഖന്റെ ആശ്രമത്തിന്റെ വിശദമായ മഹസ്സർ തയ്യാറാക്കുന്നതിനും മറ്റുമായി സമയം വേണ്ടിയിരുന്നതിനാൽ അന്നത്തേക്ക് രണ്ടു പൊലീസുകാരെ അവിടെ കാവൽ ഏർപ്പെടുത്തിയശേഷം സ്റ്റേഷനിലെത്തി വൈശാഖനെയും ശിഷ്യൻ കുരു എന്ന കുരുകേശനേയും ലോക്കപ്പിൽ സൂക്ഷിച്ചു.

അടുത്ത ദിവസം രാവിലെ വീണ്ടും സ്റ്റേഷനിലെത്തി രണ്ടു പേരെയും തെളിവു ശേഖരണത്തിനായി സ്ഥലത്തെത്തിച്ചു. തെളിവുശേഖരണം കഴിഞ്ഞ മുറയ്ക്ക് റിമാന്റപേക്ഷ സഹിതം കോടതിയിൽ ഹാജരാക്കി. ആശ്രമത്തിന്റെയും കൊലപ്പെടുത്തിയ സ്ഥലത്തിന്റെയും മഹസ്സർ തയ്യാറാക്കിക്കൊണ്ടുനിൽക്കവെ വിമല മകനുമായി അവിടെയെത്തി.

വിമലയോടു ചോദിച്ചതിൽ വൈശാഖൻ എന്നെ ഗർഭിണിയാക്കി കടന്നുകളഞ്ഞതോടെ വീട്ടുകാരുടെയും നാട്ടുകാരുടെയും വെറുപ്പിനു പാത്രമായി ഒരു ചെറിയ മുറിയിൽ താമസിച്ച് മറ്റു വീടുകളിലെല്ലാം പോയി ജോലി ചെയ്തു കിട്ടുന്ന പൈസകൊണ്ട് മകനെ വളർത്തി. അവനെ സ്കൂളിലയച്ചു പഠിപ്പിച്ചു ജീവിച്ചുവരികയാണെന്നും അതിനിടെ വൈശാഖൻ സ്വാമിയെക്കുറിച്ചുള്ള വിവരം പറഞ്ഞപ്പോൾ വൈശാഖൻ തന്റെ ഭർത്താവാണോ എന്നറിയാനാണ് ഇവിടെ എത്തിയതെന്നും അപ്പോൾ എന്നെയും മകനെയും സംരക്ഷിച്ചുകൊള്ളാം എന്ന് വാക്കു തന്നതിനാൽ തിരിച്ചുപോയി മകനെയും കൂട്ടി വന്നതാണെന്നും പറഞ്ഞതനുസരിച്ച്, നാട്ടുകാരുടെ അഭിപ്രായംകൂടി പരിഗണിച്ച്, ആ അമ്മയെയും മകനെയും അവിടെ താമസിച്ചുകൊള്ളാൻ അനുവാദം നൽകി.

അവിടെനിന്നും മടങ്ങുമ്പോൾ നടന്നതെല്ലാം ഒരു സിനിമാക്കഥപോലെ തോന്നിച്ചു. ഒപ്പം അവിടത്തെ നല്ല മനുഷ്യരെക്കുറിച്ചും ബഹുമാനം തോന്നി. മറ്റെവിടെയെങ്കിലുമായിരുന്നെങ്കിൽ അന്നു രാത്രിയിൽത്തന്നെ എല്ലാം കത്തിച്ചാമ്പലാക്കുമായിരുന്നു. ഇവിടെയിപ്പോൾ ആശ്രയമില്ലാത്തൊരു അമ്മയും മകനും ഒരു അഭയസ്ഥാനമെങ്കിലും ആയല്ലോ എന്ന ആശ്വാസമായിരുന്നു മനസ്സിൽ.

■

ബന്ധങ്ങളുടെ പവിത്രത

അഞ്ചടി ഏഴ് ഇഞ്ച് ഉയരം, ആരോഗ്യമുള്ള ശരീരം, വെളുത്ത നിറം എന്നീ അടയാളങ്ങളുള്ള അമ്പാടി എന്ന യുവാവിനെ കഴിഞ്ഞ മൂന്നു ദിവസമായി കാണ്മാനില്ല. അമ്പത്തഞ്ച് വയസ്സ് പ്രായമുള്ള ശ്രീധരിയെന്ന സ്ത്രീയാണ് പരാതിയുമായി ശംഖുമുഖം പൊലീസ് സ്റ്റേഷനിലെത്തിയത്. അവർ നൽകിയ ഫോട്ടോയും ഫോൺ നമ്പറും വാങ്ങിയ ശേഷം മടക്കി അയച്ചു. അന്നുതന്നെ ക്രൈം കാർഡുകൾ തയ്യാറാക്കി വയർലസ്സിലൂടെ എല്ലാ സ്റ്റേഷനിലേക്കും കൈമാറി.

അടുത്ത ദിവസം വലിയ തുറയിലുള്ള അവരുടെ വീട്ടിലെത്തി വിശദമായ മൊഴി രേഖപ്പെടുത്തി. അമ്പാടിക്ക് 35 വയസ്സുണ്ട്. മിലിട്ടറി സർവ്വീസിലായിരുന്നു. മൂന്നു വർഷം മുമ്പ് ഷിബു എന്ന പെൺകുട്ടിയെ അമ്പാടി വിവാഹം കഴിച്ചു. കഴിഞ്ഞ വർഷം അമ്പാടിയുമായി പിണങ്ങി അവളുടെ വീട്ടിലേക്ക് പോയെന്നും അവർക്ക് ഒരു വയസ്സുള്ള ഒരു മകനുണ്ടെന്നും തനിക്ക് അൻപതു വയസ്സു കഴിഞ്ഞു എന്നും ഭർത്താവ് മരണമടഞ്ഞിട്ട് ഇരുപതു വർഷമായിയെന്നും ഭർത്താവിന്റെ ഫാമിലി പെൻഷൻ ലഭിക്കുന്നുണ്ടെന്നും അമ്പാടിക്ക് കുറേ കൂട്ടുകാർ ഉണ്ടെന്നും മിക്കവാറും ദിവസങ്ങളിൽ മദ്യപിക്കാറുണ്ടെന്നും ആ കാരണത്താൽ തന്നെയാണ് മരുമകൾ പിണങ്ങിപ്പോയതെന്നും അവർ മൊഴി നൽകി. മിലിട്ടറിയിലുണ്ടായിരുന്ന ആരെയോ കാണാൻ പോകുന്നു എന്നു പറഞ്ഞാണ് വീട്ടിൽനിന്നും പോയത് എന്നും അതിനുശേഷം വീട്ടിലോ ഭാര്യവീട്ടിലോ വന്നിട്ടില്ലെന്നും മൊബൈൽ ഫോൺ കൈയിലുണ്ടായിരിക്കും എന്നും ഫോണിൽ വിളിച്ചിട്ട് മറുപടി ലഭിച്ചില്ലെന്നും പറഞ്ഞ് അയാളുടെ ഫോൺ നമ്പറും നൽകി.

ശ്രീധരിയുടെ ഭർത്താവ് ഒരപകടത്തിൽപെട്ടാണ് മരണപ്പെട്ടതെന്നും മകനെ വളർത്താൻ വേണ്ടിയാണ് മറ്റൊരു വിവാഹത്തെ

കുറിച്ച് ചിന്തിക്കാത്തത് എന്നും മകന്റെ ആഗ്രഹമനുസരിച്ചാണ് മിലിറ്ററിയിൽ ചേർന്നത് എന്നും അവർ പറഞ്ഞു. മകനും മരുമകളും തമ്മിൽ പിണങ്ങാനുള്ള യഥാർത്ഥ കാരണം അറിയില്ലെന്നും എന്നാൽ മകന്റെ മദ്യപാനത്തെച്ചൊല്ലി അവർ തമ്മിൽ വഴക്കുണ്ടാകാറുണ്ടെന്നും പറഞ്ഞു. മരുമകളുടെ വീട്ടിൽ അന്വേഷിച്ചപ്പോൾ അവിടെ ചെന്നിട്ടില്ലെന്ന് അറിഞ്ഞു എന്നും മൊഴി നൽകി.

അന്വേഷണം നടന്നുവരവെയാണ് വേളിക്കായലിൽ ചാക്കിൽ കെട്ടിയ നിലയിൽ ഒരു മൃതശരീരം കാണപ്പെട്ടു എന്ന വിവരം ലഭ്യമായത്. നാട്ടുകാരുടെ സഹായത്തോടെ കരയ്ക്കെത്തിച്ച ചാക്കിനുള്ളിൽ രണ്ടുമൂന്നു ദിവസം പഴക്കം തോന്നിക്കുന്ന ഒരു പുരുഷന്റെ മൃതശരീരമാണെന്നു മനസ്സിലായി.

ശംഖുമുഖം എ.സി. അടക്കമുള്ളവർ സ്ഥലത്ത് എത്തി ഇത് കാണാനില്ലായെന്ന് ശംഖുമുഖം പൊലീസ് സ്റ്റേഷനിൽ രജിസ്റ്റർ ചെയ്ത കേസ്സിലെ യുവാവാണ് എന്ന സംശയം തോന്നിയതിനാൽ ഉറപ്പു വരുത്തുന്നതിനുവേണ്ടി പരാതിക്കാരിയെ സ്ഥലത്ത് എത്തിച്ചു. തറയിൽ മലർന്നുകിടന്ന മൃതശരീരം കണ്ട ഉടനെ നിലവിളിച്ചുകൊണ്ട് അവർ വിളിച്ചു പറഞ്ഞു, “എന്റെ മോൻ അമ്പാടിയാണിത്. എന്റെ മോനേ!”

അവരുടെ തേങ്ങിക്കരച്ചിൽ കൂടിനിന്നവരിൽ നൊമ്പരമുളവാക്കി. ഒപ്പം വന്ന ജാനകിയെന്ന സ്ത്രീയാണ് പറഞ്ഞത് രണ്ടു വയസ്സു മുതൽ മാറോടടക്കിപ്പിടിച്ച് വളർത്തിയതാണ്. അവനെ കരുതിയാണ് മറ്റൊരു വിവാഹത്തെപ്പറ്റിപോലും ചിന്തിക്കാതിരുന്നത്. അതു കേട്ടു നിന്ന പൊലീസുകാർ അവരെ മെല്ലെ മാറ്റി നിറുത്തി ചോദിച്ചു,

“അപ്പോൾ ഈ സ്ത്രീ പ്രസവിച്ച മകനല്ലേ അമ്പാടി?”

“അല്ല സാർ. സാറിന്റെ ആദ്യഭാര്യ പ്രസവത്തോടനുബന്ധിച്ചുണ്ടായ രോഗം മൂലം മരണമടഞ്ഞു. അപ്പോൾ കുഞ്ഞിന് ഒരു വയസ്സുണ്ടാവണം. അതു കഴിഞ്ഞ് കുഞ്ഞിനെ നോക്കാനാണ് സാറ് ശ്രീധരിയെ വിവാഹം കഴിച്ചത്. അപ്പോൾ കുട്ടിക്ക് രണ്ടു വയസ്സ്. അന്നു മുതൽ സ്വന്തം കുഞ്ഞിനെപ്പോലെയാണ് അവൾ കുഞ്ഞിനെ വളർത്തിയത്. കുഞ്ഞിന് പത്തു വയസ്സുള്ളപ്പോഴാണ് സാറ് അപകടത്തിൽപെട്ട് മരണപ്പെട്ടത്. അന്നു മുതൽ അമ്പാടിയെ വളർത്തിയത് ശ്രീധരിയാണ്. അവനെ അവൾക്ക് ഏറെ ഇഷ്ടമായിരുന്നു. പട്ടാളത്തിൽ ചേരണമെന്ന അവന്റെ ആഗ്രഹം ആദ്യം എതിർത്തെങ്കിലും അവന്റെ നിർബന്ധത്തിനു വഴങ്ങി അവർ സമ്മതിച്ചു. അവളുടെ വിഷമം തീരാൻ ഏറെ ദിവസമെടുത്തു.”

ജാനകി പറഞ്ഞ കാര്യങ്ങളെല്ലാം കുറിച്ചെടുത്തു. വേഗം ഇൻക്വസ്റ്റ് നടപടികൾ ആരംഭിച്ചു. കഴുത്തിനേറ്റ ആഴത്തിലുള്ള മുറിവും കൂടാതെ ഇരുകരങ്ങളിലും മുറിവുകളുണ്ടായിരുന്നു. ഇൻക്വസ്റ്റ് നടപടികൾ പൂർത്തിയാക്കി പോസ്റ്റുമോർട്ടം പരിശോധനയ്ക്ക് മൃതശരീരം മെഡിക്കൽ കോളേജിലേക്ക് അയച്ചു.

പ്രാഥമികാന്വേഷണത്തിൽതന്നെ സൂചനകൾ ഒന്നും ലഭിക്കാത്തതിനാൽ ആശയക്കുഴപ്പമുണ്ടായി. അക്കാരണത്താൽത്തന്നെ അന്വേഷണം ഡിറ്റക്ടീവ് ഡിസൂസയെ ഏല്പിക്കാൻ തീരുമാനിച്ചു. അതിനാവശ്യമായ ഉത്തരവുകളും വാങ്ങിയാണ് ഡിസൂസ അന്വേഷണങ്ങൾക്കായി എത്തിയത്. ഇതേവരെ ലഭ്യമായ വിവരങ്ങളെല്ലാം അസിസ്റ്റന്റ് കമ്മീഷണർ ഡിസൂസയ്ക്ക് കൈമാറി. പത്രപ്രവർത്തകന്റെ വേഷത്തിലും സാധാരണക്കാരനായും ജനങ്ങളുടെ ഇടയിലേക്കിറങ്ങിച്ചെന്ന് അന്വേഷണം നടത്താനുള്ള ഡിസൂസയുടെ കഴിവ് അപാരം തന്നെയാണ്.

ലഭ്യമാകുന്ന വിവരങ്ങൾ ഒന്നുപോലും വിടാതെ അന്വേഷണം നടത്തുകയാണ് ഡിസൂസയുടെ രീതി. ആദ്യമെത്തിയത് കാണാതായ വീട്ടിലാണ്. ചുറ്റുപാടിൽനിന്നും ശ്രീധരിയെക്കുറിച്ചുള്ള വിവരങ്ങൾ ശേഖരിച്ചു. അവർക്ക് ഒരു സ്നേഹിതനുണ്ടായിരുന്നു എന്നും ഭർത്താവിന്റെ മരണശേഷം അവിവാഹിതനായ രാജു എന്നയാളുമായി അടുത്ത ബന്ധം പുലർത്തിയിരുന്നു എന്നും മകൻ മിലിറ്ററിയിൽ ചേർന്നശേഷം ആ ബന്ധം കൂടുതൽ ദൃഢമായെന്നും എന്നാൽ അവരുടെ ജാഗ്രത കാരണം പുറത്തുള്ളവരുടെയിടയിൽ അതിന്റെ നിഗൂഢത ഇരുളിൽത്തന്നെയിരുന്നു.

മരണപ്പെട്ട അമ്പാടിയുടെ ഭാര്യവീട്ടിൽ നടത്തിയ അന്വേഷണങ്ങളിൽനിന്നും വിവാഹത്തിന്റെ ആദ്യനാളുകളിൽത്തന്നെ അവർ തമ്മിലുള്ള മാനസികമായ അകൽച്ച ആരംഭിച്ചിരുന്നു എന്നും ഷിബുവിന്റെ വാക്കുകളിൽ ശത്രുരാജ്യക്കാരോടെന്നപോലെയാണ് തന്നോട് പെരുമാറിയിരുന്നതെന്നും ശത്രുവിനെ തോല്പിക്കുക എന്നപോലെയാണ് തന്നോടു പെരുമാറിയിരുന്നതെന്നും സ്നേഹം എന്ന വാക്ക് അയാളുടെ ജീവിതത്തിലുണ്ടായിരുന്നില്ലെന്നും രണ്ടു വർഷത്തോളം ഭാര്യയായി ജീവിച്ചെന്നും താൻ ഗർഭിണിയാണെന്ന പരിഗണനപോലും നൽകിയില്ലെന്നും തീരെ സഹികെട്ടാണ് എല്ലാം വലിച്ചെറിഞ്ഞിട്ടുപോന്നതെന്നുമായിരുന്നു. അമ്പാടിയുടെ അമ്മയുടെ പെരുമാറ്റം നല്ലതായതിനാലാണ് മൂന്നു വർഷംവരെ അവിടെ നിൽക്കാനായത് എന്നും മറ്റുമുള്ള വിവരങ്ങൾ ശേഖരിച്ചു.

മിലിറ്ററി സർവ്വീസ് അവസാനിപ്പിച്ച് തിരിച്ചുവന്ന അമ്പാടി മദ്യ പാനത്തിൽ കൂടുതൽ അഭയം തേടി. പലപ്പോഴും മദ്യലഹരിയിൽ അമ്മയ്ക്ക് ഇപ്പോൾ തന്നോടു സ്നേഹം ഇല്ലെന്നും അമ്മയുടെ കാമുകനോടാണ് സ്നേഹം എന്നും വിളിച്ചുപറയുമായിരുന്നു. ഒപ്പം അമ്മയോട് സ്നേഹം കാണിക്കാനെന്നോണം കെട്ടിപ്പിടിക്കുകയും മുത്തം വെക്കാനും ശ്രമിക്കുമായിരുന്നു. ആദ്യമൊക്കെ ശ്രീധരി അതു കാര്യമാക്കിയില്ലെങ്കിലും സ്നേഹപ്രകടനം അസഹ്യമാവുമ്പോൾ ശാസിച്ച് പുറത്താക്കുകയും ചെയ്യുമായിരുന്നു.

മദ്യപാനശീലമുള്ളതുകൊണ്ട് അമ്പാടിക്ക് നാട്ടിൽ ചില കൂട്ടു കെട്ടുകളൊക്കെയുണ്ടായിരുന്നു. മദ്യപിച്ചിട്ട് പലപ്പോഴും അവരുടെ വീടുകളിൽ ചെന്നു ശല്യമുണ്ടാക്കുന്നതിന്റെ പേരിൽ പലരുമായും ചില വഴക്കുകളും പതിവായിരുന്നു. ഇനി അവരിലാരെങ്കിലുമാണോ അമ്പാടിയുടെ കൊലയ്ക്കു പിന്നിൽ എന്നു കണ്ടെത്താനുള്ള ശ്രമത്തിലായിരുന്നു പിന്നീട് കുറച്ചു നാൾ.

ആ വഴിക്കു നടത്തിയ അന്വേഷണങ്ങളിൽ കഴമ്പില്ലയെന്നു മനസ്സിലാക്കിയ ഡിസൂസ, ശ്രീധരിയുടെ രഹസ്യക്കാരനായ വ്യക്തിയെ കണ്ടെത്താനുള്ള ശ്രമം തുടങ്ങി. ശ്രീധരിയുടെ വീട്ടിൽ നടത്തിയ ചില പരിശോധനകളിൽനിന്നും അവർ അറിയാതെ സ്ഥിരമായി ബന്ധപ്പെടുന്ന ഫോൺനമ്പർ കുറിച്ചെടുക്കാനായി.

ശ്രീധരിയോട് ആരെയെങ്കിലും സംശയമുണ്ടോ എന്ന ചോദ്യ ത്തിന് മദ്യപിച്ചു കഴിഞ്ഞാൽ അവൻ നിയന്ത്രണം വിട്ടു പെരുമാറും എന്നും അക്കാരണത്താൽതന്നെ കുറേ വിരോധികൾ ഉണ്ടെന്നും പ്രത്യേകിച്ചൊരാളുടെ പേരു പറയാനറിയില്ലെന്നും പലരും അവനെ ക്കുറിച്ച് അങ്ങനെ പറയുന്നതു കേട്ടിട്ടുണ്ട് എന്നും മറ്റും പറഞ്ഞ് ഒഴിഞ്ഞുമാറാനുള്ള ശ്രമം നടത്തുന്നതായി തോന്നി.

ഇതേവരെ നടത്തിയ അന്വേഷണങ്ങളിൽ വ്യക്തമായ സൂച നകൾ ഒന്നും ലഭ്യമായില്ലെങ്കിലും കൊലയാളികൾ തന്റെ സമീപ ത്തുതന്നെയുണ്ടെന്ന കാര്യം ഡിസൂസയ്ക്കു മനസ്സിലായി. സംശയം തീർക്കാനായി അന്വേഷണം ശക്തമാക്കി. ശ്രീധരിയുടെ വീട്ടിൽ നിന്നും ലഭിച്ച ഫോൺ നമ്പറിന്റെ ഉടമയെ കണ്ടെത്തി. മാന്യനായ ഒരു ബിസിനസ്സുകാരൻ രാജു എന്നയാളിന്റേതാണ്. ഏറെ നാൾ വിദേശത്തു ജീവിച്ചശേഷം നാട്ടിലെത്തി ഒരു സൂപ്പർമാർക്കറ്റ് നട ത്തുകയാണെന്നും അവിവാഹിതനാണെന്നും അൻപതിനോട് അടുത്ത പ്രായമുള്ള ആളാണെന്നും മനസ്സിലാക്കി.

അയാളെ കണ്ടു ചോദിച്ചതിൽ ശ്രീധരിയെ വളരെ നാളായി അറി യാമെന്നും ആ വീട്ടിലേക്ക് ആവശ്യമുള്ള പലചരക്കു സാധനങ്ങൾ

തന്റെ സ്ഥാപനത്തിൽനിന്നാണ് വാങ്ങുന്നതെന്നും പട്ടാളക്കാരനായ മകനാണ് പേമെന്റ് എല്ലാം നടത്തുന്നതെന്നും അവരുടെ ഫോൺ നമ്പർ അറിയാമെന്നും പറഞ്ഞു.

അയാളുടെ സംഭാഷണത്തിൽനിന്നും സംശയിക്കത്തക്ക ഒന്നും ലഭ്യമായില്ല. പക്ഷേ, പുറത്തു നടത്തിയ അന്വേഷണത്തിൽ ശ്രീധരിയുമായി അയാൾക്ക് അടുത്ത ബന്ധമുണ്ടെന്നും രഹസ്യസംഗമങ്ങൾ നടത്തുന്നുണ്ട് എന്നും ശ്രീധരി പലപ്പോഴും രാജുവിന്റെ വീട്ടിൽ പോകുന്നതായും സൂചനകൾ ലഭിച്ചു.

ചില തീരുമാനങ്ങളുമായാണ് ശ്രീധരിയുടെ വീട്ടിലെത്തിയത്. രാജുവിനെ അറിയാമെന്നും വീട്ടാവശ്യത്തിനുള്ള സാധനങ്ങൾ ആവശ്യമുള്ളപ്പോൾ വിളിക്കാറുണ്ട് എന്നും സമ്മതിച്ചു. ചോദ്യത്തിന്റെ രീതി മാറ്റി. ഗൗരവത്തിലും എല്ലാ കാര്യങ്ങളും രാജു തുറന്നു പറഞ്ഞു എന്നും ഇനി ഒന്നും മറയ്ക്കാൻ ശ്രമിക്കേണ്ട എന്നൊരു സൂത്രംകൂടി പ്രയോഗിച്ചപ്പോൾ ഏറെനേരം പിടിച്ചുനിൽക്കാനായില്ല.

ശ്രീധരി പറഞ്ഞു, “സാർ, ഞാനൊരു സ്ത്രീയാണ്. ഞാൻ പ്രസവിച്ചതല്ലെങ്കിലും എന്റെ സ്വന്തം മകനായിതന്നെയാണ് അവനെ സ്നേഹിച്ചതും വളർത്തിയതും. ഞാൻ അവന്റെ പെറ്റമ്മയല്ലെന്ന് അവനറിയില്ലായിരുന്നു. പക്ഷേ, അവന്റെ സ്വഭാവവൈകൃതംമൂലം ഭാര്യ പിണങ്ങിപ്പോയശേഷം, എനിക്ക് പരപുരുഷബന്ധമുണ്ടെന്നും അത് അറിയാമെന്നും മറ്റും പറഞ്ഞ് പലവട്ടം എന്നെ കീഴ്പ്പെടുത്താൻ ശ്രമിച്ചു. ഏറെ ബുദ്ധിമുട്ടിയാണ് ഒഴിഞ്ഞുമാറാനായത്. സഹികെട്ട് മൂർച്ചയുള്ള കൊടുവാൾ തലയിണയ്ക്കടിയിൽ വെച്ചുകൊണ്ടാണ് ഉറങ്ങാൻ കിടക്കുക.

അന്നു രാത്രി മദ്യപിച്ചെത്തിയ അവൻ മുറി ബലമായി തുറന്ന് അകത്തുകടന്നു. പേടിപ്പിക്കാനായി കൊടുവാൾ എടുത്തെങ്കിലും അവൻ പിന്മാറിയില്ല. എന്നിലെ മാതൃത്വം ഉണർന്നു. പിന്നൊന്നും നോക്കിയില്ല. ഒരു മൃഗത്തെപ്പോലെ ആക്രമിക്കാനെത്തിയ അവനെ ആഞ്ഞുവെട്ടി കഴുത്തിൽതന്നെ. ചോര വാർന്നു തറയിൽ വീണ അവനെ വീണ്ടും വെട്ടി. ഞാനൊരു അമ്മയല്ലാതായി മാറി. ഭ്രാന്തി. വെറും ഭ്രാന്തി.”

അല്പനേരം അവർക്കൊന്നും സംസാരിക്കാനാവാത്തപോലായി.

“മൃതശരീരം ചാക്കിലാക്കി വേളിക്കായലിൽ തള്ളാൻ സഹായിച്ചതാരാണ്?”

“ആരും സഹായിച്ചില്ല. ഞാനൊറ്റയ്ക്കാണ് അതു ചെയ്തത്.”

“നിങ്ങൾ ഒരു സ്ത്രീയാണ്. ചില സന്ദർഭത്തിൽ ഒരാളെ കൊല്ലാൻ കഴിഞ്ഞേക്കും. പക്ഷേ, ആ മൃതശരീരം ചാക്കിൽ കെട്ടി ഏഴ് കിലോ

മീറ്റർ അകലെയുള്ള കായലിൽ കൊണ്ടിടാൻ നിങ്ങൾക്ക് ഒറ്റയ്ക്കു കഴിയില്ല. ശ്രീധരി പറഞ്ഞ കാര്യങ്ങളെല്ലാം ഞാൻ വിശ്വസിക്കാം. ഒരു കാര്യം ഒഴികെ. മൃതശരീരം ഒറ്റയ്ക്ക് കായലിൽ എറിഞ്ഞു എന്ന കാര്യം ഒഴികെ. ഇനി സത്യം പറയൂ. രാജു അല്ലേ നിങ്ങളെ സഹായിച്ചത്?"

"അല്ല. ആ മനുഷ്യൻ എനിക്ക് പ്രിയപ്പെട്ടവനാണ്. എന്റെ മനസ്സും ശരീരവുംപോലും അയാൾക്ക് സമർപ്പിച്ചിട്ടുള്ളവളാണ്. ഈ ലോകത്ത് ഞാനേറ്റവും കടപ്പെട്ടിട്ടുള്ളത് ആ മനുഷ്യനോടാണ്. കൺമുന്നിൽ ചോരവാർന്ന് ചലനമറ്റ് കിടക്കുന്ന മകന്റെ ശരീരം നോക്കിയിരുന്ന എന്റെ മനസ്സിൽ ആശ്രയത്തിനായി അപേക്ഷിക്കാൻ ഒരാൾ മാത്രമേ ഉണ്ടായുള്ളൂ. എന്റെ രാജുവേട്ടൻ. ഞാൻ വിളിച്ചത് ശരിയാണ്. വന്നു. എന്നെ രക്ഷിക്കാൻ ശ്രമിച്ചു. മറ്റാരും അറിയില്ല എന്ന് ആശ്വസിപ്പിച്ചു. എനിക്കുവേണ്ടി സ്വയം..."

രാജുവിനെ കസ്റ്റഡിയിലെടുത്തു. കുറ്റസമ്മതം നടത്തി. രണ്ടു പേരെയും അറസ്റ്റ് രേഖപ്പെടുത്തി കോടതിയിൽ ഹാജരാക്കി. തുടർന്നുള്ള അന്വേഷണം നടത്തി ചാർജ് ഷീറ്റു സമർപ്പിക്കുവാൻ ശംഖുമുഖം സി.ഐയെ ഫയൽ ഏല്പിച്ചു നടന്നുപോയ ഡിസൂസ യുടെ മുഖവും ദുഃഖഭാരത്താൽ കുനിഞ്ഞതായിരുന്നു.

ബന്ധങ്ങളുടെ പവിത്രതയെക്കുറിച്ചുള്ള ചിന്തയായിരുന്നു ആ മനസ്സു നിറയെ. നമ്മുടെ ഹൃദയത്തിൽ ഒരാൾ സ്നേഹത്തിന്റെ വിത്തുകൾ വിതറി. അത് നിർമ്മലസ്നേഹത്തിന്റെ ചെടികളായി വളർന്നു. നമുക്കെല്ലാം സ്നേഹപൂർവ്വമായി അതിനുള്ളിൽ ആരോ പകയുടെ വിത്തുകൾ വിതറി. അതും വളർന്നു. ഇനി പവിത്രസ്നേഹ ത്തിന്റെ നിലാവിൽ നിറയാൻ എത്രകാലം കാത്തിരിക്കണം?

■

ഒരു തൊഴിൽരഹിതന്റെ ദുരന്തം

തിരുവനന്തപുരം ജില്ലയിലെ വെള്ളറട പൊലീസ് സ്റ്റേഷനിൽ റിപ്പോർട്ടറായ ഇരട്ടക്കൊലക്കേസ് അക്കാലത്ത് ഏറെ ചർച്ചാവിഷയ മായ ഒരു സംഭവം. കുറ്റച്ചുരുക്കം ഇങ്ങനെ:

പാലിയോട് എന്ന സ്ഥലത്തെ കന്നിമത്തട്ടു വീട്ടിൽ രണ്ടുപേർ മരണപ്പെട്ടു കിടക്കുന്നു. ഈ സംഗതിക്ക് അയൽപക്കത്തെ ശിവൻ കുട്ടിയുടെ മൊഴി രേഖപ്പെടുത്തിയാണ് കേസ് രജിസ്റ്റർ ചെയ്തി ട്ടുള്ളത്. മരണകാര്യത്തിൽ സംശയമുണ്ട് എന്നു പറഞ്ഞതിനാൽ സി.ഐയെ വിവരമറിയിച്ചതനുസരിച്ച് നെയ്യാറ്റിൻകര സി.ഐയും പാർട്ടിയും സ്ഥലത്തെത്തി അന്വേഷണം ആരംഭിച്ചു.

അഞ്ചു സെന്റിനകത്ത് ചുറ്റും വേലി കെട്ടി തിരിച്ചിട്ടുള്ളതുമായ ഒരു ഓടിട്ട വീട്. കുറേ നാളായി ആൾത്താമസമില്ലാത്ത വീട്. ശിവൻ കുട്ടിയോടുതന്നെ വിവരങ്ങൾ ആരാഞ്ഞു.

“സർ, എന്റെ വീട് ഇവിടെനിന്നും 100 മീറ്റർ പടിഞ്ഞാറു മാറി യാണ്. ഈ മരിച്ചുകിടക്കുന്ന ദേവന്റെ വീട് 50 മീറ്റർ മുകളിലായി കാണുന്നതാണ്. അവിടെ അയാളും ഭാര്യയും അഞ്ചു വയസ്സുള്ള മകളുമാണ് താമസിക്കുന്നത്. അടുത്തു മരണപ്പെട്ടു കിടക്കുന്ന ആൾ കുറേ വടക്കു മാറിയാണ് താമസിക്കുന്നത്. അയാളുടെ പേര് സുരേ ന്ദ്രൻ എന്നാണ്. ഞാൻ രാവിലെ ഒരു ചായ കുടിക്കാൻ റോഡിൽ പോവുക പതിവാണ്. മിക്കവാറും ദിവസങ്ങളിൽ ദേവനും കൂടെ വരാറുണ്ട്.

ഇന്ന് റോഡിൽ പോകുന്നതിനു മുമ്പ് ദേവൻ വരുന്നുണ്ടോ എന്ന റിയാനായി ഇതുവഴി വന്നപ്പോഴാണ് ഈ വീടിന്റെ കോലായിൽ ആരോ കിടക്കുന്നത് കണ്ടത്. ഞാൻ അടുത്തു ചെന്നു നോക്കു മ്പോഴാണ് ദേവനും തൊട്ടടുത്തായി സുരേന്ദ്രനും കിടക്കുന്നതു

കണ്ടത്. അടുത്തു ചെന്നപ്പോഴേ മനസ്സിലായി, കുടിച്ച് ബോധമില്ലാതെ കിടക്കുകയാണെന്ന്. കാരണം അതിനടുത്തായി രണ്ട് പൈന്റ് ബോട്ടിലുകളും ഇരിക്കുന്നത് കണ്ടു. തട്ടിവിളിക്കാൻ ശ്രമിച്ചപ്പോഴാണ് രണ്ടുപേരും മരിച്ചുകിടക്കുകയാണെന്ന് മനസ്സിലായത്.

ഞാൻ അവിടെനിന്ന് ദേവന്റെ ഭാര്യയെ വിളിച്ചു. അവർ വന്നപാടെ നിലവിളിയും ബഹളവും തുടങ്ങി. അതുകേട്ട അയൽക്കാരെല്ലാവരും ഓടിവന്നു. എന്താണ് സംഭവിച്ചതെന്ന് ഒരു നിശ്ചവുമില്ലായിരുന്നു. അങ്ങനെയാണ് ഞാൻ ഓടിച്ചെന്ന് പൊലീസ് സ്റ്റേഷനിൽ മൊഴി നൽകിയത്."

"ഈ ദേവന് എന്താ ജോലി?"

"സർ, അയാൾ കുറേനാൾ ഗൾഫിലായിരുന്നു. എന്തോ രോഗം വന്നതിനാൽ ചികിത്സയ്ക്കാണ് നാട്ടിലെത്തിയത്. ഇവിടെയെത്തി കുറേ ചികിത്സകൾ ചെയ്തു എങ്കിലും ആരോഗ്യം വീണ്ടെടുക്കാനായില്ല. മിക്ക സമയവും വീട്ടിൽത്തന്നെയാണ്. അയാളുടെ ഭാര്യ രമ ഒരു തുണിക്കടയിൽ ജോലിക്കു പോകുന്നുണ്ട്. രാവിലെ പോയാൽ സന്ധ്യ കഴിഞ്ഞാണ് മടങ്ങിയെത്തുക. സുരേന്ദ്രൻ വിവാഹം കഴിച്ചിട്ടില്ല. വീട്ടിൽ ഇത്തിരി വകയൊക്കെയുണ്ട്. അതുകൊണ്ട് രാഷ്ട്രീയവും സാമൂഹികസേവനവുമായി നടക്കുകയാണ്. എന്തിനാണ് അയാൾ ഇവിടെ വന്നതെന്നോ ഇവർ തമ്മിൽ എന്താണ് ഇടപാടുകൾ എന്നോ അറിയില്ല."

സുരേന്ദ്രന്റെയും ദേവന്റെയും ബോഡികൾ അടുത്തടുത്തായാണ് കിടന്നിരുന്നത്. ബോഡികൾ കിടന്ന നിലയിൽ ഫോട്ടോകൾ എടുപ്പിച്ചശേഷം ബോഡി രണ്ടും വരാന്തയിൽ എടുത്തുകിടത്തി. ഇൻക്വസ്റ്റ് നടപടികൾക്കുള്ള തയ്യാറെടുപ്പുകൾ ആരംഭിച്ചു. വന്നുകൂടിയ ആളുകളുടെ അഭിപ്രായത്തിൽ രണ്ടുപേരും കഴിച്ച മദ്യത്തിൽ വിഷം കലർന്നിട്ടുണ്ടാകും എന്നും അത് രണ്ടാളുംകൂടെ ഒരുമിച്ചു മരിക്കണം തീരുമാനത്തിന്റെ അടിസ്ഥാനത്തിലായിരിക്കുമെന്നും അല്ലെങ്കിൽ ഇവരോടൊപ്പം മറ്റാരെങ്കിലുമുണ്ടായിരുന്നിരിക്കാം എന്നും അഭിപ്രായങ്ങളുയർന്നുവന്നു.

മൃതശരീരങ്ങൾക്കു സമീപം കാണപ്പെട്ട ബ്രാണ്ടിക്കുപ്പിയും ഗ്ലാസും ഫിംഗർപ്രിന്റ് എക്സ്പർട്സ് വരുന്നതുവരെ പ്രത്യേകം സൂക്ഷിച്ച് ഇൻക്വസ്റ്റ് എഴുതാൻ എ.എസ്.ഐയെ ചുമതലപ്പെടുത്തി. ഇതിനിടെ വിവരമറിഞ്ഞെത്തിയ സുരേന്ദ്രന്റെ വീട്ടുകാരും ദേവന്റെ വീട്ടുകാരും പരസ്പരം കുറ്റപ്പെടുത്തി വാക്കുതർക്കങ്ങളുണ്ടായി. സത്യസ്ഥിതി അന്വേഷിക്കാം എന്നു പറഞ്ഞ് ഇരുകൂട്ടരേയും സമാധാനിപ്പിച്ചു.

സുരേഷ് എന്ന ചെറുപ്പക്കാരനാണ് പറഞ്ഞത് ഇതിനു മുമ്പും സുരേന്ദ്രൻ ദേവനെ അന്വേഷിച്ച് വരുന്നത് കണ്ടിട്ടുണ്ട് എന്നും ദേവ നോട് ഒരു വസ്തു ഇടപാടിനെക്കുറിച്ച് സംസാരിക്കാനാണ് പോകുന്നതെന്ന് പറഞ്ഞതായും മൊഴി നൽകി. ദേവന്റെ സഹോദരി സുരജയ്ക്ക് സ്ത്രീധനമായി എഴുതി നൽകിയ വീടും സ്ഥലവും വിറ്റ് കാശു കൊടുക്കണം എന്നു പറഞ്ഞിരുന്നതിനാൽ രണ്ടുമൂന്നു പേർ സ്ഥലം നോക്കാൻ വന്നിരുന്നു എന്നും അതുമായി ബന്ധ പ്പെട്ടായിരുന്നു സുരേന്ദ്രൻ അവിടെ വന്നത് എന്നും ദേവന്റെ ബന്ധു ക്കൾ അഭിപ്രായപ്പെട്ടു. അതോടൊപ്പം ദേവന്റെ ഭാര്യ രമ ജോലിക്കു പോകുന്നതിനെക്കുറിച്ചും വൈകി വരുന്നതിനെക്കുറിച്ചും രണ്ടു പേരും തമ്മിൽ വഴക്കുണ്ടായിട്ടുണ്ട് എന്നും ദേവന്റെ ബന്ധുക്കൾ പറഞ്ഞു.

പലരും പല രീതിയിൽ അഭിപ്രായങ്ങൾ പറയുന്നതല്ലാതെ വ്യക്തമായൊരു ഉത്തരം നൽകാൻ ആർക്കും കഴിഞ്ഞില്ല. ഇതിന്റെ പിന്നിലെ ദുരൂഹത മാറ്റണമെന്നും എല്ലാവരും അഭിപ്രായപ്പെട്ടു. സുരേന്ദ്രൻ അവിടെ എന്തിനു വന്നു? മദ്യം കൊണ്ടുവന്നതാര്? പതി വായി ഇവർ ഇവിടെ ഒത്തുകൂടാറുണ്ടോ? ഈ ചോദ്യങ്ങൾക്കെല്ലാം ഉത്തരം കണ്ടെത്തണം. സമയം കഴിയുന്തോറും അവിടെ ഒരു വലിയ കൂട്ടംതന്നെ രൂപംകൊണ്ടു. വാർത്ത നാടെങ്ങും പരന്നു. അതോ ടൊപ്പം അഭിപ്രായപ്രകടനങ്ങളും ഏറിവന്നു.

സുന്ദരിയായ ദേവന്റെ ഭാര്യയെ കാണാൻ എത്തിയ സുരേന്ദ്രനെ വകവരുത്താനായി ദേവനാണ് മദ്യത്തിൽ വിഷം ചേർത്തതെന്നും ശക്തമായൊരു ആരോപണം ഉയർന്നുവന്നു. പക്ഷേ സത്യം അവർക്കു രണ്ടാൾക്കുമേ അറിയാവൂ. കാരണം അങ്ങനെയൊരു ബന്ധത്തെക്കുറിച്ച് ഇതിനുമുമ്പ് ആരും ചർച്ച ചെയ്തിട്ടേ ഉണ്ടാ യിരുന്നില്ല.

ഫിംഗർ പ്രിന്റ് എക്സ്പർട്ട്സും ഡോഗ് സ്ക്വാഡുമെത്തി പരി ശോധനകൾ നടത്തി. രണ്ടു ഡെഡ്ബോഡികളുടെയും വിരലട യാളങ്ങൾ ശേഖരിച്ച ശേഷമാണ് അവർ മടങ്ങിയത്. രണ്ടു മൃത ശരീരങ്ങളും പോസ്റ്റുമോർട്ടം പരിശോധനയ്ക്കായി മെഡിക്കൽ കോളേജിലേക്ക് അയച്ചു. ഇതിന്റെ പിന്നിൽ മറ്റാരുടെയെങ്കിലും കരങ്ങളുണ്ടോ എന്നതിനുത്തരം കണ്ടെത്തുകയായിരുന്നു ആദ്യത്തെ ജോലി.

സുരേന്ദ്രന്റെ വീട്ടിലെത്തി നടത്തിയ അന്വേഷണങ്ങളിൽ കോളേജ് പഠനം ഇടയ്ക്കുവെച്ച് നിറുത്തി സാമൂഹ്യസേവനത്തിനായി

അലഞ്ഞുനടക്കുന്നതിനെച്ചൊല്ലി വീട്ടിൽ അഭിപ്രായവ്യത്യാസങ്ങളുണ്ടായിരുന്നു എങ്കിലും കൂടുതൽ വഴക്കിനൊന്നും പോകാൻ വീട്ടുകാർ തയ്യാറായില്ലെന്നും ഒരുപക്ഷേ ദേവനുമായി മദ്യപിക്കാൻ തക്ക അടുപ്പം ഉണ്ടാവാൻ രമയാണോ കാരണക്കാരിയെന്ന സംശയമുണ്ടെന്നാണ് അവർ അഭിപ്രായപ്പെട്ടത്.

രമയെക്കുറിച്ച് മോശമായ അഭിപ്രായമൊന്നും നാട്ടുകാർ ഉയർത്തിയില്ലെങ്കിലും കടുത്ത ആസ്ത്മയുൾപ്പെടെയുള്ള രോഗങ്ങൾക്കടിമയായ ഭർത്താവുമൊത്തൊരു കുടുംബജീവിതം നയിക്കാൻ അവൾക്കാവില്ലെന്നും സംശയകരമായ ചില പ്രവൃത്തികൾ അവളുടെ ഭാഗത്തുനിന്നും ഉണ്ടായിരുന്നതായും പറഞ്ഞുകേട്ടിട്ടുണ്ട് എന്നല്ലാതെ വ്യക്തമായൊരു തെളിവു നൽകാൻ ആർക്കുമായില്ല. രമയോട് കാര്യങ്ങൾ നേരിട്ട് ചോദിക്കുന്നതിനു മുമ്പ് അവൾ ജോലി ചെയ്തിരുന്ന സ്ഥാപനത്തിലെ കാര്യങ്ങൾ അന്വേഷിക്കാൻ തീരുമാനിച്ചു.

ജ്യോതിക എന്ന ടെക്സ്റ്റൈൽ സ്ഥാപനത്തിലാണ് രമ ആദ്യം ജോലി ചെയ്തിരുന്നതെങ്കിലും പിന്നീട് നെയ്യാറ്റിൻകരയിൽ അതേ പേരിലുള്ള ഒരു സ്വർണ്ണക്കട ആരംഭിച്ചപ്പോൾ രമയെ അല്പം ശമ്പള വർദ്ധനയോടുകൂടി സ്വർണ്ണക്കടയിലെ സെയിൽസ്ഗേൾ ആക്കിയെന്നും ഇപ്പോൾ സ്വർണ്ണക്കടയിലാണെന്നും വിവരം ലഭിച്ചതനുസരിച്ച് അവിടേക്കു പോകും മുമ്പ് വസ്ത്രവ്യാപാരസ്ഥാപനത്തിലെ രാജീവനെന്ന ജോലിക്കാരനിൽനിന്ന് ചില സൂചനകൾ ലഭിച്ചു.

ശംഭു എന്ന പുത്തൻപണക്കാരന് കുറെ പണം കൈവശമുണ്ട് എന്നും അത് കഠിനമായ അദ്ധ്വാനത്തിന്റെ ഫലമായി ഉണ്ടാക്കിയതാണെന്നും വീടുകളിൽ തുണി കൊണ്ടുനടന്നു വിൽക്കുന്ന പണിയിൽ തുടങ്ങി പടിപടിയായി ഉയർന്ന് ആദ്യം ഒരു ടെക്സ്റ്റൈൽ സ്ഥാപനം തുടങ്ങിയെന്നും ദൂരദേശങ്ങളിലൊക്കെ സഞ്ചരിച്ച് കമ്പനികളിൽനിന്നും മറ്റും ഡാമേജ് ആയ വസ്ത്രങ്ങൾ മൊത്തമായി വിലയ്ക്കെടുത്ത് ഇവിടെയെത്തിച്ച് നല്ല കവറുകളിലാക്കി വിൽക്കുന്നതാണ് പതിവ് എന്നും അതുവഴിയാണ് ഇത്രയും പണം സമ്പാദിച്ചതെന്നും അങ്ങനെയാണ് ബാലരാമപുരത്ത് ഒരു സ്വർണ്ണക്കട തുടങ്ങിയതെന്നും ഇങ്ങനെയൊക്കെയാണെങ്കിലും സ്ത്രീവിഷയത്തിൽ അഗ്രഗണ്യനാണെന്നും അങ്ങനെയാണ് ഒരു സ്ത്രീ അയാളെ കുരുക്കി അയാളുടെ ഭാര്യ ആയതെന്നും പക്ഷേ, ആ സ്ത്രീയാണ് തന്റെ ഭാഗ്യത്തിന് പിന്നിലെന്ന് വിശ്വസിക്കുന്ന അയാൾ, അവൾക്കുവേണ്ടതെല്ലാം നൽകി സംരക്ഷിക്കുന്നുണ്ടെന്നും പക്ഷേ, പഴയ സ്വഭാവത്തിനു വലിയ മാറ്റമൊന്നും വന്നിട്ടില്ലെന്നും തുടങ്ങിയ കഥകളെല്ലാം ജീവനക്കാരൻ വിശദമാക്കി.

രമയുടെ സ്വഭാവം എങ്ങനെയാണെന്നുള്ള ചോദ്യത്തിന് ഉത്തരം അർത്ഥഗർഭമായ ഒരു ചിരിയിലൊതുക്കി. മറ്റു ജീവനക്കാരും ആ ചോദ്യത്തിനു മുന്നിൽ മൗനം പാലിച്ചു. ശംഭു എന്ന ബിസിനസ്സുകാരനെ ഈ കേസുമായി ബന്ധിപ്പിക്കുന്ന ഒരു സൂചനകളും ലഭ്യമല്ലാത്തതിനാൽ അയാളെ ചോദ്യം ചെയ്യുന്നതു പിന്നീടാവാം എന്ന് തീരുമാനിച്ചു.

ദിവസങ്ങൾ കടന്നുപോകുംന്തോറും ആളുകൾ പ്രതിഷേധസ്വരങ്ങൾ ഉയർത്താൻ തുടങ്ങി. ഭർത്താവിന്റെ മരണശേഷം രമ ജോലിക്കു പോയിത്തുടങ്ങാൻ വൈകി. ഇതിനിടെ രമയ്ക്ക് ഈ സംഭവത്തിൽ ആരെയെങ്കിലും സംശയമുണ്ടോയെന്ന ചോദ്യത്തിന് ആരെയും സംശയമില്ല എന്നാണ് മൊഴി നൽകിയത്. മറ്റു വരുമാനമാർഗ്ഗങ്ങളൊന്നുമില്ലാത്തതിനാൽ കുഞ്ഞിനെ പഠിപ്പിക്കാനും മറ്റും പൈസ ആവശ്യമുള്ളതിനാൽ ജോലിക്കു പോകണം എന്ന അഭിപ്രായവും രേഖപ്പെടുത്തി. സ്ഥാപനത്തിൽനിന്നും പ്രത്യേകിച്ച് എന്തെങ്കിലും പറഞ്ഞോ എന്ന ചോദ്യത്തിന് ഇല്ലെന്ന അഭിപ്രായമാണ് പറഞ്ഞത്.

ദേവന്റെ സഹോദരിയുടെ വീടും സ്ഥലവും വാങ്ങാനെത്തിയവരെയെല്ലാം കണ്ട് ചോദിച്ചെങ്കിലും അവരുമായി പ്രശ്നങ്ങളൊന്നുമുണ്ടായില്ലെന്ന വിവരമാണ് ലഭിച്ചത്. കേസ് റിപ്പോർട്ടായിട്ട് മൂന്നാഴ്ച കഴിഞ്ഞിരിക്കുന്നു. വേണമെങ്കിൽ രണ്ടുപേരുംകൂടി ആത്മഹത്യ ചെയ്യാനുള്ള തീരുമാനത്തിന്റെ അടിസ്ഥാനത്തിൽ മദ്യത്തിൽ വിഷം കലർത്തി കഴിച്ച് ആത്മഹത്യ ചെയ്തു എന്ന എഴുതി കേസ് അവസാനിപ്പിക്കാം. അതിന് മനസ്സ് അനുവദിച്ചില്ല. ഏതോ ഒരു ദുരൂഹത ഈ സംഭവത്തിന് പിന്നിലുണ്ട് എന്ന തോന്നൽ മനസ്സിൽ കടന്നുകൂടിയതിനാൽ, ശരിയായ വസ്തുത അറിയാതെ അന്വേഷണം അവസാനിപ്പിക്കില്ലെന്ന തീരുമാനത്തിൽ ഉറച്ചുനിന്നു.

സംഭവസ്ഥലത്തുനിന്നുതന്നെ എന്തെങ്കിലും തെളിവുകൾ ലഭിക്കാതിരിക്കില്ല എന്ന വസ്തുത മനസ്സിൽ പതിഞ്ഞുകിടന്നതിനാൽ സംഭവം നടന്ന വീട്ടിലെത്തി പരിസരങ്ങളിലും മറ്റും വീക്ഷിച്ചു കൊണ്ടു നിൽക്കുമ്പോഴാണ് അതിന്റെ ഉടമ സുരജ അവിടെയെത്തിയത്. ആ സ്ത്രീയോടു ചോദിച്ചതിൽ എന്നെ വിവാഹം കഴിച്ചയച്ചത് നെടുമങ്ങാട് എന്ന സ്ഥലത്തേക്കാണെന്നും ഭർത്താവിന്റെ വീടിനടുത്ത് കുറച്ചു സ്ഥലം വിൽക്കാനിട്ടിരിക്കുന്നതു വാങ്ങാനായി എന്റെ പേരിലുള്ള ഈ വീടും സ്ഥലവും വിലയ്ക്കു വാങ്ങാൻ ദിവാകരൻ എന്നൊരാൾ വന്നിരുന്നു എന്നും വിലയെല്ലാം പറഞ്ഞു സമ്മതിച്ചു എന്നും തൽക്കാലം അഡ്വാൻസ് ആയി മുഴുവൻ തുകയും

നൽകാമെന്നും പറഞ്ഞതനുസരിച്ച് ഇന്നു രാവിലെ പണം വാങ്ങി എഗ്രിമെന്റ് ഒപ്പിട്ടു എന്നും പറഞ്ഞു.

ദിവാകരനാണോ വിലയ്ക്ക് വാങ്ങുന്നത് എന്ന ചോദ്യത്തിന് അയാളുടെ ബന്ധത്തിൽപ്പെട്ട ഒരാൾക്കു വേണ്ടിയാണെന്നും അവർ ഇപ്പോൾ സ്ഥലത്തില്ലാത്തതിനാൽ പ്രമാണം ചെയ്യുന്നത് അവർ വന്നിട്ടാകാം എന്നു പറഞ്ഞു എന്നും പറഞ്ഞു. പണം വാങ്ങിയത് എവിടെവെച്ചാണെന്ന ചോദ്യത്തിന് അത് ഒരു സ്വർണ്ണക്കടയുടെ മുകളിലത്തെ നിലയിലുള്ള മുറിയിൽ വെച്ചാണെന്നും പറഞ്ഞു. ഞാൻ സഹോദരന്റെ ഭാര്യയെ ഒന്നു കണ്ടിട്ടുപോകാം എന്നു പറഞ്ഞാണ് വന്നതെന്നും പണവുമായി ഭർത്താവും സ്നേഹിതനും നെടുമങ്ങാട്ടേക്കു പോയി എന്നും പറഞ്ഞു.

സ്വർണ്ണക്കടയുടെ പേര് എന്താണ് എന്ന ചോദ്യത്തിന് ആ പേര് മറന്നുപോയി എന്നു പറഞ്ഞെങ്കിലും ദിവാകരൻ പാറശ്ശാലക്കാരനാണെന്നും അയാളുടെ ഫോൺ നമ്പർ എന്റെ ഫോണിലുണ്ടെന്നും പറഞ്ഞ് അവർ ഫോണിൽനിന്ന് ദിവാകരന്റെ ഫോൺ നമ്പർ എടുത്തു നൽകി. അവർ ദേവന്റെ വീട്ടിലേക്കു പോവുകയും ചെയ്തു.

വസ്തുവിന്റെ ഇടപാടും ഈ മരണവുമായി എന്തെങ്കിലും ബന്ധമുണ്ടായിരിക്കുമോ എന്ന് ആദ്യമേ തോന്നിയതാണ്. എന്തായാലും ആ വഴിക്കും ഒന്ന് അന്വേഷിക്കണം എന്നു തീരുമാനിച്ചു. ദിവാകരന്റെ ഫോണിൽ വിളിച്ച് സർക്കിൾ ഓഫീസിൽ അടുത്ത ദിവസം രാവിലെ എത്താൻ നിർദ്ദേശം നൽകി. അടുത്ത ദിവസം രാവിലെ ഓഫീസിലെത്തുമ്പോൾ ദിവാകരൻ അവിടെയുണ്ടായിരുന്നു. അടുത്തുവിളിച്ച് ഒരു തീക്കീതു നൽകിയശേഷം ചോദിച്ചു. “ആർക്കു വേണ്ടിയാണ് വസ്തുവിന്റെ എഗ്രിമെന്റ് എഴുതിയത്?”

ഉത്തരം നൽകാൻ ഒന്നു മടിച്ചുനിന്നു എങ്കിലും ഒരു ഭീഷണി കൂടെ ആയപ്പോൾ എല്ലാ കാര്യങ്ങളും അറിഞ്ഞിട്ടാണ് ചോദിക്കുന്നതെന്നുകൂടെ പറഞ്ഞപ്പോൾ ശംഭുമുതലാളിക്കുവേണ്ടിയാണ് എല്ലാം ചെയ്തത് എന്നും പണം കൈമാറിയതും എഗ്രിമെന്റ് ഒപ്പിട്ടതും ജ്യോതികയെന്ന സ്വർണ്ണക്കടയിൽ വെച്ചാണെന്നും പറഞ്ഞെങ്കിലും “സാർ, ഞാനാണിതു പറഞ്ഞതെന്ന് ആരും അറിയരുതേ”യെന്ന അപേക്ഷയിൽ അയാളുടെ ഭയത്തിന്റെ ആഴം എത്രയാണെന്ന് ഊഹിക്കാനായി.

മരിച്ചുപോയ സുരേന്ദ്രനെ അറിയുമായിരുന്നോ എന്ന ചോദ്യത്തിന് ഒരു ജോലി തരപ്പെടുത്തിക്കൊടുക്കണം എന്ന അയാളുടെ

ഒരു ബന്ധു എന്നോടു പറഞ്ഞപ്പോൾ ഞാൻ സുരേന്ദ്രനെ മുതലാളി യുടെ അടുത്തുകൊണ്ടുപോയി പരിചയപ്പെടുത്തിക്കൊടുത്തു എന്നും അതിനുശേഷം കാണാനായി രണ്ടുമൂന്നുവട്ടം അവിടെ പോയിരുന്നു എന്നും ഞാനറിഞ്ഞു.

“തനിക്ക് ഒരു കൊലപാതകക്കേസ്സിൽ പ്രതിയാകുന്നതിൽ വിഷമമുണ്ടോ?”

“സാർ, ഞാൻ നിരപരാധിയാണ്.” അയാൾ അപേക്ഷിച്ചു.

“ശരി. തൽക്കാലം നമ്മൾ തമ്മിൽ കണ്ടതും ആരുമറിയേണ്ട. തൽക്കാലം പൊയ്ക്കോളൂ. എപ്പോ വിളിച്ചാലും ഇവിടെ എത്തണം.”

ഫോൺ മുഖാന്തിരം അറിയിച്ചതനുസരിച്ച് ഒരു പാവത്താനെ പോലെയാണ് ശംഭു മുന്നിലെത്തിയത്.

“ഞാൻ ഒന്നുരണ്ടു ചോദ്യങ്ങൾ ചോദിക്കും. അതിന് കൃത്യ മായി ഉത്തരം നൽകാൻ തയ്യാറുണ്ടോ?”

“പറയാം സാർ.”

“സുരജയെന്ന സ്ത്രീയെ അറിയാമോ?”

“അറിയാം സാർ.”

“ആ സ്ത്രീയുടെ പക്കൽനിന്നും അഞ്ച് സെന്റ് സ്ഥലവും വീടും വാങ്ങാൻ തീരുമാനിച്ചത് എന്തിനാണ്?”

“അത് എന്റെ ഒരു ബന്ധുവിന് കൊടുക്കാനാണ്.”

“ബന്ധുവിന്റെ പേര് രമയെന്നാണോ?”

“അല്ല സാർ.”

“കൊല്ലപ്പെട്ട സുരേന്ദ്രനെ അറിയുമോ?”

“ജോലി തേടിയെത്തുന്നവരുടെ കൂട്ടത്തിൽ അയാളും ഒരിക്കൽ ഇവിടെ വന്നിരുന്നു എന്ന് ഓർക്കുന്നു.”

“അതിനപ്പുറം അയാളുമായി അടുപ്പമുണ്ടെന്നും അതാണ യാളുടെ മരണത്തിനു കാരണമായതെന്നും പറഞ്ഞാൽ നിഷേധി ക്കുമോ?”

“ഞാനതൊന്നും അറിഞ്ഞതല്ല സാർ.”

“ഇത്രയും നേരം നമ്മൾ തമ്മിലുണ്ടായത് ഒരു സൗഹൃദസംഭാ ഷണമായി കരുതാം. ഇനി അതിന്റെ രൂപം മാറുകയാണ്. നേരേ ചോദിച്ചാൽ നേരേ ഉത്തരം നൽകുന്ന ആളല്ല താൻ എന്നു മനസ്സി ലായി. ഇനി ചോദിക്കേണ്ട രീതിയിൽ ചോദിച്ചാലേ പറയൂ എന്നു ണ്ടെങ്കിൽ അങ്ങനെയാവട്ടെ. “എടോ ശംഭൂ, ഇതു പൊലീസാണ്.

താൻ ചെയ്ത എല്ലാ കാര്യങ്ങളുടെയും തെളിവുകൾ ശേഖരിച്ച ശേഷമാണ് ഇപ്പോ തന്നെ വിളിപ്പിച്ചത്. അതിനുവേണ്ടിയാണ് ഇത്രയും കാലതാമസം വന്നത്. ഇനി പിടിച്ചുനിൽക്കാനാവില്ല. ശരീരം കേടാവുന്നതിനുമുണ്ട്. എല്ലാ കാര്യങ്ങളും നടന്നപോലെ പറയണം. ആലോചിക്കാൻ വേണ്ട സമയം നൽകാം. വേണമെങ്കിൽ സുരജയെ കൊണ്ടുവരാം. തന്റെ വിശ്വസ്തനായ ദിവാകരനെ കൊണ്ടുവരണോ? അവരെല്ലാം എല്ലാം പറഞ്ഞുകഴിഞ്ഞു. അവരുടെ മുന്നിൽവെച്ച് അടികൊള്ളുന്നത് ക്ഷീണമല്ലേ? അതു വേണ്ട. തനിക്കു പറയാനുള്ളത് ഒന്നും മറച്ചുവെക്കാതെ പറയണം. എന്താ പറയാമോ?"

അല്പനേരത്തെ നിശ്ശബ്ദതയ്ക്കുശേഷം അയാൾ പറഞ്ഞു തുടങ്ങി.

"സർ, രമയെ ആദ്യമായി കണ്ട അന്നുതന്നെ എനിക്കവളെ ഇഷ്ട മായി. ഭർത്താവിൽനിന്നുള്ള സന്തോഷം അനുഭവിക്കാൻ കഴി യാത്ത അവളെ എന്റെ വലയിലാക്കാൻ ഏറെ ബുദ്ധിമുട്ടേണ്ടി വന്നില്ല. അവൾ എന്റേതായി. എന്നും അവൾ എന്നോടൊപ്പം വേണം എന്നു തീരുമാനിച്ചു. അതിനുള്ള ഏക തടസ്സം ഒഴിവാക്കാനുള്ള തീരുമാനം നടപ്പിലാക്കാനാണ് സുരേന്ദ്രനെ ഏറെ വാഗ്ദാനങ്ങളും പണവും നൽകി വശത്താക്കിയത്. ദേവനുമായി അടുപ്പം സ്ഥാപിച്ച് മദ്യം നൽകി മയക്കി ഇല്ലാതാക്കാനുള്ള പദ്ധതിയൊക്കെ തയ്യാ റാക്കി. ആദ്യം രണ്ടു ദിവസം നല്ല മദ്യം നൽകി മൂന്നാം ദിവസം സയനൈഡ് കലർത്തിയ മദ്യം സുരേന്ദ്രൻ പോലുമറിയാതെ കൊടു ത്തയച്ചു."

"തന്നെ വിശ്വസിച്ച സുരേന്ദ്രനുംകൂടി ഇല്ലാതാകുന്നതോടെ വാഗ്ദാനം നൽകിയ പണവും ലാഭിക്കാം. തെളിവുകളെല്ലാം നശിക്കും എന്നു കരുതി അല്ലേ?"

"അതെ സർ. സയനൈഡ് എവിടെ നിന്ന് കിട്ടി?"

"എന്റെ പണിക്കാരിൽനിന്നും വാങ്ങി. ആട്ടേ, രമയ്ക്ക് ഇതെല്ലാം അറിയാമായിരുന്നോ?"

"അവളെ ഒന്നും അറിയിച്ചില്ല. അവൾക്കു ഞാൻ വാക്ക് നൽകി യിരുന്നു. ഏതു വിധേനയും അവളെ എന്റെ സ്വന്തമാക്കും എന്ന്. അങ്ങനെയാവുമ്പോൾ ചില സംശയങ്ങളുണ്ടായോ എന്നറിയില്ല."

"ആ വീടും സ്ഥലവും വാങ്ങിയതും രമയ്ക്ക് സമ്മാനിക്കാനാ യിരുന്നില്ലേ?"

"അതെ സർ."

ശംഭുവിന്റെ മൊഴി വിശദമായി രേഖപ്പെടുത്തി. അയാൾ ആവശ്യപ്പെട്ടപ്രകാരം ചുമതലകൾ ഏല്പിക്കാനും ചെക്കുകൾ ഒപ്പിട്ടു നൽകാനുമുള്ള സമയം നൽകി മഫ്റ്റിയിൽ രണ്ടു പൊലീസുകാരോടൊപ്പം പോയി വരാൻ അനുവദിച്ചു. അറസ്റ്റു ചെയ്യുന്നതുവരെ ആരെയും ഇക്കാര്യങ്ങൾ ഒന്നും അറിയിക്കരുത് എന്ന താക്കീതും നൽകി അയച്ചു. വൈകുന്നേരത്തോടെ തിരിച്ചെത്തി അയാളുടെ ബന്ധുക്കളെ വിവരം അറിയിച്ചശേഷം അറസ്റ്റ് രേഖപ്പെടുത്തി.

രമയെ സ്റ്റേഷനിൽ കൊണ്ടുവന്ന് കുറച്ചു ദിവസം അവിടെ നിന്നും മാറിനിൽക്കാനുള്ള സൗകര്യങ്ങൾ ചെയ്തുകൊടുത്തു. ഏതാണ്ട് 25 ദിവസത്തെ കഠിനമായ പരിശ്രമം ഫലപ്രാപ്തിയിലെത്തിയതിന്റെ സംതൃപ്തിയായിരുന്നു മനസ്സിൽ.

■

ഒരു വി.ഐ.പി. പീഡനം

വർഷങ്ങൾക്കു മുമ്പ് നടന്ന ഒരു പീഡനം. പ്രതി പ്രശസ്തനായൊരു കലാകാരൻ. മലയാളികൾ ഏറെ ബഹുമാനത്തോടെ നെഞ്ചിലേറ്റിയ ആളായതിനാലാവണം അറിഞ്ഞവർ, അറിഞ്ഞവർ സംഭവം രഹസ്യമായി സൂക്ഷിച്ചു. അവർ ആദ്യം ഇരയെക്കുറിച്ചോ വീട്ടുകാരുടെ നൊമ്പരത്തെക്കുറിച്ചോ ചിന്തിച്ചില്ല. അറിഞ്ഞ കാര്യം ഇനിയും അടക്കിവെച്ചാൽ മനസ്സാക്ഷി കുറ്റപ്പെടുത്തുമെന്നതിനാൽ തുറന്നു പറയുന്നു. ആരുടെയെങ്കിലും മനസ്സിനെ മുറിപ്പെടുത്തുന്നുവെങ്കിൽ പൊറുക്കുക.

കൊല്ലം ആശ്രമം മൈതാനത്തിനടുത്തുള്ള 'ദീപം' എന്ന വീട്ടിലാണ് അയാളുടെ താമസം. അവസരങ്ങൾ കുറഞ്ഞതിനാലാവാം ഏറെ നാളായി മുഴുവൻ സമയവും വീട്ടിലിരിപ്പാണ്. വീട്ടിലും ആരുമില്ല. ഏകാന്തവാസം മടുത്തതിനാലാവണം അടുത്തുള്ള കുട്ടികൾക്ക് ട്യൂഷൻ നൽകാം എന്നു തീരുമാനിച്ചത്. കുട്ടികൾക്ക് അത് ഉപകാരപ്രദമാവുകയും ചെയ്യുമല്ലോ.

ഏതു കാര്യവും വെറുതെ കൊടുത്താൽ ആരും അതിന്റെ മഹത്വം മനസ്സിലാക്കില്ല. അതുകൊണ്ട് ഒരു ഫീസ് നിശ്ചയിച്ചു. പുതുതായി ആ നാട്ടിൽ താമസത്തിനെത്തിയ രാജൻ-രാഗിണി ദമ്പതിമാർ രേവതിയെന്ന ആറുവയസ്സുകാരിയെ 'മഹാന്റെ' അടുത്ത് ട്യൂഷൻ പഠിക്കാനയച്ചു. പ്രതീക്ഷിച്ചപോലെ പഠിതാക്കൾ എത്തിയില്ലെങ്കിലും ഉള്ള പഠിതാക്കളെ ഉത്സാഹത്തോടെ പഠിപ്പിച്ചു. കുട്ടികൾക്കും ഗുരുനാഥനെ ഇഷ്ടമായി. കാരണം നല്ല വെളുത്തു തുടുത്ത നിറവും സദാ പുഞ്ചിരിയുമായി പാഠങ്ങൾ പഠിപ്പിക്കുന്ന ഗുരുനാഥനെ എങ്ങനെയാണ് ഇഷ്ടപ്പെടാതിരിക്കുക. സന്തോഷത്തോടെ ഗുരുനാഥനും ഉത്സാഹത്തോടെ ശിഷ്യഗണങ്ങളും പഠനം മുന്നോട്ടു കൊണ്ടുപോയി.

മാതാപിതാക്കൾ ജോലിത്തിരക്കിലായിരുന്നതിനാൽ മക്കളുമായി കൊഞ്ചാനും കുഴയാനും സമയം ലഭിക്കാതെ ആയി. സ്നേഹവും

പരിലാളനയും ആഗ്രഹിക്കുന്ന കുഞ്ഞുങ്ങൾ അതു ലഭിക്കുന്നിടത്തേക്ക് കൂടുതൽ അടുത്തു. ഏറെനാൾ കഴിഞ്ഞപ്പോഴാണ് മക്കളെ പ്രസവിച്ചും പരിചരിച്ചും പരിചയസമ്പന്നയായ കുട്ടിയുടെ അമ്മൂമ്മ അവളുടെ നടത്തത്തിലും പെരുമാറ്റത്തിലുമുള്ള വ്യത്യാസം ശ്രദ്ധിച്ചത്. സ്നേഹത്തോടെ മടിയിലിരുത്തി കുഞ്ഞിനോടു ചോദിച്ചു. "എന്താ മോളേ നടക്കുമ്പോൾ വേദനിക്കുന്നുണ്ടോ? മോളെന്തിനാ ഇങ്ങനെ നടക്കുന്നത്?"

നിഷ്കളങ്ക മനസ്സ് അമ്മൂമ്മയോട് തുറന്നു.

"അമ്മൂമ്മേ, മൂത്രമൊഴിക്കുമ്പോൾ നല്ല വേദന."

"മോളേ, അമ്മൂമ്മ ഒന്നു നോക്കട്ടെ. ഉറുമ്പു വല്ലതും കടിച്ചതാണോയെന്ന്. മോള് കണ്ണടച്ച് കിടന്നാൽ മതി."

അടിവസ്ത്രം മാറ്റി നോക്കിയ അമ്മൂമ്മ ഞെട്ടിപ്പോയി. ആ ഭാഗമെല്ലാം ചുവന്ന് തടിച്ച് വീർത്തിരിക്കുന്നു. എല്ലാം അടക്കിപ്പിടിച്ച ദേഷ്യവുമായി അമ്മൂമ്മ പറഞ്ഞു, "സാരമില്ല മോളേ, അമ്മൂമ്മ ഇത്തിരി എണ്ണ പുരട്ടിത്തരാം."

മോളെ മാറോടു ചേർത്തുപിടിച്ച് ആശ്വസിപ്പിച്ചുകൊണ്ട് കുട്ടി കാണാതെ കണ്ണീർ തുടച്ചു. വൈകുവോളം കാത്തിരുന്നു. എങ്ങനെ മകൾ വരുമ്പോൾ അവതരിപ്പിക്കണം. ഒരുപക്ഷേ, കുട്ടിയുടെ അച്ഛന് കോപമടക്കാനാവില്ല. എന്തെങ്കിലും അവിവേകം കാട്ടും. അത് പിന്നെ കേസായി, പൊല്ലാപ്പായി മാറും. അച്ഛനോടു പറയാതെ മകളോടു മാത്രം രഹസ്യമായി ആ വിവരം പറഞ്ഞു. ഒന്നുമറിയാതെ കുഞ്ഞ് ഉറങ്ങുകയാണ്. നേരം രാത്രി വൈകി. അയൽക്കാരെല്ലാം ഉറക്കമായി. പുലർച്ചെ എപ്പോഴോ വാർദ്ധക്യത്തിന്റെ ക്ഷീണം അവരെയും ഉറക്കി.

നേരം പുലർന്നു. ഒരു ഒച്ചയും ബഹളവും കേട്ടാണ് അവർ ഉണർന്നത്. നോക്കുമ്പോൾ അരികിൽ മകളുമില്ല, കൊച്ചുമോളുമില്ല. അവരുടെ ശബ്ദമല്ലേ ഉയർന്നു കേൾക്കുന്നത്. വേഗം എഴുന്നേറ്റ് അവിടേക്ക് ഓടിച്ചെല്ലുമ്പോൾ കാണുന്ന കാഴ്ച ആ മനുഷ്യന്റെ കവിളത്ത് മാറി മാറി അടിക്കുന്ന മകളെയാണ്. എന്നിട്ടും അവളുടെ ദേഷ്യം അടങ്ങുന്നില്ല.

"പ്രായം അറുപത്തഞ്ചു കഴിഞ്ഞില്ലേടാ കെളവാ, ആറു വയസ്സായ കുഞ്ഞിനോട് എന്താ നീ കാട്ടിയത്?"

ഒരക്ഷരം ഉരിയാടാതെ മറ്റുള്ളവർ ആരെങ്കിലും കണ്ടോ എന്നുള്ള ഭാവമായിരുന്നു അയാൾക്ക്. പെട്ടെന്ന് കുഞ്ഞിനെയുമെടുത്ത് മകളെ ആശ്വസിപ്പിച്ച് ബലമായി കൂട്ടിക്കൊണ്ടുവന്നു.

വിശേഷം തെരക്കിയെത്തിയ ആൾക്കാരോട് അയാൾ പറഞ്ഞു, "ട്യൂഷൻ പഠിപ്പിച്ച ഫീസ് ചോദിച്ചതിലുള്ള ദേഷ്യം തീർത്തതാ."

എല്ലാവരും അതുകേട്ട് മടങ്ങി. ചിലർ അഭിപ്രായം പറയുകയും ചെയ്തു.

"ആ മനുഷ്യൻ വിലപ്പെട്ട സമയം ചെലവാക്കിയല്ലേ പഠിപ്പിക്കുന്നത്? പിന്നെ ഫീസ് കൊടുത്താലെന്താ?"

ആ അഭിപ്രായത്തോടാണ് ഭൂരിപക്ഷവും അനുഭാവം പ്രകടിപ്പിച്ചത്. അന്നേ ദിവസം കുട്ടിയെ അടുത്തുള്ള നഴ്സിംഗ് ഹോമിൽ കൊണ്ടുപോയി ഡോക്ടറെ കാണിച്ചസമയം ഡോക്ടർ പറഞ്ഞു ഇത് പൊലീസിൽ അറിയിക്കേണ്ട കേസ്സാണെന്ന്. പക്ഷേ, ആ അമ്മ കാലുപിടിച്ചപേക്ഷിച്ചു.

"വേണ്ട. പൊലീസ് കേസ്സായാൽ എന്റെ മോൾ ഏറെനാൾ കോടതിയും കേസ്സുമായി നടക്കേണ്ടിവരും. അതുകൊണ്ട് ദയവുചെയ്ത്..."

ഡോക്ടർ പൊലീസിന് ഇൻഫോം ചെയ്തില്ലെങ്കിലും കേസ് ഷീറ്റും മറ്റും കൃത്യമായി എഴുതി രഹസ്യമായി സൂക്ഷിച്ചു. വേദന മാറാനുള്ള മരുന്നുകളും കുറിച്ചു കൊടുത്തയച്ചു.

വീട്ടിലെത്തിയെങ്കിലും കുഞ്ഞ് സാധാരണ നിലയിലായില്ല. അവൾ ആകെ പരിഭ്രമിച്ചപോലെ. നേരെ ആഹാരംപോലും കഴിക്കുന്നില്ല. വെള്ളം കുടിക്കുന്നില്ല. അവൾക്കൊരു മാറ്റമാവട്ടെയെന്നു കരുതി ക്ഷേത്രങ്ങളിലും മറ്റും കൊണ്ടുപോയി പൂജയും നേർച്ചയുമൊക്കെ നടത്തി.

ഗുരുവായൂർ ക്ഷേത്രസന്നിധിയിലെത്തി പ്രാർത്ഥിച്ചു നിന്നപ്പോഴാണ് കുട്ടിക്ക് ഒരു വിറയൽ അനുഭവപ്പെട്ടത്. നിലവിളിച്ചുകൊണ്ട് കുഞ്ഞിനെയുമെടുത്ത് ആ അമ്മ ആശുപത്രിയിലേക്കോടി. ഡോക്ടർ വേഗം ഒരു ഇൻജക്ഷൻ നൽകി. വിറയൽ നിന്നുവെങ്കിലും എല്ലാ കാര്യങ്ങളും ചോദിച്ചു മനസ്സിലാക്കി. അദ്ദേഹം നേരെ പൊലീസ് സ്റ്റേഷനിലേക്കല്ല, അടുത്തുള്ള വനിതാ കമ്മീഷന്റെ ഓഫീസിലേക്ക് വിവരം അറിയിച്ചു. അതിനു കാരണം ഡോക്ടർക്കറിയാം. സംഭവസ്ഥലം കൊല്ലമാണെന്നും ഇവിടത്തെ പൊലീസുകാർ അക്കാരണം പറഞ്ഞു ചിലപ്പോൾ കേസ് രജിസ്റ്റർ ചെയ്തില്ലെങ്കിലോ എന്നു ധരിച്ചിട്ടാണ്.

ഡോക്ടറുടെ നിർദ്ദേശാനുസരണം അമ്മ കുഞ്ഞിനെയും കൊണ്ട് വനിതാ കമ്മീഷൻ ഓഫീസിലെത്തി. കാര്യങ്ങൾ ഗ്രസിപ്പിച്ചതോടെ ആ വനിതാ എസ്.ഐയോട് വ്യക്തിമായി മൊഴി നൽകാൻ നിർദ്ദേശിച്ചതനുസരിച്ച് എസ്.ഐയുടെ മുന്നിൽ മൊഴി നൽകി. കുട്ടി പറഞ്ഞ മൊഴിയും രേഖപ്പെടുത്തി.

ചെയർമാൻ ആ മൊഴിപ്പകർപ്പ് വായിച്ചുനോക്കിയശേഷം ഒരു നിർദ്ദേശം സഹിതം കൊല്ലം പൊലീസ് സ്റ്റേഷനിലേക്കയച്ചു. കേസ് രജിസ്റ്റർ ചെയ്ത എസ്.ഐ. സി.ഐയെ വിവരമറിയിച്ചു. അന്വേഷണം ഏറ്റെടുത്ത സി.ഐ. കുട്ടിയുടെ മൊഴി രേഖപ്പെടുത്തി. ബുദ്ധി മുട്ടിക്കാതെ അമ്മയുടെ മൊഴി രേഖപ്പെടുത്തി. കുട്ടിയെ മെഡിക്കൽ പരിശോധനയ്ക്കായി റിക്വസ്റ്റ് സഹിതം ആശുപത്രിയിലേക്ക് അയച്ചു.

വിവരം മണത്തറിഞ്ഞ ആ വൃദ്ധഞരമ്പുരോഗി വീടും പൂട്ടി സ്ഥലംവിട്ടു. എവിടേക്കാണെന്ന് ആരോടും പറഞ്ഞുമില്ല. കുടുംബ ത്തിനെ അന്വേഷിച്ചു കണ്ടെത്തിയെങ്കിലും അവർക്കൊന്നുമറിയി ല്ലെന്നു കൈമലർത്തി. ഏറെനാളായി കുടുംബവുമായി യാതൊരു ബന്ധവും പുലർത്താറില്ലായിരുന്നു എന്നും വർഷങ്ങളായി അവരെ ഉപേക്ഷിച്ച് ഒറ്റയ്ക്കാണ് താമസമെന്നും പറഞ്ഞു. രഹസ്യമായിട്ടും പരസ്യമായിട്ടും നടത്തിയ അന്വേഷണങ്ങൾക്കൊടുവിൽ കക്ഷിയെ പാലക്കാട് വെച്ച് പിടികൂടി. ഏറെ അറിയപ്പെട്ടിരുന്ന ആ മനുഷ്യന് എത്രനാൾ ഒളിവിൽ കഴിയാനാവും. അറസ്റ്റു രേഖപ്പെടുത്തി. മെഡി ക്കൽ പരിശോധനയും കഴിഞ്ഞു. റിമാന്റപേക്ഷ സഹിതം കോടതി യിൽ കൊണ്ടുപോകും എന്നറിഞ്ഞതു മുതൽ അസ്വസ്ഥത കാട്ടാൻ തുടങ്ങി. പൊലീസുകാരെല്ലാം അറിഞ്ഞതിലുള്ള ജാള്യതയായി രുന്നു കാരണം.

പൊലീസുകാരെ വിമർശിക്കുന്ന കഥാപാത്രങ്ങളെ അവതരി പ്പിച്ചിട്ടുള്ള വ്യക്തി അവരുടെ മുന്നിൽ നിൽക്കേണ്ടി വന്നതാണ് പ്രധാന കാരണം. കോടതിയിലെത്തിച്ചതോടെ പുതിയ അഭിനയ മുഹൂർത്തങ്ങൾ അരങ്ങേറി. നിൽക്കാനാവുന്നില്ല. കോടതി ആശു പത്രിയിലേക്കയച്ചു. എന്തോ മാരകരോഗത്തിന്റെ സർട്ടിഫിക്ക റ്റൊക്കെ കാണിച്ച് മൂന്നാംദിനം ജാമ്യം ലഭിച്ചു. അങ്ങനെ ജയിലിൽ കിടക്കാതെ രക്ഷപ്പെട്ടു. വി.ഐ.പികൾ പ്രതികളായ മിക്ക കേസു കളിലും ഇതാണ് അനുഭവം. അതു കോടതിക്കും അറിയാം, വക്കീ ലിനും അറിയാം.

പൊലീസിനറിയാം. പക്ഷേ, സത്യാവസ്ഥ എന്തെന്ന് പൊലീസോ കോടതിയോ പറയുകയും അയാൾക്കെന്തെങ്കിലും സംഭവിക്കുകയും ചെയ്താൽ പിന്നെ, അവർക്കെതിരെ തിരിയാൻ അനേകം നാവു കളുയരും. സത്യം കണ്ണടയ്ക്കും. ആശുപത്രിയിൽ കിടന്നുകൊണ്ടു തന്നെ വി.ഐ.പി. ജാമ്യം നേടി പോവുകയും ചെയ്തു. ഈ സംഭവം കഴിഞ്ഞ് നാലഞ്ചു മാസം കഴിഞ്ഞപ്പോഴാണ് ഒരു മീറ്റിംഗിൽ വെച്ച് വനിതാ കമ്മീഷൻ കണ്ണീരോടെ ഈ കഥ അവതരിപ്പിച്ചത്. അതു

കേട്ടിരുന്ന സ്ത്രീപക്ഷ സംരക്ഷകരും പത്രക്കാരും അതേറ്റുപിടിച്ചു. സമൂഹം ഏറെ ചർച്ച ചെയ്തു.

പ്രമാദമായ കേസ് നിസ്സാരമായി വിട്ടുപോയാൽ ക്ഷീണം പൊലീസിനല്ലേ? പൊലീസും വർദ്ധിതവീര്യത്തോടെ പ്രവർത്തിച്ചു. പ്രതിഭാഗത്തുനിന്നും പ്രഗത്ഭനായ അഡ്വക്കെറ്റും കോടതിയിലെത്തി. ശക്തമായ വാദപ്രതിവാദത്തിനൊടുവിൽ അന്നത്തെ ഒന്നുമറിയാത്ത ആ ആറുവയസ്സുകാരി കാര്യങ്ങളൊക്കെ മനസ്സിലാക്കിയ ഏഴു വയസ്സുകാരിയായി തന്റേടത്തോടെ കോടതിയുടെ മുന്നിൽ കാര്യങ്ങൾ അവതരിപ്പിച്ചു. വനിതാ ജഡ്ജി പോലും സ്തംഭിച്ചിരുന്നു. പ്രതിയുടെ പ്രായവും രോഗവും എല്ലാം കണക്കാക്കി ശിക്ഷ മൂന്നു വർഷത്തിലൊതുക്കി. വിധിപ്രസ്താവം കേട്ട് ആഹ്ലാദിക്കാനും തുള്ളിച്ചാടാനുമൊന്നും ആരും ശ്രമിച്ചില്ല. കാരണം ആ മനുഷ്യന്റെ അന്നത്തെ അവസ്ഥ ആകെ ദയനീയമായിരുന്നു.

പ്രധാനമായും അദ്ദേഹം തളർന്നുപോയത് മാനസികമായാണ്. ഒരുകാലത്ത് ആരാധകരുടെ പ്രശംസകൾകൊണ്ട് വീർപ്പുമുട്ടി അഹങ്കരിച്ചിരുന്ന ആ മനുഷ്യന് താങ്ങാനാവുന്നതിനുമപ്പുറമായിരുന്നു ആ വിധി. കോടതിയിൽനിന്നും കൂട്ടിക്കൊണ്ടുപോകാൻ ഒരാൾ മാത്രമാണുണ്ടായിരുന്നത്. വിധി നടപ്പാക്കുന്നത് അപ്പീൽ പിരിയേഡ് കഴിഞ്ഞു മതി എന്നും ഉത്തരവുണ്ടായിരുന്നതിനാൽ അറസ്റ്റുണ്ടായില്ല.

പിന്നെയും നിയമയുദ്ധങ്ങളേറെ നടത്തിയിട്ടും വിധിക്കു മാറ്റമുണ്ടായില്ല. ഒരുപക്ഷേ, ആ വിധിയിൽ മനസ്സാക്ഷി ഏറെ കലർന്നിട്ടുള്ളതുകൊണ്ടാകാം പൂക്കളെ സ്നേഹിക്കുന്ന, പൂമ്പാറ്റകളെ സ്നേഹിക്കുന്ന മാലാഖക്കുഞ്ഞുങ്ങളെ സ്നേഹിക്കുന്ന മനസ്സിന്റെ നൊമ്പരം അലിഞ്ഞുചേർന്നതിനാലാവാം ഇതിനിടെ പല പരാതികളും ആ മനുഷ്യനെതിരെ ഉയർന്നുവന്നുവെങ്കിലും വേണ്ടത്ര പരിഗണന ലഭിക്കാതെ അതെല്ലാം നിർലീനമായി.

ആ വി.ഐ.പി. ജയിലിലേക്കു പോയി ശിക്ഷ അനുഭവിക്കുന്നു എന്നതിനപ്പുറമൊന്നും അന്വേഷിച്ചറിയാൻ ശ്രമിച്ചില്ല. ആ മനുഷ്യൻ ഇപ്പോഴും ജീവിച്ചിരിക്കുന്നു എന്നു വ്യക്തമായി അറിവുള്ളതിനാൽ ആ പേരു വെളിപ്പെടുത്താനും മുതിരുന്നില്ല. അത് അന്നത്തെ പൊലീസ് രേഖകളിൽത്തന്നെ ഉറങ്ങട്ടെ.

■

വാസ്തുദോഷം

വർഷക്കാലം കഴിഞ്ഞെത്തിയ മഴ പെയ്തൊഴിയുന്ന മഴയുടെ അമൂർത്ത സ്വരമാധുരിയിലേക്ക് കണ്ണുംനട്ടിരിക്കാൻ കൊതിക്കുന്ന വേളയിൽ കർത്തവ്യം ഉള്ളിൽനിന്നും മന്ത്രിക്കുന്നു... ഈ മഴ യൊന്നു ശമിച്ചെങ്കിൽ. ആഗ്രഹിച്ചതുപോലെ മഴ അല്പനേരം പെയ്യാൻ മറന്നു നിന്നു. ആ തക്കത്തിന് ഓടിച്ചെന്ന് ജീപ്പിൽ കയറി പാഞ്ഞു. പൊലീസ് സ്റ്റേഷന്റെ പോർച്ചിൽ ഒരു മുഴക്കത്തോടെ നിന്ന ജീപ്പിന്റെ ശബ്ദം കേട്ട് അവിടെയുമിവിടെയും പതുങ്ങിയി രുന്ന പൊലീസുകാർ ബൽറ്റും തൊപ്പിയുമൊക്കെ ശരിയാക്കി ഓടി മുന്നിൽ വന്ന് സല്യൂട്ട് ചെയ്തു. എല്ലാ സല്യൂട്ടുകൾക്കുംകൂടി ഒറ്റ ഗുഡ്മോണിംഗ് പറഞ്ഞ് മുകളിലേക്ക് കയറിപ്പോയി.

കസേരയിൽ ഒന്ന് അമർന്ന് ഇരിക്കുംമുമ്പ് എസ്.ഐ. കൃഷ്ണൻ കുട്ടി കയറിവന്നു.

“എന്താ വിശേഷിച്ച്?”

“സർ, രാവിലെ തഴവായെന്ന സ്ഥലത്തുനിന്നും ഒരു ഫോൺ കോൾ വന്നു. പൂട്ടിക്കിടക്കുന്ന ഒരു വീടിനുള്ളിൽനിന്നും ദുർഗന്ധം വരുന്നു.”

“ആൾത്താമസമുള്ള വീടാണോ?”

“അതെ സാർ. ഇപ്പോൾ 32 വയസ്സുള്ള ഒരു ചെറുപ്പക്കാരൻ മാത്രമാണ് താമസം. കതകും ജനാലകളും എല്ലാം അകത്തുനിന്നും അടച്ച നിലയിലാണ്. ഞങ്ങൾ ഒരു ജനാലയുടെ പൊട്ടിയിരുന്ന ഭാഗം ഇളക്കിമാറ്റി നോക്കി. അതിനകത്ത് സെറ്റിയുടെ താഴെ തറ യിൽ കമഴ്ന്നുകിടക്കുന്ന നിലയിൽ ഒരാൾ. അസഹ്യമായ ദുർഗന്ധം കാരണം ജനാല അടച്ചിട്ട് ഞങ്ങൾ തിരിച്ചുവന്നു. വരുന്നവഴി വീടിന്റെ അയൽപക്കക്കാരനേയും കൂട്ടിക്കൊണ്ടുവന്നു. അയാളുടെ മൊഴി രേഖപ്പെടുത്തി എഫ്.ഐ.ആർ. രജിസ്റ്റർ ചെയ്തുകൊണ്ടിരി ക്കുകയാണ്.”

"അതു കഴിയുമ്പോൾ അയാളോട് മുകളിലേക്ക് വരാൻ പറയണം."

"ശരി സാർ. ഈ നശിച്ച മഴ കാരണം ഒരു കാര്യവും ചെയ്യാനാകുന്നില്ല."

"നമ്മൾ കാക്കിയണിയുന്നവരല്ലേ കൃഷ്ണൻകുട്ടീ. എല്ലാം നമുക്കൊരുപോലെയല്ലേ. എന്നു പറഞ്ഞ് ബസ്സ്റ്റാന്റ് ഡ്യൂട്ടിക്കാരെയും ട്രാഫിക് ഡ്യൂട്ടിക്കാരെയും അയയ്ക്കാതിരിക്കേണ്ട. അവരോട് ഇന്നത്തേക്ക് ഷൂ വേണ്ട എന്നു പറഞ്ഞോളൂ."

പതിവുള്ള ചൂടുചായ മൊത്തിക്കുടിച്ചുകൊണ്ടിരുന്നപ്പോഴാണ് എഫ്.ഐ.ആറിന്റെ കോപ്പിയും മൊഴി നൽകിയ ശിവനുമായി എ.എസ്.ഐ. കയറിവന്നത്.

"സർ, ഇതാണ് എഫ്.ഐ.ആർ. മൊഴി നൽകിയ ശിവൻ."

"എവിടെയാ താമസം?"

"സംഭവം നടന്ന വീടിന്റെ ഏതാണ്ട് 300 മീറ്റർ വടക്കു മാറിയുള്ള കമലാലയം എന്ന വീട്ടിലാണ് താമസം."

"എന്റെ ചോദ്യങ്ങൾക്ക് സത്യസന്ധമായ ഉത്തരം നൽകണം."

"പറയാം സാർ."

"ഇതേക്കുറിച്ച് എന്തറിയാം? അറിയാവുന്ന കാര്യങ്ങൾ എല്ലാം."

"സർ, എന്റെ ഒരു ബന്ധു വിലയ്ക്കു നൽകിയ എട്ടുസെന്റ് സ്ഥലം വാങ്ങി രണ്ടു നില വീട് പണിയിച്ചിട്ടാണ് ശ്രീധരൻ സാറും ശ്യാമളടീച്ചറും താമസത്തിന് വന്നത്. രണ്ടുപേർക്കും ജോലിയുണ്ടായിരുന്നു. അവർക്ക് ഒരു മകളുണ്ട്. തഴവ എൽ.പി.എസ്സിൽ മൂന്നാം ക്ലാസ്സിൽ ചേർത്തു. വീട്ടിൽ കുട്ടിയെ നോക്കാനും മറ്റുമായി ഒരു സ്ത്രീ ഉണ്ടായിരുന്നു. അയൽക്കാരോടെല്ലാം നല്ല ബന്ധം പുലർത്തിയിരുന്നു.

അവിടെ താമസത്തിന് വന്നതിനുശേഷമാണ് രണ്ട് ആൺമക്കൾക്ക് ജന്മം നൽകിയത്. അടുത്തടുത്ത പ്രസവങ്ങളെ തുടർന്ന് ശ്യാമള ടീച്ചർക്ക് ചില അസുഖങ്ങളൊക്കെ വന്നു. ദീർഘനാളത്തെ ചികിത്സയ്ക്കുശേഷം രോഗം ഭേദമായെങ്കിലും കുടുംബജീവിതത്തിൽ അസ്വാരസ്യങ്ങളുയർന്നു. എപ്പോഴും വഴക്ക്. അയൽക്കാർക്കുപോലും അസഹ്യത ഉളവാകുന്നതരത്തിലുള്ള വഴക്കും ലഹളയും. വഴക്കിനു നിദാനമായ വസ്തുതയെന്താണെന്ന് ആർക്കുമറിയില്ല. സഹികെട്ട് പതിനേഴു വയസ്സായ മകൾ ജീവിതം അവസാനിപ്പിച്ചു. ഞങ്ങൾക്കെല്ലാം ഒരു വേദനയായി മാറി ആ സംഭവം. അതോടെ

അവരുടെ വഴക്കിന് ഒരു ശമനമുണ്ടാകുമെന്നു കരുതിയവർക്ക് തെറ്റി. വഴക്ക് നിർബാധം തുടർന്നു.

ആൺകുട്ടികൾ രണ്ടും പഠിത്തത്തിൽ മിടുക്കന്മാരായിരുന്നു. അവരുടെ തെറ്റുകൾ തിരുത്താൻ ടീച്ചർ ശ്രമിച്ചപ്പോൾ അവർക്ക് കൂടുതൽ പണം നൽകി തന്റെ പക്ഷത്താക്കി നിർത്താൻ ശ്രീധരൻ സാറും ശ്രമിച്ചു. സ്മാർട്ടായിരുന്ന കിഷോറും സുരേഷും ഓവർസ്മാർട്ടായി. രാഷ്ട്രീയവും അടിപിടിയും മുഖ്യപരിപാടിയാക്കി. ശ്രീധരൻസാർ റിട്ടയർ ചെയ്തു. മക്കളെ പഠിപ്പിച്ച് ഉന്നതസ്ഥാനത്തെത്തിക്കണം എന്നാഗ്രഹിച്ച സാറിന് അവരുടെ അടിപിടിയുടെയും പൊലീസ് കേസുകളുടെയും കഥകൾ കേട്ടു മനസ്സു നൊന്തു. താമസിയാതെ മരണമടയുകയും ചെയ്തു.

മൂത്തയാൾ ഒരുവിധം ബി.എ. പാസ്സായി. ഇളയവൻ പരീക്ഷകൾ എഴുതുകപോലും ചെയ്യാതെ കറങ്ങിനടന്നു. ധൂർത്തിനും കേസ്സിനുമായി പണത്തിനുവേണ്ടി ശ്യാമള ടീച്ചറെ ബുദ്ധിമുട്ടിച്ചുതുടങ്ങി. പെൻഷനും ഗ്രാറ്റുവിറ്റിയുമായി ലഭിച്ച തുക മുഴുവൻ നശിപ്പിച്ചു. ഇതിനിടെ കിഷോർകുമാറിന് ആ ജോലി ലഭിച്ചു. ഒപ്പം ജോലി ചെയ്യുന്ന ഒരു പെൺകുട്ടിയെ വിവാഹവും കഴിച്ച് പ്രത്യേകം താമസമാക്കി.

ഇളയവൻ സുരേഷിന്റെ ഉപദ്രവം സഹിക്കാതെ ഏതെങ്കിലും ബന്ധുവീട്ടിൽ ചെന്നു താമസിക്കാമെന്നു കരുതിയാൽപോലും അതിനും അവർ സമ്മതിക്കില്ലായിരുന്നു. ഉപദ്രവം സഹിക്കാതെ നിലവിളിക്കുന്ന ടീച്ചറിനെ അയൽപക്കത്തെ വീടുകളിൽ പോകാൻ പോലും അവൻ അനുവദിക്കില്ല. പെൻഷൻ വാങ്ങാൻ ട്രഷറിയിലെത്തുമ്പോഴാണ് അവരുടെ വേദനകൾ ഞങ്ങളുമായി പങ്കുവെക്കുന്നത്. പെൻഷൻ വാങ്ങി വീട്ടിൽ ചെന്നു കയറാൻപോലും അവർക്ക് ഭയമായിരുന്നു. മരുന്നു വാങ്ങാനായി ഒരു നൂറുരൂപ അതിൽനിന്നെടുക്കാൻപോലും അവർക്ക് അവകാശമില്ലായിരുന്നു. അടികൊള്ളുമെന്നു പേടിച്ചാണ് പൈസ അവനെ ഏല്പിക്കുന്നത്.

ഒരു ദിവസം പെൻഷൻ വാങ്ങി വീട്ടിലെത്തിയ ടീച്ചറുടെ അലർച്ച കേട്ടിട്ടും എന്താണ് കാര്യമെന്ന് അന്വേഷിക്കാൻ പോകാൻപോലും അയൽക്കാർക്ക് ഭയമായിരുന്നു. അത്രയ്ക്കാണ് അവന്റെ തെറിവിളി. രാവിലെ ഒരു കാറു വിളിച്ച് ടീച്ചറെ ആശുപത്രിയിൽ കൊണ്ടുപോകാൻ തുടങ്ങുമ്പോഴാണ് അയൽക്കാർ അറിഞ്ഞത്, ടീച്ചർ തല ചുറ്റി വീണുപോലും. വിവരമറിഞ്ഞ് കിഷോറും സ്ഥലത്തെത്തി. രണ്ടാളുംകൂടിത്തന്നെ ആശുപത്രിയിൽ കൊണ്ടുപോയി. രണ്ടാമത്തെ ദിവസം തിരികെ വീട്ടിലെത്തിച്ചു.

ഞങ്ങൾ ആശുപത്രിയിലെത്തി ഡോക്ടറുമായി സംസാരിച്ചപ്പോഴാണ് യാഥാർത്ഥ്യം അറിഞ്ഞത്. ടീച്ചറിന്റെ തല ചുമരിൽ ഇടിച്ചിട്ടാകണം തലച്ചോർ മുഴുവൻ കലങ്ങിയ നിലയിലാണ് ആശുപത്രിയിലെത്തിച്ചത്. ഒരു സ്കാൻ ചെയ്യാനോ മറ്റു ചികിത്സകൾ നൽകാനോ പണമടയ്ക്കാൻ ഒപ്പമുണ്ടായിരുന്ന മകനെന്നു പറഞ്ഞവൻ തയ്യാറായില്ല. അവരുടെ ദയനീയാവസ്ഥ കണ്ട് പെയിൻ കില്ലറുകൾ മാത്രം നൽകി ഡിസ്ചാർജ് വേണമെന്ന് അവർ ആവശ്യപ്പെട്ടതിനാലാണ് വിട്ടുകൊടുത്തത്. ഞങ്ങൾ കരുതി മറ്റേതെങ്കിലും ഹോസ്പിറ്റലിൽ കൊണ്ടുപോകുമെന്ന്.

ആശുപത്രിയിൽനിന്നും വിവരങ്ങൾ അറിഞ്ഞു എന്നല്ലാതെ സ്വന്തം മകന്റെ ഇഷ്ടത്തിനപ്പുറമായി ഒന്നും ചെയ്യാൻ ഞങ്ങൾക്കായില്ല. ടീച്ചർ മരിച്ചു. ഒരു ബന്ധുക്കളും തിരിഞ്ഞുനോക്കിയില്ല. അവർക്കും ഇവനെ ഭയമായിരുന്നു. അവന്റെ സ്നേഹിതരെന്നു പറഞ്ഞ് ആരോ ഒക്കെ വന്ന് ബോഡി എടുത്ത് ശ്മശാനത്തിൽ കൊണ്ടുപോയി ദഹിപ്പിച്ചു. അതോടെ എല്ലാം തീർന്നു. ആ നല്ല അദ്ധ്യാപികയ്ക്കുവേണ്ടി രണ്ടുതുള്ളി കണ്ണുനീർ വീഴ്ത്താൻപോലും ആരും അവിടെ എത്തിയതുമില്ല. സുരേഷ് ഒറ്റയ്ക്കായി താമസം. രാത്രിയിലും പകലുമൊക്കെ ആരൊക്കെയോ അവിടെ വന്നുപോകുന്നതു കാണാം. ഇടയ്ക്കിടയ്ക്ക് പൊലീസും. അവിടേക്ക് ആൾക്കാർ ഒന്നു നോക്കുകപോലും ചെയ്യാതായി.

ഇക്കഴിഞ്ഞ നാലഞ്ചു ദിവസം മുമ്പ് മുതൽ അവിടെ നിന്നും ഒരു ചലനംപോലും ഇല്ലാതായി. പക്ഷേ, രൂക്ഷഗന്ധം സഹിക്കവയ്യാതായപ്പോഴാണ് ഞങ്ങൾ പൊലീസ് സ്റ്റേഷനിൽ വിവരമറിയിച്ചത്. എന്താണ് അവിടെ സംഭവിച്ചതെന്ന് ആർക്കുമറിയില്ല. പൊലീസ് വന്ന് ജനാലചില്ല് പൊട്ടിച്ചു നോക്കുമ്പോഴാണ് അവിടെയാരോ മരിച്ചുകിടക്കുന്നു എന്ന് ഞങ്ങളുമറിഞ്ഞത്."

മഴയ്ക്ക് നല്ല ശമനമുണ്ടായി. പരാതിക്കാരനെയും കൂട്ടി സംഭവസ്ഥലത്തേക്ക് തിരിച്ചു. പിന്നാലെ എസ്.ഐയും സംഘവും. ഫിംഗർ പ്രിന്റ് ബ്യൂറോയ്ക്കും മറ്റും സന്ദേശം അയയ്ക്കുകയും ചെയ്തു. സ്ഥലത്ത് എത്തി. ജനാലയുടെ പൊട്ടിയ ചില്ലിലൂടെ നോക്കി. ഒരു യുവാവ് കമഴ്ന്ന നിലയിൽ ചലനമറ്റു കിടക്കുന്നു. വേഗം ജനാല അടച്ചു. ആരൊക്കെയോ കർപ്പൂരവും ചന്ദനവും പുകച്ചു. ദുർഗന്ധത്തിന്റെ വീര്യം കുറച്ചു. വീടിനുചുറ്റും നടന്ന് ഏതെങ്കിലും വാതിൽ തുറന്നു കിടപ്പുണ്ടോയെന്ന് പരിശോധിച്ചു.

ചാറ്റൽമഴയത്ത് കുടയും ചൂടി നിന്ന നാട്ടുകാരുടെ സാന്നിധ്യത്തിൽ മുൻവാതിൽ ചവിട്ടിത്തുറന്നു. മറ്റു മുറികളിലും പരിശോധിച്ച്

മറ്റൊന്നുമില്ലെന്നുറപ്പു വരുത്തി. മൃതശരീരം കിടന്ന മുറിയുടെ എതിർവശത്തുള്ള മുറി പരിശോധിച്ചതിൽ ഒരുകൂട്ടം താക്കോൽ തറയിൽ വലിച്ചെറിഞ്ഞ നിലയിൽ കാണപ്പെട്ടു. അതു പരിശോധിച്ചു. വീടിന്റെ താക്കോൽ തന്നെയാണെന്ന് ഉറപ്പു വരുത്തി. പക്ഷേ, അത് അവിടെയെങ്ങനെയെത്തി? ജനാലകളെല്ലാം പരിശോധിച്ചു. എല്ലാ പാളികളും കൊളുത്ത് ഇട്ടിട്ടുണ്ട്. ഒരു പാളി ഒഴികെ. അത് ചേർത്ത് അടച്ചിരിക്കുന്നു. ബലമായി തുറന്നതിൽ ഒരു സിഗരറ്റു കവർ കീറി മടക്കിവെച്ച് അമർത്തി അടച്ചിട്ടുള്ളതാണെന്നു മനസ്സിലായി. ബോഡി കിടന്ന കിടപ്പിലും നീക്കി കിടത്തിയും ഫോട്ടോകൾ എടുപ്പിച്ചു. ഒരു വെള്ള ബനിയനും ലുങ്കിയുമാണ് ധരിച്ചിട്ടുള്ളത്. പ്രത്യക്ഷത്തിൽ മുറിവുകൾ ഒന്നും കാണപ്പെട്ടില്ല. സൂക്ഷ്മപരിശോധന നടത്താനും ദുർഗന്ധം തടസ്സമായി. എസ്.ഐയോട് ഇൻക്വസ്റ്റ് എഴുതിത്തുടങ്ങാൻ നിർദ്ദേശം നൽകി.

പുറത്തിറങ്ങി കൂടിനിന്നവരോടും മറ്റും വിവരങ്ങൾ അന്വേഷിച്ചതിൽ സുരേഷ്കുമാർ ഒറ്റയ്ക്കാണ് താമസമെന്നും അടിപിടിയും കൂലിത്തല്ലുമാണ് ജോലിയെന്നും കിഷോർകുമാർ ഇടയ്ക്കിടെ വരാറുണ്ടെന്നും തേങ്ങ വെട്ടിച്ചുകൊണ്ടുപോകാനാണ് വരുന്നതെങ്കിലും വരുമ്പോഴെല്ലാം തമ്മിൽ വഴക്കുണ്ടാകാറുണ്ടെന്നും വീട് വിറ്റ് എവിടെയെങ്കിലും നാടുവിട്ടുപോകാനുള്ള പണം വേണമെന്നും എന്നാൽ കിഷോർ അതു വേണ്ടയെന്ന് പറയുകയും ചെയ്യുന്നതിനാലാണ് വഴക്ക് എന്നും തേങ്ങയുടെ പണം സുരേഷിന് കൊടുത്തിട്ടു പോകാറുണ്ട് എന്നും മറ്റുമുള്ള വിവരങ്ങളാണ് ലഭിച്ചത്.

കിഷോറിനെ കണ്ടെത്താൻ കഴിഞ്ഞില്ല. ഫിംഗർ പ്രിന്റുകാരുടെയും ഡോഗ് സ്ക്വാഡിന്റെയും പരിശോധനകൾ കഴിഞ്ഞ മുറയ്ക്ക് ഇൻക്വസ്റ്റ് നടപടികൾ പൂർത്തിയാക്കി. പോസ്റ്റുമോർട്ടം പരിശോധനയ്ക്കായി ആശുപത്രിയിലേക്ക് അയച്ചു. ബന്ധുക്കളാരും മുന്നോട്ടു വരാത്തതിനാൽ എല്ലാ കാര്യങ്ങളും പൊലീസുകാർതന്നെ ചെയ്യേണ്ടി വന്നു.

ഡെഡ്ബോഡി അയച്ചശേഷം ഒരു പണിക്കാരനെ വരുത്തി കതകിലെ പൂട്ട് ശരിയാക്കി. വീട് ലോക്ക് ചെയ്തു പോകുന്നതിനു മുമ്പ് തൊട്ടടുത്ത വീട്ടിലെ രഘു എന്നയാൾ പറഞ്ഞു. "സാർ, ഒരു മൂന്നു ദിവസമായിക്കാണും തേങ്ങയിടാൻ വരുന്ന ബാലൻ ഇവിടെ നിൽക്കുന്നതു കണ്ടു. എന്നാൽ അയാൾ തേങ്ങയിടുന്നതു കണ്ടില്ല. ഇനി അത് അയാൾ തന്നെയാണോ അതോ മറ്റാരെങ്കിലുമാണോയെന്ന് വ്യക്തമായി നോക്കിയില്ലെന്നും പറഞ്ഞു."

അടുത്ത ദിവസം വൈകുന്നേരത്തോടുകൂടിയാണ് കിഷോർ എത്തിയത്. ഡെഡ്ബോഡി ഏറ്റുവാങ്ങി സംസ്കാരമെല്ലാം

നടത്തിയശേഷം എന്താ വരാൻ വൈകിയത് എന്ന ചോദ്യത്തിന് അഗ്രിക്കൾച്ചർ ഡിപ്പാർട്ടുമെന്റിലാണ് ജോലിയെന്നും ഓഫീസ് ആവശ്യത്തിലേക്കായി മണ്ണുത്തി സർവ്വകലാശാലയിൽ പോകേണ്ടി വന്നു എന്നും ഫോൺ സന്ദേശം ലഭിച്ച ഉടനെ മടങ്ങി ആശുപത്രി യിലെത്തി മൃതശരീരം ഏറ്റുവാങ്ങി സംസ്കാരം നടത്തിയശേഷ മാണ് വന്നത് എന്നും ഇവിടെനിന്നും പോയിട്ട് അഞ്ചു ദിവസമായി എന്നും പറഞ്ഞു.

തൽക്കാലം അയാളെ വിഷമിപ്പിക്കേണ്ട എന്നു കരുതി പോയിട്ട് അടുത്ത ദിവസം വരാൻ നിർദ്ദേശം നൽകി അയച്ചു. അന്നുതന്നെ തേങ്ങ വെട്ടുകാരൻ ബാലനെ ഒരു കള്ളുഷാപ്പിൽനിന്നും പിടി കൂടി സർക്കിളാഫീസിലെത്തിച്ച് ചോദ്യം ചെയ്തതിൽ അയാൾ കുറ്റം സമ്മതിച്ചു. "കിഷോർ സാറിന്റെ വീട്ടിൽ വർഷങ്ങളായി തേങ്ങയിടുന്നതു ഞാനാണ്. ഞാനും സാറുമായിട്ടാണ് സാധാരണ പോകാറ്. ഒരാഴ്ച മുമ്പ് കിഷോർ സാർ 5000 രൂപ തന്നിട്ട് അവിടെ ച്ചെന്ന് തേങ്ങ വെട്ടണം എന്നും 3000 രൂപ സുരേഷ് സാറിന് കൊടു ക്കണമെന്നും പറഞ്ഞ് ഏല്പിച്ചു. അതിനടുത്ത ദിവസം ഞാനാ വീട്ടിലെത്തുമ്പോൾ, മദ്യപിച്ചുകൊണ്ടിരുന്ന സുരേഷ് സാർ എന്നോട് തേങ്ങ വെട്ടേണ്ട എന്നും രണ്ടിലൊരു തീരുമാനം അറി ഞ്ഞിട്ടു മതി തേങ്ങ വെട്ടുന്നത് എന്നും പറഞ്ഞ് ആ പൈസ ഇങ്ങു താടാ എന്നു പറഞ്ഞ് എന്റെ അടുത്തേക്ക് വന്നു. പൈസ് തരി ല്ലെന്നു പറഞ്ഞ് എന്നെ ഒരടിയും തന്നു. പിടിച്ചുതള്ളി. ഞാൻ തറ യിൽ വീണു. ദേഷ്യം വന്ന് എണീറ്റുവന്ന് ഒരു ചവിട്ടു കൊടുത്തു. സുരേഷ് സാർ തറയിൽ മലർന്നടിച്ചുവീണു.

ചലനമില്ലാതെ കിടക്കുന്നതു കണ്ട് ഞാൻ അടുത്തുചെന്നു നോക്കുമ്പോൾ ബോധം നശിച്ചപോലെ തോന്നി. ഞാൻ മെല്ലെ എല്ലാ ജനാലകളും അടച്ച് ഒരു പാളി തുറന്നുവെച്ചിട്ട് വീടുപൂട്ടി പുറത്തിറങ്ങി. താക്കോൽകൂട്ടം ജനാലയിലൂടെ അകത്തേക്ക് എറിഞ്ഞു. പോക്കറ്റിൽ കിടന്ന സിഗരറ്റ് പോക്കറ്റ് കീറിയെടുത്ത് അവിടെ വെച്ച് ജനാല ചേർത്തടച്ചു. അവിടെനിന്നും പോന്നു. ആരും കണ്ടില്ലയെന്നാണ് കരുതിയത്. പക്ഷേ, പേടി മാറാനായി അന്നു മുതൽ കുടി തുടങ്ങി. പൈസയെല്ലാം ചെലവാക്കി."

"കിഷോറും നീയും കൂടെയല്ലേ അവിടെ ചെന്ന് അവനെ വക വരുത്തിയത്?"

"അല്ല സർ. ഞാൻ, ഞാനാണ് അവിടെ തനിയെ പോയത്."

അവന്റെ മൊഴി രേഖപ്പെടുത്തി.

പോസ്റ്റുമോർട്ടം പരിശോധനാഫലം ലഭിച്ചതിൽ പുറംതലയിൽ ഏറ്റ ആഘാതമാണ് മരണകാരണം എന്നും ഏതെങ്കിലും ഭാരമുള്ള വസ്തുകൊണ്ട് അടിച്ചാലും തറയിൽ തലയിടിച്ചുവീണാലും ഉണ്ടാകാവുന്ന ക്ഷതമാണ് എന്ന് സർട്ടിഫിക്കറ്റ് നൽകിയതും വാങ്ങി. കിഷോറിന്റെ മൊഴിയിൽ പറഞ്ഞ കാര്യങ്ങൾ വാസ്തവമാണെന്ന് ബോധ്യപ്പെടുകയും ചെയ്തു. എങ്കിലും കിഷോറിന്റെ പങ്കിനെക്കുറിച്ച് എന്തെങ്കിലും തെളിവുകൾ ലഭിക്കുമോ എന്നറിയാനുള്ള ശ്രമങ്ങൾ നടത്തിയത് ഫലം കണ്ടില്ല. എങ്കിലും കിഷോർ നിരപരാധിയാണെന്ന് ഉറപ്പിക്കാനും കഴിഞ്ഞില്ല. ലഭ്യമായ തെളിവുകൾ വെച്ച് ബാലനെ അറസ്റ്റു രേഖപ്പെടുത്തി റിമാന്റ് അപേക്ഷ സഹിതം കോടതിയിൽ ഹാജരാക്കി.

വർഷങ്ങൾ കഴിഞ്ഞു. ഒരു കുടുംബത്തിലെ സ്വരച്ചേർച്ചയില്ലായ്മ കാരണം ഉണ്ടായ ദുരന്തങ്ങളുടെ ഓർമ്മച്ചിത്രമായി കാടുമൂടി പൊട്ടിപ്പൊളിഞ്ഞ നിലയിൽ സ്ഥിതി ചെയ്യുന്ന തഴവായിലെ ആ ഇരുനിലമന്ദിരം. നാട്ടുകാർക്ക് ഒരു പേടിസ്വപ്നമായി നിലകൊള്ളുന്നു. അവിടെ ഇടയ്ക്കിടയ്ക്ക് വെളിച്ചം കാണാറുണ്ടെന്നും ഉറക്കെയുള്ള നിലവിളികൾ കേൾക്കാറുണ്ടെന്നും മുറ്റുമുള്ള കഥകൾ കഥകളായിത്തന്നെ അവശേഷിക്കുന്നു.

കിഷോറും കുടുംബവും എവിടെയാണെന്നുപോലും ആർക്കുമറിയില്ല. ശിവൻ എന്ന നാട്ടുകാരന്റെ അഭിപ്രായത്തിൽ വാസ്തുദോഷമുള്ള ശാപഗ്രസ്തമായ വീടാണ്. അതാണ് എല്ലാറ്റിനും കാരണം. മനസ്സിൽ മറ്റൊരു ചോദ്യമുയർന്നു. അതാണോ, വികലമായ മനസ്സുകളുടെ ചിന്തയുടെ ദോഷമോ?

രണ്ടായാലും ഭാര്യാഭർത്താക്കന്മാരുടെ ചേർച്ചയില്ലായ്മയിൽ നിന്നും ഉളവായ ദുരന്തത്തിന്റെ ദൃഷ്ടാന്തമായി ആ ഭവനം അവിടെ തകരട്ടെ.

■

കടിഞ്ഞാണില്ലാത്ത കുതിരപ്പുറത്തെ സഞ്ചാരികൾ

തിരുവനന്തപുരം മെഡിക്കൽ കോളേജ് പൊലീസ് സ്റ്റേഷൻ അതിർത്തിയിൽ നടന്ന ദാരുണമായതും അന്വേഷണോദ്യോഗസ്ഥനെ ഏറെ ബുദ്ധിമുട്ടിച്ചതുമായ ഒരു കൊലക്കേസിന്റെ അനുഭവമാണ് മനസ്സിൽ ഓടിയെത്തിയത്.

കുമാരപുരം എന്ന സ്ഥലത്ത് ടെറസ്സിൽ ഒരു യുവതി അബോധാവസ്ഥയിലും രണ്ടാമത്തെ പെൺകുട്ടിയെ കാണാതാവുകയും ചെയ്തു എന്നാണ് ഫോൺ സന്ദേശമെത്തിയത്. എസ്.ഐയും സംഘവുമാണ് ആദ്യം സ്ഥലത്തെത്തിയത്. എസ്.ഐയുടെ ഫോൺ സന്ദേശം ലഭിച്ചതിനാലാണ് സി.ഐയും അവിടെയെത്തിയത്.

അതൊരു മൂന്നു നിലകളുള്ള കെട്ടിടം. രണ്ടാംനിലയിലെ ടെറസ്സിന്റെ മുകളിലാണ് ബബിതയെന്ന ഇരുപത്തിയഞ്ചുകാരി അബോധാവസ്ഥയിൽ കിടക്കുന്നത്. അടുത്തു ചെന്നു നോക്കുമ്പോൾ, പടർന്നു പന്തലിച്ചു കിടന്ന ഫാഷൻ ഫ്രൂട്ട് ചെടിയുടെ വള്ളി മുറിച്ചെടുത്തത് കഴുത്തിൽ വരിഞ്ഞുമുറുക്കിയ നിലയിലായിരുന്നു. ഗാഢനിദ്രയിലാണ്ടതുപോലെ കിടക്കുന്നു. ജീവൻ ഉണ്ടെന്നു മനസ്സിലായതിനാൽ വേഗം ആംബുലൻസ് വിളിപ്പിച്ച് മെഡിക്കൽ കോളേജ് ഹോസ്പിറ്റലിലേക്ക് അയച്ചു. അവിടമാകെ പരിശോധിച്ചിട്ടും കാണാതായ പെൺകുട്ടിയെ കണ്ടെത്തിയതുമില്ല.

കൂടുതൽ കാര്യങ്ങൾ അറിയാവുന്നത് രണ്ടാമത്തെ നിലയിൽ വാടകയ്ക്കു താമസിക്കുന്ന ബിനുവിനാണ്. അയാൾ അറിയാവുന്ന കാര്യങ്ങൾ പറഞ്ഞു.

“എനിക്ക് റൈറ്റാനിയം ഫാക്ടറിയിൽ ജോലിയാണെന്നും തലേന്ന് നൈറ്റ് ഷിഫ്റ്റ് ആയിരുന്നതിനാൽ രാവിലെ ഏഴു മണിയോടെയാണ് വീട്ടിലെത്തിയത് എന്നും ആഹാരം കഴിച്ചശേഷം

കിടന്നുറങ്ങി. ടെറസ്സിന്റെ മുകളിൽനിന്ന് ആരോ നടക്കുന്നതിന്റെയും ചവിട്ടുന്നതിന്റെയും ഒച്ചകേട്ട് ഉണർന്നു. എന്താണ് ശബ്ദം എന്നറിയാനായി ഞാൻ പുറത്തെ സ്റ്റെപ്പിലൂടെ മുകളിൽ കയറിച്ചെന്നു. താനവിടെ ചെല്ലുമ്പോൾ വീട്ടുടമയുടെ മൂത്ത മകൾ ബബിത നിലത്തു കിടക്കുന്നു. കഴുത്തിൽ ചെടിയുടെ ഒരു വള്ളി ചുറ്റിയിരിക്കുന്നതായും കണ്ടു. ഞാൻ അടുത്തു ചെന്നു നോക്കുമ്പോൾ കാലുകളുടെ ചലനം നിലച്ചിരുന്നു. കഴുത്തിലെ വള്ളി വലിച്ച് ലൂസാക്കാൻ ശ്രമിച്ചു. കുട്ടി അബോധാവസ്ഥയിലായിരുന്നു. താൻ പേടിച്ച് താഴേക്കിറങ്ങിച്ചെല്ലുമ്പോൾ അവിടെ ആരും ഉണ്ടായിരുന്നില്ല. വാതിലുകൾ തുറന്നുതന്നെ കിടക്കുന്നുമുണ്ട്. അങ്ങനെയാണ് സ്റ്റേഷനിൽ വിവരമറിയിച്ചത്."

കാണാതായെന്നു പറഞ്ഞ ബിജിത വീട്ടിനുള്ളിലെവിടെയെങ്കിലുമുണ്ടോ എന്നറിയാനായി ഓരോ മുക്കും മൂലയും അരിച്ചുപെറുക്കി. അപ്രതീക്ഷിതമായി കട്ടിലിനടിയിൽ കിടക്കുന്ന നിലയിൽ ബിജിതയെ കണ്ടെത്തി. കട്ടിൽ പൊക്കി മാറ്റി നോക്കുമ്പോൾ വായിൽ നിന്നും അല്പം പത പുറത്തേക്കു കാണുന്ന നിലയിലും കണ്ണുകൾ രണ്ടും തുറിച്ച നിലയിലും ചലനമില്ലാതെ കിടക്കുന്നു. മെല്ലെ പൊക്കിയെടുത്ത് കട്ടിലിൽ കിടത്തി നോക്കുമ്പോൾ കറുത്ത ഷാൾ കഴുത്തിൽ മുറുകിയ നിലയിലും ശ്വാസോച്ഛ്വാസം നിലച്ചിരിക്കുന്നതായും മനസ്സിലാക്കി.

ആ സമയത്താണ് വീട്ടുടമയും ഭാര്യയും നിലവിളിച്ചുകൊണ്ട് അവിടെയെത്തിയത്. വന്നപാടെ മകളെ കെട്ടിപ്പുണർന്നു നിലവിളിക്കാൻ ശ്രമിച്ചെങ്കിലും ഒരുവിധം അവരെ ആശ്വസിപ്പിച്ച് സെറ്റിയിൽ കൊണ്ടിരുത്തി.

പെട്ടെന്നാണ് എന്റെ ബബിതമോൾ എവിടെയെന്നു ചോദിച്ചുകൊണ്ട് അവർ ഒച്ചയുണ്ടാക്കിയത്. മകൾ ഇതറിഞ്ഞ് അബോധാവസ്ഥയിലായതുകൊണ്ട് ഡോക്ടറെ കാണിക്കാൻ കൊണ്ടുപോയിരിക്കുകയാണെന്ന് പറഞ്ഞു സമാധാനിപ്പിച്ചു. ആ മകൾ ജീവിച്ചിരിപ്പുണ്ടല്ലോയെന്ന ആശ്വാസത്തിലായിരുന്നു അവർ. അതിനിടെ അവിടെ കൂടിനിന്നവരോട് ആരെങ്കിലും അപരിചിതരായ ആളുകൾ വരുന്നതോ പോകുന്നതോ കണ്ടോ എന്ന അന്വേഷണത്തിൽ, തൊട്ടടുത്ത വീട്ടുകാരിയാണ് പറഞ്ഞത് ഗേറ്റ് അടഞ്ഞാണ് കിടന്നത്. പുറത്തുനിന്ന് ആരെങ്കിലും വന്നു ഗേറ്റ് തുറന്നാൽ ഉറക്കെ ശബ്ദം കേൾക്കും എന്നും അങ്ങനെയൊരു ശബ്ദം കേട്ടില്ലെന്നും.

എതിർവശത്തെ വീട്ടുകാരും പറഞ്ഞത് രണ്ടു പെൺകുട്ടികളും അവിടെ ഉണ്ടായിരുന്നതായും അവർ ഉറക്കെ ചിരിക്കുകയും വർത്തമാനം പറയുന്നതും കേട്ടിരുന്നു എന്നും പുറത്തുനിന്നും ആരെങ്കിലും വരുന്നതോ പോകുന്നതോ സാറും ഭാര്യയും ഓഫീസിൽ പോയതിനുശേഷം കണ്ടില്ലെന്നും മൊഴി നൽകി.

ഉള്ളിൽനിന്നുയരുന്ന ഗദ്ഗദം കടിച്ചമർത്തിക്കൊണ്ടാണ് ദിവാകരൻ സാർ പറഞ്ഞത്: "എനിക്ക് ഹെൽത്ത് ഡിപ്പാർട്ടുമെന്റിലാണ് ജോലി. എന്റെ മക്കൾ രണ്ടുപേരും നല്ലവണ്ണം പഠിക്കുന്ന കുട്ടികളായിരുന്നു. രണ്ടു തവണ വീതം എൻട്രൻസ് പരീക്ഷ എഴുതിയിട്ടും റാങ്ക് ലഭിക്കാത്തതിനാൽ അവർ രണ്ടാളും ആകെ നിരാശരായിരുന്നു. എങ്കിലും അവർ പഠനം തുടർന്നു. രണ്ടാളും ബി.എസ്സി പാസ്സായി. എന്തിനും അവർ ഒരേ അഭിപ്രായക്കാരായിരുന്നു. വളരെ അടുത്ത കൂട്ടുകാരികളെപ്പോലെ ആയിരുന്നു അവർ. എന്റെ കുട്ടികൾക്ക് എന്താണ് സംഭവിച്ചതെന്നറിയില്ല. ഇളയവളുടെ എല്ലാ കാര്യങ്ങളും മൂത്തവൾക്കും മൂത്തവളുടെ എല്ലാ കാര്യങ്ങളും ഇളയവൾക്കും അറിയാമായിരുന്നു. എന്താണ് സംഭവിച്ചതെന്ന് ബബിത മോൾക്കറിയാമായിരിക്കും."

മുകൾനിലയിലെ വാടകക്കാരൻ ബിനുവിനെ അരികിൽ വിളിച്ച് അദ്ദേഹംതന്നെ ചോദിച്ചു.

"ബിനു ഇവിടെ ഉണ്ടായിരുന്നില്ലേ? എന്താണ് സംഭവിച്ചത്?"

"സാർ, എന്റെ ഭാര്യയും മകനും രണ്ടു ദിവസമായി അവളുടെ വീട്ടിൽ പോയിരിക്കുകയാണ്. എനിക്കിന്നലെ നൈറ്റ് ഡ്യൂട്ടി ആയിരുന്നു. രാവിലെ ഏഴുമണിക്ക് വന്നു. ചായ ഇട്ട് കുടിച്ചു. ബ്രഡ്ഡും കഴിച്ച് കിടക്കാൻ നേരത്ത് നിങ്ങൾ രണ്ടാളും പോകുന്ന കാറിന്റെ ശബ്ദം കേട്ടു. ഞാൻ കിടന്നുറങ്ങി. ഉറക്കത്തിലായിരിക്കുമ്പോൾ താഴെ കുട്ടികളുടെ ഒച്ചയും ബഹളവുമൊക്കെ കേട്ടിരുന്നു. കുറേ കഴിഞ്ഞപ്പോൾ ടെറസ്സിന്റെ മുകളിൽ ആരോ നടക്കുന്നതിന്റെയും ചാടുന്നതിന്റെയും ഒച്ചകേട്ട് ഉണർന്നു. ആരാണെന്നു നോക്കാൻ ഞാൻ മുകളിൽ ചെല്ലുമ്പോൾ ബബിത നിലത്തുകിടക്കുന്നതും ഫാഷൻഫ്രൂട്ട് ചെടിയുടെ വള്ളി കഴുത്തിൽ ചുറ്റിക്കിടക്കുന്നതും കണ്ടു. താൻ അടുത്തുചെന്ന് വള്ളി കഴുത്തിൽനിന്ന് ഇളക്കിമാറ്റാൻ ശ്രമിക്കുമ്പോൾ ജീവനുണ്ടെന്നു മനസ്സിലായി. ഓടി താഴേക്കു വന്ന് ബിജിതയെ വിളിച്ചിട്ട് വിളി കേട്ടതുമില്ല. ഉടൻതന്നെ ഞാൻ പൊലീസ് സ്റ്റേഷനിലേക്ക് വിളിച്ചുപറഞ്ഞു. അവർ വന്ന് വീടിനകത്തു പരിശോധിച്ചപ്പോഴാണ് ബിജിതയെ മരിച്ച നിലയിൽ കട്ടിലിനടിയിൽ കിടക്കുന്നതായി കണ്ടത്."

അവസാനിപ്പിക്കുമ്പോൾ അയാൾ വല്ലാതെ കിതയ്ക്കുന്നുണ്ടായിരുന്നു.

ഡോഗ് സ്ക്വാഡും ഫിംഗർ പ്രിന്റ് ബ്യൂറോക്കാരുമെത്തി ഇൻസ്പെക്ടർ അവർക്ക് കേസ് ബ്രീഫ് ചെയ്തുകൊടുത്തശേഷം ഇൻക്വസ്റ്റ് നടപടികൾക്ക് നിർദ്ദേശം നൽകി. അതിനിടെ പത്രക്കാരും മറ്റുമെത്തി ബിനുവിനെ വളഞ്ഞിട്ടു ചോദ്യശരങ്ങൾകൊണ്ട് മുട്ടിക്കുന്നത് ശ്രദ്ധിക്കാതെ നിന്നു. എന്തെങ്കിലും സൂചനകൾ ലഭിക്കുമോ എന്നറിയാൻ.

ദിവാകരൻസാറിന്റെ അടുത്തുചെന്ന് എന്തെങ്കിലും സംശയമുണ്ടോയെന്ന ചോദ്യത്തിന് ബബിതയെ വിവാഹം കഴിക്കണം എന്ന ആഗ്രഹവുമായി വന്ന സുരേന്ദ്രൻ എന്ന ചെറുപ്പക്കാരൻ ഇടയ്ക്കൊക്കെ വീട്ടിൽ വരാറുണ്ട് എന്നും അയാൾ എൻജിനീയറിംഗ് കഴിഞ്ഞ് നിൽക്കുകയാണെന്നും പക്ഷേ, ജോലിയെന്തെങ്കിലും ലഭിച്ചിട്ട് ആലോചിക്കാം എന്നും പറഞ്ഞ് മടക്കി അയച്ചു. പക്ഷേ, അതു കഴിഞ്ഞ് വീണ്ടും അയാൾ ബബിതയെ ഫോണിലൂടെയും മറ്റും ശല്യപ്പെടുത്തുന്നതു കണ്ട് ഞാൻ അയാൾക്ക് താക്കീത് നൽകിയിരുന്നു എന്നും അതല്ലാതെ പുറത്തുനിന്നും ആരും ഇവിടെ വരാറില്ലയെന്നും ബിജിതയ്ക്ക് ഒപ്പം പഠിച്ചിരുന്ന ഒരു സ്റ്റുഡന്റിനോട് അടുപ്പമുള്ളതായും മിക്കവാറും ഫോണിൽ സംസാരിക്കുന്നതു കണ്ടിട്ടുണ്ട് എന്നും ബബിത പറഞ്ഞിട്ടുണ്ട്. ആ ചെറുപ്പക്കാരന്റെ പേര് ജോൺസൺ എന്നാണെന്നും കോട്ടയം സ്വദേശിയാണെന്നും ബബിത പറഞ്ഞിട്ടുണ്ട്. ഇനി അയാളോ മറ്റോ ഇവിടെ വരികയോ പ്രശ്നമുണ്ടാവുകയോ ചെയ്തിട്ടുണ്ടോ എന്നാണ് സംശയം. അക്കാര്യങ്ങൾ കുറിച്ചെടുത്തു.

ഇൻക്വസ്റ്റ് നടപടികൾ പൂർത്തിയാക്കി ഡോഗിന് സ്മെൽ ചെയ്യാൻ ഫോറിൻ മെറ്റീരിയൽസ് ഒന്നും സീനിൽ ഇല്ലാത്തതു കൊണ്ട് അതിനും കൂടുതൽ ആക്ട് ചെയ്യാനായില്ല. റിപ്പോർട്ട് അയച്ചു തരാം എന്നു പറഞ്ഞ് അവർ മടങ്ങി. റിപ്പോർട്ട് സഹിതം ബോഡി പോസ്റ്റുമോർട്ടം പരിശോധനയ്ക്ക് മെഡിക്കൽ കോളേജ് ഹോസ്പിറ്റലിലെത്തിയതും അടുത്തും പരിസരത്തുള്ളവരുമായി ധാരാളം ആൾക്കാർ വന്നു എങ്കിലും ആർക്കും വ്യക്തമായ ഒരു സൂചന നൽകാനായില്ല. എങ്കിലും കുറേയധികം പേരുടെ സ്റ്റേറ്റുമെന്റുകൾ റിക്കാർഡ് ചെയ്തു. അന്നത്തെ അന്വേഷണം അവസാനിപ്പിച്ചു.

അടുത്ത ദിവസത്തെ പത്രങ്ങളിലെല്ലാം തലസ്ഥാനത്തെ രണ്ടു പെൺകുട്ടികൾ മാത്രമുണ്ടായിരുന്ന വീട്ടിൽ കടന്നുകയറി ഒരു

പെൺകുട്ടിയെ കൊലപ്പെടുത്തുകയും മറ്റൊരു പെൺകുട്ടിയെ കൊലപ്പെടുത്താനുള്ള ശ്രമങ്ങൾ നടത്തുകയും ചെയ്തു. പൊലീസിന്റെ മൂക്കിനുതാഴെ നടന്ന ഈ അരുംകൊലയെക്കുറിച്ച് തെളിവുകൾ കണ്ടെത്താനാവാതെ കുഴങ്ങുന്നു എന്നും സംഭവം നടക്കുമ്പോൾ സ്ഥലത്തുണ്ടായിരുന്ന വീടിന്റെ മുകളിലത്തെ നിലയിൽ വാടകയ്ക്കു താമസിക്കുന്ന ടൈറ്റാനിയത്തിലെ ജീവനക്കാരനെ സംശയിക്കുന്നു എന്നും മറ്റുമുള്ള വാർത്ത നിറഞ്ഞുനിന്നു. പുറത്തുനിന്ന് ആരെങ്കിലും വന്നുപോകുന്നതായി ആരും കണ്ടില്ലെന്നും മറ്റുമുള്ള അവരുടെ നിഗമനങ്ങളടക്കമുള്ള കാര്യങ്ങൾ പൊടിപ്പും തൊങ്ങലും വെച്ച് എഴുതീട്ടുമുണ്ട്. മേലുദ്യോഗസ്ഥന്മാരുടെ ചോദ്യങ്ങൾക്കെല്ലാം മറുപടി പറഞ്ഞു മടുത്തു. വാടകക്കാരനെ ചോദ്യം ചെയ്താൽ കേസ് തെളിയും എന്ന അഭിപ്രായമാണ് അവിടെ നിറഞ്ഞുനിന്നത്.

ആശുപത്രിയിലെത്തി ഡോക്ടറെ കണ്ടു ചോദിച്ചതിൽ അമിത അളവിലുള്ള മരുന്നുകൾ കഴിച്ചതിനാൽ അബോധാവസ്ഥയിൽ നിന്നും നോർമലായി വരാൻ സമയമെടുക്കുമെന്നും എന്തായാലും അപകടനില തരണം ചെയ്തു എന്നും നോർമൽ ആകാൻ ഒന്നുരണ്ടു ദിവസമെടുക്കുമെന്നും പറഞ്ഞു.

ആരെങ്കിലും ബലമായി ഗുളികകൾ കഴിപ്പിച്ചതായിരിക്കുമോ? സ്വയം കഴിച്ചതാണെങ്കിൽ പിന്നെ കഴുത്തിൽ വള്ളി ചുറ്റി കൊലപ്പെടുത്താൻ ശ്രമിച്ചതാരാണ്? പത്രക്കാരും നാട്ടുകാരുമൊക്കെ വാടകക്കാരൻ ബിനുവിനെ പ്രതിസ്ഥാനത്തു പ്രതിഷ്ഠിച്ചുകഴിഞ്ഞു. പ്രതിയെ അറസ്റ്റു ചെയ്യാൻ കാലതാമസം എന്താണെന്ന മേലുദ്യോഗസ്ഥരുടെ ചോദ്യങ്ങൾക്ക് മറുപടി നൽകാനും ഏറെ ബുദ്ധിമുട്ടി. ബിനുവാണ് കുറ്റക്കാരൻ എന്നതിന് ഒരു തെളിവും കണ്ടെത്താനായില്ലെന്നും വൈകാതെ കണ്ടെത്താം എന്നും ഉറപ്പു നൽകി തടിതപ്പി.

മരണമടഞ്ഞ പെൺകുട്ടിയുടെ മാതാപിതാക്കൾ സംശയം പ്രകടിപ്പിച്ചവരെയെല്ലാം കണ്ടെത്തി ചോദ്യം ചെയ്തു. ബബിതയെ സ്നേഹിച്ചിരുന്ന സുരേന്ദ്രൻ എന്ന എൻജിനീയറെയും ബിജിതയുമായി ബന്ധമുണ്ടായിരുന്ന ജോൺസനേയും ചോദ്യം ചെയ്തു. അവരുടെ നിരപരാധിത്വം ബോധ്യപ്പെട്ടു. കൂടാതെ രണ്ടു പെൺകുട്ടികളുടെയും മൊബൈൽ ഫോണുകൾ പരിശോധിച്ചതിൽ അടുത്ത സമയത്തൊന്നും ഇരുവരുടെയും ഫോണുകളിൽനിന്നും ഇവരുടെ ഒരു കാളും പോവുകയോ വരികയോ ഉണ്ടായിട്ടില്ലെന്നും കണ്ടെത്തി.

മറ്റുള്ളവരുടെ സമാധാനത്തിനുവേണ്ടി ഒരു ദിവസം ബിനുവിനെ ചോദ്യം ചെയ്യുന്നതിനെന്നും പറഞ്ഞ് സ്റ്റേഷനിൽ സൂക്ഷിക്കുകയും ചെയ്തു. ഉടനെ വാർത്തകൾ പരന്നു, ബിജിത കൊലക്കേസ്സിൽ പ്രതി കസ്റ്റഡിയിൽ എന്ന്.

അബോധാവസ്ഥയിൽ കഴിയുന്ന ബബിതയ്ക്ക് കൂട്ടിനിരുന്ന അമ്മ പ്രിയാമണി കണ്ണുനീരും പ്രാർത്ഥനയുമായി നേരെ ആഹാരം പോലും കഴിക്കാതെ അവശയായി. മഫ്ടിയിൽ അവിടെയെത്തി മെല്ലെ അടുത്തുകൂടി കാര്യങ്ങൾ സംസാരിച്ചിരുന്നകൂട്ടത്തിൽ ഒരു കാര്യം അവർ വെളിപ്പെടുത്തി. ബബിതയ്ക്ക് മാനസികാസ്വാസ്ഥ്യം ഉണ്ടെന്നും ഏറെ നാളായി മരുന്നുകൾ കഴിച്ചുകൊണ്ടിരിക്കുകയാണെന്നും ട്രീറ്റുമെന്റിലായിരിക്കുമ്പോൾ ഗർഭിണിയാകാൻ പാടില്ലെന്നും പറഞ്ഞതിനാലാണ് വന്ന ആലോചനകളെല്ലാം നിരസിച്ചതും രഹസ്യമായി വെച്ച കാര്യം വെളിപ്പെടുത്തിപ്പോയല്ലോ എന്നൊരു കുറ്റബോധം അവരുടെ മുഖത്തു ദൃശ്യമായി. അതൊന്നും കാര്യമാക്കുന്നില്ലെന്ന ഭാവത്തിൽ അവിടെനിന്നും മടങ്ങി.

അപ്പോഴും ചില വ്യർത്ഥചിന്തകൾ മനസ്സിൽ ഉറഞ്ഞുകൂടി. ബിജിതയുടെ പോസ്റ്റുമോർട്ടം റിപ്പോർട്ടിൽ കഴുത്തിൽ ഷാൾ മുറുകിയതിന്റെ ഫലമായാണ് മരണം സംഭവിച്ചത്. റേപ്പ് ഒന്നും നടന്നിട്ടുമില്ല. അങ്ങനെയാണെങ്കിൽ ഒരുപക്ഷേ ബബിത പെട്ടെന്ന് വയലന്റായി എന്തെങ്കിലും കടുംകൈ ചെയ്തതാകുമോ? ഇല്ല എങ്കിൽ പിന്നെ ബബിതയെയും കൊലപ്പെടുത്താൻ ശ്രമിച്ചിട്ടുണ്ടല്ലോ? പക്ഷേ, പുറത്തുനിന്നും ആരെങ്കിലും വരുന്നതോ പോകുന്നതോ ആരും കണ്ടിട്ടുമില്ല. അപ്പോൾ പിന്നെ ബിനു മാത്രമാണ് സംശയത്തിന്റെ നിഴലിലുള്ളത്. പക്ഷേ, അയാളുടെ പെരുമാറ്റത്തിൽനിന്നോ വാക്കിൽ നിന്നോ ഒരു കുറ്റവും ആരോപിക്കാനും കഴിയുന്നില്ല. മൂന്നാം ദിവസം പുലർച്ചെയാണ് ബബിത സ്വബോധത്തിലേക്കു വന്നത്.

വേഗം ആശുപത്രിയിലെത്തി ഡോക്ടർ സുരേഷിനെ കണ്ടു വിവരങ്ങൾ ആരാഞ്ഞതിൽ ഡോക്ടർ അഭിപ്രായപ്പെട്ടത് ഏറ്റവും നല്ല ചികിത്സയാണ് ബബിതയ്ക്കു നൽകിയത്. തങ്ങളുടെ പ്രതീക്ഷ രണ്ടാംദിവസം ഉണർന്നു സംസാരിക്കും എന്ന്. എല്ലാ ടെസ്റ്റും നോർമൽ ആയിരുന്നു. പിന്നെയും ഒരു ദിവസം ആ കുട്ടി മനപ്പൂർവ്വം അഭിനയിച്ചതാണോ? എന്താണ്. എന്തെങ്കിലും മാനസിക രോഗമുള്ളവൽ ചിലപ്പോൾ അങ്ങനെ കാട്ടിയെന്നിരിക്കും. ആരും സംശയിക്കുകയുമില്ല. ഡോക്ടറോട് ആ വിവരം വെളിപ്പെടുത്തി. ബബിത ഡിപ്രഷന്റെ ചികിത്സയിലായിരുന്ന ഡോക്ടർ പറഞ്ഞു,

അങ്ങനെയുള്ളവർ കടുത്ത മാനസികസമ്മർദ്ദമുണ്ടാകുമ്പോൾ എന്തും ചെയ്യാൻ മടിക്കില്ലെന്ന്.

ഡോക്ടർ സുരേഷുമായി സംസാരിച്ച് ഒരു ധാരണയിലെത്തി. പേവാർഡിലെ മുറിയിൽനിന്നും എല്ലാവരെയും പുറത്തിറക്കി പൊലീസിന്റെ സാന്നിധ്യം അറിയാതിരിക്കാനായി ബാത്റൂമിനടുത്തു മറഞ്ഞുനിൽക്കാനുള്ള സംവിധാനമൊരുക്കി. ഡോക്ടർ മെല്ലെ അന്നു രാവിലെ നടന്ന കാര്യങ്ങൾ ഓരോന്നായി ചോദിച്ചു, ഇടയ്ക്കിടെ സംസാരിക്കാതിരിക്കുമെങ്കിലും അബദ്ധത്തിൽ സംഭവിച്ച കാര്യങ്ങൾക്ക് കേസ്സൊന്നും ഉണ്ടാവില്ലെന്നും ബിജിത രക്ഷപ്പെട്ടു സുഖമായിരിക്കുന്നു എന്നും പറഞ്ഞതോടെ അവൾ ഒരു ദീർഘനിശ്വാസം വിട്ടു. എന്നിട്ടു പറഞ്ഞു, എന്റെ പ്രിയപ്പെട്ട അനുജത്തിയാണ് അവൾ. പക്ഷേ, ചില കാര്യങ്ങളിൽ ഭയങ്കര വാശിക്കാരിയുമാണ്. ഞാൻ മര്യാദയ്ക്ക് ടി.വി. സീരിയൽ കണ്ടുകൊണ്ടിരിക്കുകയായിരുന്നു. ഉടനെ അവൾക്ക് ഡിസ്കവറി ചാനൽ കാണണമെന്ന് വാശിപിടിച്ചു. എന്റെ കൈയിൽനിന്ന് റിമോട്ട് തട്ടിയെടുത്ത് വാശിപിടിച്ചു. എനിക്ക് ദേഷ്യം വന്നു. ഞാൻ ബലമായി റിമോട്ട് പിടിച്ചു വാങ്ങാൻ ശ്രമിച്ചു. കട്ടിലിൽ കിടന്നു പിടിവലിയായി. അവൾ വിട്ടുതരാൻ ഒരുക്കമല്ല. ഞാൻ അവളുടെ കഴുത്തിൽ കിടന്ന ഷാൾ വലിച്ചുമുറുക്കി. കുറേ കഴിഞ്ഞപ്പോൾ അവളുടെ കൈയിൽനിന്നും റിമോട്ട് താഴെ വീണു. പക്ഷേ, എത്ര വട്ടം വിളിച്ചിട്ടും അവൾ ഉണർന്നില്ല. അവളുടെ ശ്വാസം നിലച്ചിരുന്നു. ഞാൻ പേടിച്ചു. അവളെ വലിച്ച് താഴെയിട്ട് കട്ടിലിനടിയിലേക്ക് തള്ളിമാറ്റി. ബെഡ്ഷീറ്റും വലിച്ചു താഴെയിട്ടു. അപ്പോഴാണ് മരിച്ച വിവരം മനസ്സിലായത്. ഞാൻ ഓടിച്ചെന്ന് ദിവസം ഓരോ ഗുളിക കഴിക്കാൻ ഡോക്ടർ തന്നിരുന്നത് ഒരുമിച്ച് വായ്ക്കകത്തിട്ട് വെള്ളവും കുടിച്ചു. മരിക്കണം എന്നു കരുതിയാണ് കഴിച്ചതെങ്കിലും കുറേ നേരം കഴിഞ്ഞിട്ടും മരിക്കാത്തതിനാൽ ഓടി മുകളിലെത്തി ഫാഷൻ ഫ്രൂട്ടിന്റെ വള്ളി കഴുത്തിൽ ചുറ്റിവരിഞ്ഞുമുറുക്കി. മരണം എന്റെ അടുത്തെത്താറായിയെന്ന് മനസ്സിലായി ഞാൻ അവിടെ മരണം കാത്ത് കിടന്നു."

എല്ലാം പറഞ്ഞുകഴിഞ്ഞപ്പോഴാണ് ഇൻസ്പെക്ടറെ വിളിച്ചത്. ഇത് പൊലീസ് ഇൻസ്പെക്ടറാണ്. പക്ഷേ, എന്റെ സ്നേഹിതനായതുകൊണ്ട് കുട്ടിയെ ഉപദ്രവിക്കരുതെന്ന് ഞാൻ പറഞ്ഞിട്ടുണ്ട്. അവൾ ഒന്നു ഞെട്ടിയെങ്കിലും സ്നേഹഭാവം നടിച്ച് പുഞ്ചിരിക്കുകയും ചോദ്യങ്ങൾക്ക് കൃത്യമായി മറുപടി പറയുകയും ചെയ്തുകൊണ്ടിരുന്നു.

പുറത്തുനിന്നിരുന്ന അമ്മയേയും അച്ഛനേയും വിളിച്ച് കാര്യങ്ങളെല്ലാം പറഞ്ഞു ബോധ്യപ്പെടുത്തി. ഡിസ്ചാർജ് വാങ്ങി വീട്ടിലെത്തി ട്രീറ്റ്മെന്റിന്റെ സർട്ടിഫിക്കറ്റുകളും എടുത്ത് സ്റ്റേഷനിലെത്തി മൊഴി രേഖപ്പെടുത്തി മാനസിക ചികിത്സയ്ക്കായി അയയ്ക്കുന്നതിന് മജിസ്ട്രേറ്റ് കോടതിയിൽ നിന്നും ഉത്തരവും വാങ്ങി ആശുപത്രിയിലെത്തിച്ചു. ഭയപ്പെടേണ്ട എന്നൊക്കെ ആശ്വസിപ്പിച്ച് മടങ്ങിപ്പോരുമ്പോൾ അവൾ വിളിച്ചു പറഞ്ഞു. "എന്റെ അനുജത്തിയെ നല്ലവണ്ണം നോക്കണേ."

മറുപടി പറയാനാവാതെ തിരിച്ചു നടന്നു. ജീപ്പിലിരിക്കുമ്പോഴും മനസ്സുകൊണ്ട് പ്രാർത്ഥിച്ചു. ആ കുട്ടിക്ക് വേഗം സുഖമാവണേ! മാധ്യമങ്ങൾ ചെറിയ വാർത്ത നൽകി. അനുജത്തിയെ കൊലപ്പെടുത്തിയ മാനസികരോഗിയായ ചേച്ചിയെ മാനസികരോഗചികിത്സാ കേന്ദ്രത്തിൽ പ്രവേശിപ്പിച്ചു.

■

അപഥസഞ്ചാരങ്ങൾ

പൊലീസ് സ്ഥലത്തെത്തുമ്പോൾ കാണുന്ന രംഗം മൂന്നാളുകൾ വെട്ടുംകുത്തുമേറ്റ് മരിച്ചുകിടക്കുന്നു. റിട്ടയർ ചെയ്ത ഒരു സ്കൂൾ മാഷ് രാജപ്പൻ. അദ്ദേഹത്തിന്റെ പത്നി ജഗദമ്മ. ഇവരുടെ അയൽക്കാരനായ ഒരു യുവാവ് ജോസ്. ചോരയിൽ കുളിച്ചുകിടക്കുന്ന കാഴ്ച കണ്ടുനിൽക്കുന്നതല്ലാതെ ആരും അടുത്തേക്ക് വരുന്നില്ല. നാട്ടുകാരായ കുറേ ആളുകൾ കൂടിനിൽക്കുന്നുമുണ്ട്. ആൾക്കാരെ വകഞ്ഞുമാറ്റി ഇൻസ്പെക്ടർ ജോൺസനും സംഘവും അടുത്തു ചെന്നു നോക്കുമ്പോൾ ജോസ് എന്ന ചെറുപ്പക്കാരന് ജീവനുണ്ടായിരുന്നു. വേഗം ഒരു ആംബുലൻസ് വരുത്തി ജോസിനെ ആശുപത്രിയിലേക്ക് അയച്ചു.

എഫ്.ഐ.ആർ. രജിസ്റ്റർ ചെയ്യാൻ ഏർപ്പാടുകളുണ്ടാക്കി. കാഴ്ചക്കാരായി നിന്നവരിൽ ചിലരെ വിളിച്ച് വിവരങ്ങൾ അന്വേഷിച്ചു. മാഷിനേയും കുടുംബത്തേയും അറിയാമെന്നും അദ്ദേഹത്തിനു ശത്രുക്കളായി ആരുമുണ്ടായിരുന്നില്ലെന്നും ഭാര്യ ജഗദമ്മ ആളുകളുമായി നല്ല സ്നേഹബന്ധം പുലർത്തിയിരുന്നുവെന്നും മാഷിനേക്കാൾ പ്രായക്കുറവുണ്ടായിരുന്നു എന്നും ഒരു മകനുള്ളത് എൻജിനീയറിംഗിന് ഹോസ്റ്റലിൽ നിന്ന് പഠിക്കുകയാണെന്നും മാഷ് പൊതുപ്രവർത്തകനും സ്ഥലത്തെ ഒരു വായനശാലയിലാണ് കൂടുതൽ സമയം ചെലവഴിക്കാറുള്ളതെന്നും ഡിഗ്രി പഠനം കഴിഞ്ഞ് ഒരു തൊഴിലിനു വേണ്ടി ശ്രമിക്കുകയായിരുന്നു ജോസ് എന്നും ജോസിന് ആ വീടുമായി നല്ല അടുത്ത ബന്ധം ഉണ്ടായിരുന്നു എന്നും മറ്റുമുള്ള വിവരങ്ങളാണ് ലഭ്യമായത്.

സംഭവം കണ്ടതായി പറയാൻ ആരും മുന്നോട്ടു വന്നില്ല. പലരും അവരവരുടെ ഭാവനയ്ക്കനുസരിച്ച് കഥകളുണ്ടാക്കി. വൈകാതെ എഫ്.ഐ.ആറിന്റെ കോപ്പിയുമായി എ.എസ്.ഐയും പാർട്ടിയും സ്ഥലത്തെത്തി.

സ്ഥലവാസികളുടെയും ബന്ധുക്കളുടെയും സാന്നിധ്യത്തിൽ ഇൻക്വസ്റ്റ് നടപടികൾ ആരംഭിച്ചു. ആദ്യം രാജപ്പൻമാഷിന്റെ മൃത ദേഹത്തിന്റേതാണ് എഴുതിത്തുടങ്ങിയത്. കഴുത്തിൽ ആഴത്തിലുള്ള മുറിവ് ഏതോ മൂർച്ചയുള്ള ആയുധംകൊണ്ട് വെട്ടിയ നിലയി ലുള്ളത്. ശരീരത്തിൽ മറ്റു മുറിവുകളൊന്നും കാണപ്പെട്ടില്ല. തുടർന്ന് എഴുതാൻ എ.എസ്.ഐയെ ചുമതലപ്പെടുത്തിയശേഷം ജഗദമ്മ യുടെ മൃതശരീരത്തിന്റെ ഇൻക്വസ്റ്റ് തയ്യാറാക്കാനുള്ള നിർദ്ദേശം നൽകി. ജഗദമ്മയുടെ കൈത്തണ്ടകളിൽ രണ്ടു പിളർന്ന മുറിവുകളും തലയിൽ വെട്ടിപ്പിളർന്ന രീതിയിലുള്ള മുറിവുകളുമാണ് കാണ പ്പെട്ടത്. കൈത്തണ്ടയിൽ കാണപ്പെട്ട മുറിവുകൾ ചെറുത്തുനിൽ ക്കാൻ ശ്രമിച്ചപ്പോഴുണ്ടായതാകണം എന്നും അതു കഴിഞ്ഞാണ് തലയിൽ വെട്ടേറ്റതെന്നും അനുമാനിച്ചു. അതും എസ്.ഐ. എഴുതി ത്തുടങ്ങി.

ഇൻസ്പെക്ടർ പരിസരമെല്ലാം സൂക്ഷ്മമായി നിരീക്ഷിച്ചു. മാഷിന്റെ വീട്ടിൽനിന്നും 50 മീറ്റർ വടക്കുമാറിയാണ് സംഭവം. അവിടെനിന്നും റോഡിലേക്ക് 300 മീറ്റർ കൂടെ മുന്നോട്ടു പോകണം. ഒന്നുകിൽ മാഷ് വീട്ടിൽനിന്നും ഇറങ്ങി റോഡിലേക്ക് നടക്കുമ്പോഴാ വണം ആക്രമണം നടന്നത്. അതു കണ്ടു വന്നു തടയാൻ ശ്രമിച്ച ജഗദമ്മയെയും ആക്രമിച്ചതാകണം. മാഷിന്റെ അയൽക്കാരനായ ജോസും ഒരുപക്ഷേ ബഹളം കേട്ട് ഓടിവന്നപ്പോൾ ആക്രമിക്ക പ്പെട്ടതാകണം. അവിടമാകെ ചോര വീണുകിടക്കുന്നതല്ലാതെ ആക്ര മിക്കാൻ ഉപയോഗിച്ച ആയുധമൊന്നും കണ്ടെത്താനായില്ല. ആക്ര മണത്തിനു കാരണമെന്തെന്നോ ആരാണ് ആക്രമിച്ചതെന്നോ കണ്ടെ ത്താനുതകുന്ന ഒരു തെളിവും കണ്ടെത്താനാവാതെ പരതി.

റോഡിലേക്ക് ഇറങ്ങാൻ മാഷും ജോസിന്റെ വീട്ടുകാരും മാത്രം ഉപയോഗിക്കുന്ന വഴിയിലാണ് സംഭവം. അവിടെനിന്നും റോഡിലേ ക്കിറങ്ങി ഒരു 100 മീറ്റർ തെക്കു മാറിയാണ് ഒരു കടമുറിയുള്ളത്. അവിടെയെത്തി അന്വേഷിച്ചതിൽ മോഹനൻപിള്ള നടത്തുന്ന കട യാണെന്നും രാവിലെ ഏഴരയ്ക്ക് കട തുറന്നു എന്നും അടുത്തുള്ള ഒന്നുരണ്ടുപേർ പാലും പഴവും മറ്റും വാങ്ങിക്കൊണ്ടുപോയതല്ലാതെ അപരിചിതരായ ആരെങ്കിലും അവിടെ വന്നതായി കണ്ടില്ലെന്നും സാധനം വാങ്ങാൻ വന്നവരിൽ ശ്രീധരൻ പട്ടാളം മാത്രമാണ് കുറച്ചു നേരം അവിടെ തങ്ങിയതെന്നും ഒരു സോഡ വാങ്ങിക്കഴിച്ചിട്ട് വയ റ്റിനു നല്ല സുഖമില്ലയെന്ന് പറഞ്ഞശേഷം മുന്നിലുള്ള ബഞ്ചിലി രുന്നു പത്രം വായിച്ചു എന്നും പിന്നീട് എങ്ങോട്ടു പോയിയെന്ന് കണ്ടില്ലെന്നും മോഹനൻ പിള്ള പറഞ്ഞു.

ഫിംഗർ പ്രിന്റ് ബ്യൂറോക്കാരും ഡോഗ് സ്ക്വാഡും സ്ഥലത്തെത്തി. അവർക്കു വേണ്ട നിർദ്ദേശങ്ങൾ നൽകിയശേഷം ശ്രീധരനെ കണ്ടു ചോദിക്കാനായി മുന്നോട്ടു നടന്നു. ഗേറ്റ് കടന്ന് വീട്ടിലെത്തുമ്പോൾ ഭാര്യയും മകളുമാണുണ്ടായിരുന്നത്. അവരോടു ചോദിച്ചതിൽ ശ്രീധരൻ രാവിലെ കടയിൽ പോവുക പതിവാണെന്നും ഇന്നും കടയിൽ പോയിട്ട് തിരികെ വന്നു മുറിയിൽ കയറി വേഷം മാറി വയറ്റിനു സുഖമില്ല, ഡോക്ടറെ കാണാൻ ആശുപത്രിയിൽ പോകുന്നു എന്നു പറഞ്ഞു പോയിയെന്നും ഭാര്യ സുമതിയും മകൾ ശ്രീജയും പറഞ്ഞു. ശ്രീജ പഠനം കഴിഞ്ഞ് ചില വീടുകളിൽ ട്യൂഷനെടുക്കാനും മറ്റും പോകാറുണ്ട് എന്നും പറഞ്ഞു. തിരിച്ചെത്തി മാഷിന്റെ അടുത്തു താമസക്കാരായ ജോസിന്റെ വീട്ടിലെത്തുമ്പോൾ ജോസിന്റെ ജ്യേഷ്ഠൻ സക്കറിയ ആകെ കോപാകുലനായി നിൽക്കുന്നുണ്ടായിരുന്നു. അയാളെ വിളിച്ചു ചോദിച്ചതിൽ, "അവനോട് പലവട്ടം പറഞ്ഞിട്ടുള്ളതാ ആ വീടുമായിട്ടുള്ള സഹകരണം വേണ്ടാ വേണ്ടായെന്ന്. ഇപ്പോഴെന്തായി? ഞാൻ പറഞ്ഞതുപോലെ സംഭവിച്ചില്ലേ?"

അയാളെ സമാധാനിപ്പിച്ച് ചോദിച്ചതിൽ അമ്മയുടെ നിലവിളി കേട്ടാണ് ഞാൻ എഴുന്നേറ്റു വന്നത്. അടിപിടി നടക്കുന്നു എന്നും ജോസും അവിടെ പോയിട്ടുണ്ട് എന്നും പറഞ്ഞു. അപ്പൻ അങ്ങോട്ടു പോയിട്ടുണ്ടെന്നു പറഞ്ഞതിനാൽ ഞാനും ഓടി അവിടെയെത്തി. മാഷും ഭാര്യയും മുറിവേറ്റു കിടക്കുന്നതും അല്പം മാറി വയറ്റിൽ പിടിച്ചുകൊണ്ട് ഒരു കല്ലിൽ ഇരിക്കുന്ന നിലയിലായിരുന്നു. ജോസ് അടുത്തു ചെന്നു നോക്കിയതിൽ ഒന്നുമില്ല, ഒന്നുമില്ലായെന്ന് അവൻ പറയുന്നുണ്ടെങ്കിലും ചോര വാർന്ന് അവശനായിരുന്നു. പൊലീസ് സ്ഥലത്തെത്തി. ഒരു ആംബുലൻസ് വരുത്തി.

ഞാൻ എടുത്ത് അവിടെയെത്തിയ ആംബുലൻസിൽ കയറ്റി അയച്ചു എന്നും അപ്പൻ കൂടെ പോയിട്ടുണ്ട് എന്നും പറഞ്ഞു. താൻ എന്താ കൂടെ പോകാത്തത് എന്ന ചോദ്യത്തിന് കൈയിൽ പൈസ ഒന്നുമുണ്ടായിരുന്നില്ല. എന്തെങ്കിലും ആഭരണം കൊണ്ട് പണയം വെയ്ക്കാമെന്നു കരുതി വീട്ടിലെത്തിയതാണ് എന്നും പറഞ്ഞു.

അയാളുടെ സ്റ്റേറ്റ്മെന്റും വാങ്ങി സംഭവസ്ഥലത്തെത്തുമ്പോഴാണ് ആ ദുഃഖവാർത്തയെത്തിയത്. ജോസും മരണമടഞ്ഞു. വേഗം ഇൻക്വസ്റ്റ് നടപടികൾ പൂർത്തിയാക്കി രണ്ടു മൃതശരീരങ്ങളും പോസ്റ്റുമോർട്ടപരിശോധനയ്ക്കും അയച്ചു. എസ്.ഐയെയും എ.എസ്.ഐയേയും അതുവരെയുള്ള അന്വേഷണങ്ങളുടെ എഫ്.ഐ.ആർ. സ്റ്റേറ്റ്മെന്റുകളും വ്യക്തമായി എഴുതിവെക്കാൻ നിർദ്ദേശിച്ച

ശേഷം സ്റ്റേഷനിൽ ചെന്ന് ഒരു ഹെഡ്കോൺസ്റ്റബിളിനെയും രണ്ടു പൊലീസുകാരെയും കയറ്റി ആശുപത്രിയിലെത്തി. ജോസിന്റെ മൃത ശരീരം ഏറ്റുവാങ്ങി ഇൻക്വസ്റ്റ് തയ്യാറാക്കി പോസ്റ്റുമോർട്ടം പരി ശോധനയ്ക്കായി റിക്വസ്റ്റു നൽകി.

പരിചയക്കാരും ബന്ധുക്കളും ഉൾപ്പെടെ വലിയൊരു ജനക്കൂട്ടം ആശുപത്രി പരിസരത്ത് തിങ്ങിക്കൂടി. അക്കൂട്ടത്തിലുണ്ടായിരുന്ന ആളാണ് ഒരു സംശയം പറഞ്ഞത്.

"സാർ, ഇന്നലെ രാത്രി ഒരാൾ എന്റെ മകളെപ്പറ്റി അനാവശ്യം പറഞ്ഞുണ്ടാക്കുന്നവരോട് ഞാൻ പകരം ചോദിക്കും എന്നും ജീവ നോടെ വെച്ചേക്കില്ല എന്നും ഷാപ്പിൽ വെച്ച് ഉറക്കെ പറയുന്നതു കേട്ടു. പക്ഷേ, അതും ഈ കൊലപാതകങ്ങളും തമ്മിൽ ബന്ധ മുണ്ടോയെന്ന് അറിയില്ലെന്നും ആളെ കണ്ടില്ലെങ്കിലും മാഷിന്റെ വീടിനടുത്തു താമസക്കാരനായ ആളാണെന്നും എന്നോടൊപ്പമുള്ള വർ പറഞ്ഞു. അയാളുടെ മകൾ സീരിയലിൽ അഭിനയിക്കാൻ പോകുന്ന കുട്ടിയാണെന്നുമൊക്കെ വിളിച്ചു പറയുന്നുണ്ടായിരുന്നു."

അവിടെനിന്നും ലഭിച്ച സൂചനകളൊക്കെ കുറിച്ചുവെച്ചു.

ആശുപത്രിയിൽനിന്നും പോരുമ്പോൾ സന്ധ്യ മയങ്ങിത്തുടങ്ങി യിരുന്നു. ആരാണീ ക്രൂരത കാട്ടിയതെന്നറിയാൻ നാനാഭാഗത്തു നിന്നും ഫോൺവിളികൾ എത്തിക്കൊണ്ടിരുന്നു. മറുപടി പറഞ്ഞു മടുത്തപ്പോൾ മേലാധികാരികളെ വിളിച്ച് വിവരം ധരിപ്പിച്ചശേഷം അന്വേഷണങ്ങൾക്കായി പുറപ്പെട്ടു.

കള്ളുഷാപ്പിൽ നടത്തിയ അന്വേഷണങ്ങളിൽ തലേന്നു രാത്രി പട്ടാളം എന്നു വിളിക്കുന്ന ശ്രീധരൻ എന്നയാൾ കുടിച്ച് ലക്കില്ലാതെ ആരെയോ അടിക്കും എന്നോ പകരം വീട്ടും എന്നോ ഒക്കെ പറഞ്ഞ് ബഹളം വെച്ചു എന്നും മിക്കവാറും ദിവസങ്ങളിലും ഇങ്ങനെ ബഹളം വെയ്ക്കാറുണ്ടെന്നും മാത്രമല്ല, അയാളുടെ മകൾ കോളേ ജിൽ പഠിക്കാനെന്നു പറഞ്ഞ് വീട്ടിൽനിന്നിറങ്ങീട്ട് ആരുടെയൊ ക്കെയോ ബൈക്കിൽ കയറി കറങ്ങിനടക്കുന്നതായും മകളുടെ കാര്യം ആരെങ്കിലും ചോദിച്ചാൽ അവരെ തെറി വിളിക്കാറുണ്ട് എന്നും മറ്റുമുള്ള വിവരങ്ങളാണ് അവിടെനിന്നും ലഭിച്ചത്.

നേരെ ജോസിന്റെ വീട്ടിലെത്തി. കുറെ ആൾക്കാർ കൂടിനിൽക്കു ന്നുണ്ടായിരുന്നു. ജോസിന്റെ ജ്യേഷ്ഠൻ സക്കറിയയെ വിളിച്ചു രഹസ്യമായി മാറ്റിനിറുത്തി സംസാരിച്ചതിൽ പട്ടാളത്തിന്റെ മകൾ ലീലയുടെ ചില അശ്ലീലചിത്രങ്ങൾ ആരോ സോഷ്യൽ മീഡിയ യിൽ പ്രചരിപ്പിച്ചു. ഞാനും അതു കണ്ടിരുന്നു. അക്കാര്യം ഞാൻ മാഷിനോട് പറഞ്ഞു. മാഷ് ആ കുട്ടിയെ ഉപദേശിക്കാം എന്നും

പൊലീസിൽ പരാതിപ്പെട്ട് അതിന്റെ പിന്നിലുള്ളവരെ കണ്ടെത്തി നടപടി സ്വീകരിക്കാം എന്നും മറ്റും പറഞ്ഞു. ഇനി അക്കാര്യം മാഷ് പട്ടാളത്തോട് ചോദിച്ചെങ്കിൽ അതിന്റെ വിരോധംകൊണ്ട് പക തീർത്തതാണോ എന്ന് സംശയമുണ്ടെന്നാണ് പറഞ്ഞത്.

"സക്കറിയായ്ക്ക് മാഷിന്റെ വീട്ടുകാരോട് വിരോധം ഉണ്ടായിരുന്നു എന്നും ഈ കൊലയ്ക്ക് പിന്നിൽ സക്കറിയയുടെ വീട്ടുകാരാണെന്നും പറഞ്ഞുകേട്ടതിൽ സത്യമുണ്ടോ?"

"ഇല്ല സാർ. മാഷിന്റെ വീട്ടുകാരോട് വിരോധമുണ്ടെങ്കിൽ ജോസിനെ ഞങ്ങൾ കൊല്ലുന്നതെന്തിനാണ്?"

"ജോസ് മാഷിന്റെ വീടുമായി കൂടുതൽ അടുപ്പം വേണ്ട എന്നു പറഞ്ഞ് നിങ്ങൾ ജോസിനെ വഴക്കുപറഞ്ഞിട്ടില്ലേ?"

"ഉണ്ട് സർ. അതിന്റെ കാര്യം മാഷിനേക്കാൾ ഏറെ പ്രായം കുറവാണ് മാഷിന്റെ ഭാര്യ ജഗദമ്മയ്ക്ക്. പല രാത്രികളിലും ജോസ് വളരെ വൈകിയാണ് മാഷിന്റെ വീട്ടിൽനിന്നും വരാറുള്ളത്. സ്ത്രീകളുടെ ഇടയിൽ അതൊരു ചർച്ചാവിഷയം ആയി മാറുന്നതുകണ്ട് ഞാൻ ജോസിനെ താക്കീത് നൽകിയിരുന്നു. അതല്ലാതെ അതേക്കുറിച്ച് മാഷിനോടോ വീട്ടുകാരോടോ പ്രത്യേകം വഴക്കോ പിണക്കമോ ഉണ്ടായിട്ടില്ല. അയാൾ പറഞ്ഞ കാര്യങ്ങളും കുറിച്ചെടുത്ത് അവിടെനിന്നും മടങ്ങി."

അടുത്ത ദിവസം പോസ്റ്റുമോർട്ടം കഴിഞ്ഞ് മൂന്നു മൃതശരീരങ്ങളും വീടുകളിലെത്തിച്ചതിനാൽ നാട്ടുകാരൊന്നടങ്കം അവിടെ കൂടിയിരുന്നു. രഹസ്യമായി വിവരങ്ങൾ ശേഖരിക്കാനായി പൊലീസുകാരെ ചുമതലപ്പെടുത്തിയിരുന്നു. ഉച്ചകഴിഞ്ഞ് പൊലീസുകാർ ആണ് വന്ന് ആ വിവരം കൈമാറിയത്. ഇത്രയേറെ ആളുകൾ അവിടെയെത്തിയെങ്കിലും പട്ടാളം ശ്രീധരന്റെ വീട്ടുകാർ ആരും തന്നെ അവിടെ എത്തിയിരുന്നില്ല. അക്കാരണംകൊണ്ടുതന്നെ അയാളെ ചിലർ സംശയിച്ചു പറഞ്ഞു എന്ന്.

രാത്രി പത്തു മണി കഴിഞ്ഞാണ് ശ്രീധരന്റ വീട്ടിലെത്തിയത്. രാവിലെ സുഖമില്ലെന്നു പറഞ്ഞ് ആശുപത്രിയിൽ പോയതാണെന്നും അതിനുശേഷം മടങ്ങിയെത്തിയില്ലെന്നും ഭാര്യ പറഞ്ഞു. ശ്രീധരന് ആരോടെങ്കിലും വിരോധമുണ്ടായിരുന്നോ എന്ന ചോദ്യത്തിന് അറിയില്ല എന്നാണ് ഉത്തരം നൽകിയത്. അകത്തെ മുറിയിൽനിന്നും ഇറങ്ങിവന്ന ലീലയെന്ന പെൺകുട്ടിയാണ് പറഞ്ഞത്, "സാർ, ഞങ്ങളുടെ കുടുംബത്തെ കുറെ നാളായി നാട്ടുകാർ വേട്ടയാടുകയാണ്. അതിനു കാരണം എന്നെ ഒരാൾ ചതിച്ചു. സ്നേഹമാണെന്ന് പറഞ്ഞ് അടുത്തുകൂടി സിനിമയിൽ അവസരം ഒരുക്കിത്തരാം എന്നും മറ്റും പറയുകയും കൂടാതെ വിവാഹം കഴിക്കാം

എന്ന് ഉറപ്പു പറഞ്ഞതിന്റെ അടിസ്ഥാനത്തിൽ അയാളോടൊപ്പം പല സ്ഥലങ്ങളിൽ കറങ്ങി നടന്നു. എന്റെ കുറേ ചിത്രങ്ങളും അയാൾ എടുത്തിരുന്നു. അയാൾ എന്നെ ചതിക്കും എന്നു മനസ്സിലാക്കിയ തോടെ അയാളെ ഒഴിഞ്ഞുപോകാൻ അനുവദിക്കില്ലെന്നു ഞാനും പറഞ്ഞു. അതിനു പകം വീട്ടിയത് എന്റെ കുറേ ഫോട്ടോകൾ മോർഫ് ചെയ്ത് സോഷ്യൽ മീഡിയയിൽ പ്രദർശിപ്പിച്ചു. അത് സത്യമാണെന്ന് വിശ്വസിച്ച നാട്ടുകാരിൽ ചിലർ അതേറ്റുപിടിച്ചു. അച്ഛന്റെ ചെവിയിലും അക്കാര്യമെത്തി. അതോടെ അച്ഛൻ ആകെ അസ്വസ്ഥനായി. മാഷിന്റെ വീട്ടുകാർക്കും ഇക്കാര്യത്തിൽ പങ്കു ണ്ടെന്നും മറ്റും അച്ഛൻ ഉറക്കെ വിളിച്ചുപറയുന്നതു കേട്ടിട്ടുണ്ട്. പക്ഷേ, അച്ഛൻ ആരെയും കൊല്ലുമെന്നു ഞാൻ വിശ്വസിക്കുന്നില്ല."

"ശരി. ശ്രീധരൻപിള്ള എപ്പോൾ വന്നാലും എന്നെ വന്നു കാണാൻ പറയണം" എന്ന നിർദ്ദേശം നൽകി. അവിടെനിന്നും മടങ്ങി.

ശ്രീധരൻ പോകാനിടയുള്ള ഇടങ്ങളിലെല്ലാം രഹസ്യമായും അല്ലാതെയും അന്വേഷണങ്ങൾ നടത്തിക്കൊണ്ടിരുന്നു. പല അഭി പ്രായപ്രകടനങ്ങളും പല കോണിൽനിന്നുമുയർന്നു എങ്കിലും മാഷിന്റെ അയൽക്കാർക്ക് ഇതിൽ പങ്കില്ലയെന്ന് ഉറപ്പിച്ചു.

പട്ടാളത്തിന്റെ തിരോധാനത്തോടെ സംശയം അയാളുടെ നേർ ക്കായി അയാളെ കണ്ടെത്താനുള്ള ശ്രമങ്ങൾ നടക്കുന്നതിനിടെ യാണ് പട്ടാളത്തിന്റെ മകൾ ലീല ആ വിവരം പറഞ്ഞത്.

"തന്നെ ചതിച്ച അരുണിനെ കണ്ടെത്തി അച്ഛൻ അയാളെ പൊതിരെ തല്ലി. ഓടിപ്പോയ അയാൾ പകരം വീട്ടും എന്നു പറഞ്ഞി ട്ടാണ് പോയത്. അടുത്ത ദിവസം അയാൾ വരുമെന്ന സംശയം ഉണ്ടായിരുന്നതിനാൽ അച്ഛനും കരുതിയാണിരുന്നത്. അന്നു രാവിലെ പതുവുപോലെ അച്ഛൻ കടയിലേക്ക് പോയ സമയത്താണ് അരുണും മറ്റൊരാളുംകൂടെ വീട്ടിലെത്തിയത്. അച്ഛൻ എവിടെയെന്ന ചോദ്യത്തിന് റോഡിലെവിടെയോ പോയിയെന്ന് അമ്മ പറഞ്ഞ ഉടനെ അവർ കടയിലേക്കു പോയി. കുറേ സമയം കഴിഞ്ഞാണ് അച്ഛൻ വീട്ടിലെത്തി ഷർട്ടും മുണ്ടുമുടുത്ത് ആശുപത്രിയിലേക്ക് എന്നു പറഞ്ഞു പോയത്. പിന്നീടാണ് മാഷിനെ ആരോ കുത്തി യെന്നും തടയാൻ വന്നവരെയും കുത്തിയെന്നൊക്കെ കേട്ടത്. നാട്ടി ലെല്ലാവരും അച്ഛനെ സംശയിക്കുന്നുണ്ടെന്നു കരുതിയാണ് അച്ഛൻ ഒളിവിൽ പോയത്. ഇന്നലെ രാത്രിയാണ് അച്ഛൻ ഒരാളോട് പറഞ്ഞ് ഞങ്ങളെ അറിയിച്ചത്. അച്ഛനല്ല അത് ചെയ്തത് എന്നും തന്റെ പിന്നാലെ വന്ന അവരെ കണ്ട് ഭയന്ന് മാഷിന്റെ വീട്ടിലേക്ക് ഓടി ക്കയറിയെന്നും പിന്നാലെ വന്നവരെ തടയാൻ ശ്രമിച്ച മാഷിനെയും

ജോസിനെയും അവർ കുത്തുന്നതുകണ്ട് വീടിന്റെ പിന്നിലൂടെ ഓടി വീട്ടിലെത്തി ഡ്രസ് മാറി പോയതെന്നും അറിയിച്ചത്."

ലീല പറഞ്ഞുതന്ന അരുണിന്റെ അഡ്രസ്സും താമസസ്ഥലവും മനസ്സിലാക്കി അരുണിനെ ഏറെ പണിപ്പെട്ട് കണ്ടെത്തി അയാളും ശ്രീജിത് എന്നയാളുമായി നാടുവിടാനുള്ള ശ്രമത്തിനിടെയാണ് പിടി കൂടിയത്. രണ്ടാളെയും കസ്റ്റഡിയിലെടുത്ത് ചോദ്യം ചെയ്തതിൽ അവർ രണ്ടാളും കുറ്റസമ്മതം നടത്തി.

"ക്രൂരമായി മർദ്ദിച്ചതിനു പകരം വീട്ടാനായി സ്നേഹിതനുമായി അവിടെ എത്തിയ ഞങ്ങളെക്കണ്ട് ഓടിയ ശ്രീധരന്റെ പിന്നാലെ പോയ ഞങ്ങളെ തടഞ്ഞ പ്രായമുള്ള ആളെയും കണ്ടുവന്ന ചെറുപ്പ ക്കാരനെയും കുത്തിവീഴ്ത്തി. ഒരു മുളവടിയുമായി ഞങ്ങളെ അടി ക്കാനെത്തിയ സ്ത്രീയേയും തലയ്ക്ക് അടിച്ചുവീഴ്ത്തി. ഞങ്ങൾ ആ വീട്ടിനുള്ളിൽ കയറി പരതിനോക്കിയിട്ടും ശ്രീധരനെ കണ്ടെ ത്താനായില്ല. അതിനിടയിൽ ആളുകൾ വരുന്നതുകണ്ട് ഞങ്ങൾ തിരികെ ഓടി വഴിയിൽ വെച്ചിരുന്ന ബൈക്കും എടുത്ത് സ്ഥലം വിട്ടു. ഞങ്ങൾ കറുത്ത കോട്ടും ഹെൽമറ്റും ധരിച്ചിരുന്നതിനാൽ ഞങ്ങളെ ആരും തിരിച്ചറിഞ്ഞതുമില്ല.

രണ്ടുപേരുടെയും കുറ്റസമ്മതമൊഴി രേഖപ്പെടുത്തി. തെളിവുകൾ ശേഖരിച്ചശേഷം റിമാന്റപേക്ഷ സഹിതം അരുണിനെയും ശ്രീജി ത്തിനെയും കോടതിയിൽ ഹാജരാക്കി റിമാന്റ് ചെയ്തു. അന്വേ ഷണങ്ങൾക്കിടെ ലീലയുടെ മൊഴി രേഖപ്പെടുത്തി മറ്റൊരു കേസ് കൂടെ രജിസ്റ്റർ ചെയ്തു. അന്വേഷണങ്ങൾ പൂർത്തിയാക്കി രണ്ടു കേസുകളിലും ചാർജ്ജ്ഷീറ്റ് സമർപ്പിച്ചു.

കോടതി വിചാരണയ്ക്കൊടുവിൽ രണ്ടാൾക്കും തടവും ഒപ്പം തൂക്കിലേറ്റാനും വിധി പുറപ്പെടുവിച്ചു.

■

ചതിയുടെ കാണാപ്പുറങ്ങൾ

വർഷങ്ങൾക്കുമുമ്പ് ആരംഭിച്ച ഒരു പ്രക്രിയ അതിന്റെ പരിണാമ ഗുപ്തിയിലെത്തുമ്പോഴാണ് പുറംലോകം അറിയുന്നത്. ഇക്കാര്യത്തിന് ഒരു എഫ്.ഐ.ആർ. രജിസ്റ്റർ ചെയ്തത് കൊല്ലം ശൂരനാട് പൊലീസ് സ്റ്റേഷനിലാണ്.

പ്രശസ്തമായൊരു നായർ തറവാട്. കൊല്ലും കൊലയും നടത്തി നാട്ടുകാർക്കിടയിൽ ഭീതി പരത്തി വാണിരുന്നൊരു തറവാട്. ആ കുടുംബത്തിനെതിരെ പ്രവർത്തിച്ച യുവാവിനെ കൊന്ന് ഇലക്ട്രിക് പോസ്റ്റിൽ തലകീഴായി കെട്ടിത്തൂക്കിയിട്ടിട്ടും അതിനെതിരെ ശബ്ദിക്കാൻ ഒരു കുഞ്ഞും മുന്നോട്ടു വന്നില്ല. അടിമകളെ തെരുവുവിളക്കിനു പകരം കത്തിച്ചിരുന്ന രാജാക്കന്മാർ വാണ രാജ്യത്തിന്റെ കഥകളെ ഓർമ്മിപ്പിക്കുമാറുള്ളവർ.

മനക്കരതോട്ടത്തിൽ തറവാടിനെക്കുറിച്ച് നാട്ടുകാർക്ക് പറയാൻ കഥകളേറെ. കാലം കഴിഞ്ഞു. ആ തറവാട്ടിൽ ഇപ്പോൾ അവശേഷിക്കുന്നത് അഞ്ചു മക്കളും കാരണവരുടെ സഹോദരിയുടെ മകളും മാത്രം. ആ തറവാട്ടിൽ രണ്ടു മരണങ്ങൾ ഒരു ദിവസം സംഭവിച്ചു. എന്നാണ് നടന്നതെന്ന് അറിയില്ല. സ്റ്റേഷനിൽ മൊഴി നൽകാനെത്തിയത് ഇപ്പോഴത്തെ കാര്യസ്ഥൻ ഗോപാലപിള്ളയാണ്. അയാളുടെ മൊഴിയിൽ ഞാൻ രാവിലെ ഏഴുമണിയോടെ അവിടെയെത്തുമ്പോൾ പണിക്കാരി സരസമ്മ മുറ്റമടിച്ചുകൊണ്ടു നിൽക്കുകയായിരുന്നു. ആരും എണീറ്റില്ലേയെന്ന ചോദ്യത്തിന് ഇല്ലെന്ന് അവർ മറുപടി നൽകി.

ഞാൻ വീടിനുള്ളിൽ കയറി നോക്കുമ്പോൾ ഒരു മുറിയിൽ ശേഖരേട്ടൻ ചലനമില്ലാതെ കിടക്കുന്നു. അടുത്ത മുറിയിൽ ശശിയേട്ടനും. ഞാൻ ജോലിക്കാരിയോട് വിവരം പറഞ്ഞശേഷം നേരേ സ്റ്റേഷനിൽ വന്നതാണ്. മരണകാര്യത്തിൽ സംശയമുണ്ട്.

ഗോപാലപിള്ളയുടെ മൊഴി വിശദമായി രേഖപ്പെടുത്തിയതിൽ മനക്കര തറവാട് കാലാകാലങ്ങളായി ധാരാളം സമ്പത്തുള്ളതായിരുന്നു. ഏക്കർകണക്കിന് തെങ്ങുംപുരയിടങ്ങളുണ്ടായിരുന്നു. അന്നൊക്കെ അതു നോക്കി നടത്തിയിരുന്നത് എന്റെ അച്ഛനായിരുന്നു. അച്ഛന് വയ്യാതായപ്പോഴാണ് എന്നെ അവിടെ കൊണ്ടാക്കിയത്. ഓരോ സ്ഥലത്തും വെട്ടിക്കൂട്ടുന്ന തേങ്ങ അബു എന്ന കൊപ്രക്കച്ചവടക്കാരനാണ് കൊറേശ്ശെയായി കൊണ്ടുപോയിരുന്നത്. ആധാരം എഴുത്ത് പഠിച്ചുകൊണ്ടിരുന്ന എന്റെ ഇരുപത്തിരണ്ടാം വയസ്സിലാണ് അച്ഛൻ ഇവിടെ കൊണ്ടാക്കിയത്. എല്ലാ സ്ഥലങ്ങളും കാട്ടിത്തരികയും കണക്കുകൾ എഴുതേണ്ട രീതിയുമൊക്കെ പഠിപ്പിച്ചുതരുകയും ചെയ്തു.

ഞാൻ അവിടെയെത്തുന്നതിനു മുമ്പ് വലിയ കാരണവർ മരണപ്പെട്ടു. പിന്നെയുള്ളത് അഞ്ച് മക്കൾ. ആർക്കും വലിയ വിദ്യാഭ്യാസമൊന്നും ലഭിച്ചില്ല. അടുത്തുള്ള സ്കൂളിൽ പത്താംതരം വരെ പഠിക്കും. അത്രതന്നെ. മൂത്ത രണ്ടാളും വിവാഹം കഴിച്ചു എങ്കിലും മക്കളുണ്ടാകുംമുമ്പ് ഭാര്യമാർ പിണങ്ങിപ്പോയി. അതിനടുത്ത ആൾ വിവാഹം വേണ്ടെന്നു പറഞ്ഞു. താമസിയാതെ ആത്മഹത്യ ചെയ്യുകയും ചെയ്തു. അതിനുതാഴെയുള്ള ശേഖരൻ മുതലാളിക്കും ശശി മുതലാളിക്കും വിവാഹത്തിൽ താല്പര്യമില്ലായിരുന്നു എന്നു മാത്രമല്ല മദ്യപാനം ശീലമാക്കുകയും ചെയ്തു.

മുതിർന്ന മൂന്നാളും മരണമടഞ്ഞു. ആ കുടുബത്തിൽ പിന്നെയുണ്ടായിരുന്നത് കാരണവരും സഹോദരിയുടെ മകൾ ഗോമതിയെന്ന സ്ത്രീയുമാണ്. കാരണവരുടെ എല്ലാ കഴിവുകളും ഉണ്ടായിരുന്നത് ഗോമതിയമ്മയ്ക്കാണ്. ആ സ്ത്രീയുടെ ശബ്ദം ഉയർന്നു കേട്ടാൽ എല്ലാവരും പഞ്ചപുച്ഛമടക്കി നിൽക്കും. എതിർത്തുള്ള വാക്കു പറയാൻ ആരും തുനിയില്ല. കല്യാണം കഴിക്കാതിരുന്നതിന്റെ കെറുവാണ് അവർ മറ്റുള്ളവരോട് കാണിച്ചിരുന്നത്. ആ സ്ത്രീ അറിയാതെ ഒരിലപോലും അവിടെ അനങ്ങില്ല. ഇടയ്ക്കിടയ്ക്ക് ഉഴിച്ചിലിനും പിഴിച്ചിലിനുമായി അകലെയുള്ള ഒരു വൈദ്യന്റെ ആശ്രമത്തിൽ പോകും. ഏഴു നാൾ കഴിഞ്ഞേ മടങ്ങിവരൂ. ഈ സംഭവം നടക്കുമ്പോൾ അവർ സ്ഥലത്തില്ലായിരുന്നു. ഞാൻ ഇന്നലെ വൈകീട്ട് അഞ്ചുമണിയോടെയാണ് അവിടെനിന്നും പോയത്. പിന്നീട് അവിടെ എന്താണുണ്ടായതെന്ന് എനിക്കറിയില്ല.

എഫ്.ഐ.ആർ. രജിസ്റ്റർ ചെയ്തുകഴിഞ്ഞതോടെ ഇൻസ്പെക്ടറെ വിവരം അറിയിച്ചശേഷം എസ്.ഐയും പാർട്ടിയും സംഭവസ്ഥലത്തേക്കു തിരിച്ചു. മരണകാര്യത്തിൽ സംശയമുണ്ടെന്ന്

അറിയിച്ചതിനാൽ ഫിംഗർ പ്രിന്റ് ബ്യൂറോയും മറ്റും സന്ദേശങ്ങൾ അയച്ചശേഷം ഇൻസ്പെക്ടറും സ്ഥലത്ത് എത്തി. സ്ഥലവാസികളായ അഞ്ചുപേരെ മാറ്റിനിർത്തി അവരുടെ സാന്നിധ്യത്തിൽ ഇൻക്വസ്റ്റ് നടപടികൾ ആരംഭിക്കാൻ എസ്.ഐയ്ക്ക് നിർദ്ദേശം നൽകി. രണ്ടു വലിയ മുറികളിൽ കട്ടിലിൽ മലർന്നുകിടക്കുന്ന നിലയിലാണ് മൃതശരീരങ്ങൾ കാണപ്പെട്ടത്. ജനാലകൾ അടഞ്ഞുകിടക്കുന്നതിനാൽ വെളിച്ചം കുറവായിരുന്നു. ആ മുറിയിൽ പ്രവേശിക്കുമ്പോൾ ഒരു ദുർഗന്ധം അനുഭവപ്പെട്ടു. മദ്യത്തിന്റേതായിരിക്കുമെന്ന് ആദ്യം കരുതിയെങ്കിലും മറ്റെന്തിന്റെയോ ഗന്ധമാണെന്നു തോന്നി. ശരീരത്തിൽ മുറിവോ ചതവോ ഒന്നും കാണപ്പെട്ടില്ല. മുറികളാകെ പരതിയെങ്കിലും ആത്മഹത്യാകുറിപ്പോ വിഷവസ്തുക്കളോ ഒന്നും കണ്ടെത്താനായില്ല.

വന്നുകൂടിയ നാട്ടുകാർക്കും പ്രത്യേകിച്ച് സംശയങ്ങൾ ഒന്നും പറയാനുമായില്ല. അപരിചിതരായി ആരും അവിടെ വന്നിട്ടില്ലെന്നും പക്ഷേ, ആ രാത്രിയിൽ രണ്ടുപേർ എങ്ങനെ മരണപ്പെട്ടു എന്ന സംശയമായിരുന്നു അവർക്ക്. യക്ഷിയും മാടനുമൊക്കെ അധിവസിക്കുന്ന ഇടമാണെന്നും ഇനി അങ്ങനെ വരാൻ സാധ്യതയുണ്ടെന്നും വെറുതെ ചിലർ കമന്റുകൾ പാസാക്കുകയും ചെയ്തു.

ഈ തറവാട്ടിൽ എന്തു നടന്നാലും നാട്ടുകാർ ആരും തിരിഞ്ഞു നോക്കില്ലെന്നും കാരണം നാട്ടുകാരുമായി ഒരു സഹകരണവും ഇല്ലാത്ത കൂട്ടരാണിവിടുള്ളതെന്നും ഭൂരിപക്ഷത്തിന്റെ അഭിപ്രായമായിരുന്നു. ആ വീട്ടിൽ ആദ്യമെത്തിയതെന്നു പറഞ്ഞ ജോലിക്കാരി സരസമ്മയോടു ചോദിച്ചതിൽ കഴിഞ്ഞ പത്തു വർഷമായി താൻ ഇവിടെ ജോലി ചെയ്യുകയാണെന്നും മറ്റു രണ്ടുപേർകൂടി പുറംപണിക്കും മറ്റുമായി വരാറുണ്ട് എന്നും ഇവിടത്തെ ഗോമതിത്തമ്പുരാട്ടി സ്ഥലത്തില്ലാതിരുന്നതിനാലാണ് രാത്രി ഇവിടെ തങ്ങാതിരുന്നത് എന്നും മിക്കവാറും രാത്രികളിൽ രണ്ടു തമ്പുരാക്കന്മാരും മദ്യപാനവും ബഹളവും ആയിരിക്കും എന്നും എല്ലാം ഒരുക്കിക്കൊടുക്കുന്നത് കാര്യസ്ഥനാണെന്നും ചെലവിന് പണം കണ്ടെത്തുന്നത് വസ്തുവകകൾ വിറ്റിട്ടാണെന്നും മുമ്പ് താനിവിടെ വന്നപ്പോഴുണ്ടായിരുന്ന വസ്തുവകകൾ ഇപ്പോൾ ഇല്ലായെന്നും പറഞ്ഞു.

പ്രമാണങ്ങളെല്ലാം കൈവശമുണ്ടെങ്കിലും തമ്പുരാട്ടിക്ക് പോലുമറിയില്ല ഏതു വസ്തു എവിടെ കിടക്കുന്നു എന്ന്. അതുകൊണ്ടു തന്നെ കണ്ട വിലയ്ക്ക് വസ്തുക്കൾ കൈമാറിയിരുന്നു. എല്ലാറ്റിനും കൂട്ട് കാര്യസ്ഥനും. പണിക്കാരൻ കുട്ടന്റെ അഭിപ്രായവും ഇതുതന്നെയായിരുന്നു. കാര്യസ്ഥനാണ് ഇവിടത്തെ എല്ലാ കാര്യങ്ങളും

നിയന്ത്രിക്കുന്നത്. ഗോമതി തമ്പുരാട്ടിയെ എല്ലാവർക്കും പേടിയാണെങ്കിലും വീടിന് പുറത്തു നടക്കുന്ന കാര്യങ്ങളൊന്നും അവർക്ക് കാര്യമായി അറിയില്ലല്ലോ. ചെലവിനുള്ള പണത്തിനെന്നു പറഞ്ഞ് തമ്പുരാട്ടിയും വസ്തുക്കൾ വിൽക്കാറുണ്ട്. പക്ഷേ, അവരുടെ കൈയിൽനിന്നും പണം ഏതുവഴിക്കാണ് ചോരുന്നതെന്ന് ആർക്കുമറിയില്ല. രണ്ടു തമ്പുരാക്കന്മാർക്കും മദ്യം കിട്ടിയാൽ മാത്രം മതി. അതിനുവേണ്ടി ചിലപ്പോഴൊക്കെ ഇവിടെത്തന്നെ കോട തയ്യാറാക്കി ചാരായം വാറ്റുമായിരുന്നു. എക്സൈസും പൊലീസുമൊന്നും ഇവിടെ തിരിഞ്ഞുനോക്കുകപോലുമില്ലായിരുന്നു.

ഇതുവരെ പുറത്തു നടത്തിയ അന്വേഷണങ്ങളിൽനിന്നും ഈ രണ്ടു മരണങ്ങളെക്കുറിച്ചും പ്രത്യേകിച്ചൊരു സൂചനയും നൽകാൻ ആർക്കും കഴിഞ്ഞില്ല. ഇൻക്വസ്റ്റ് നടപടികൾ പൂർത്തിയാക്കി മൃതശരീരങ്ങൾ പോസ്റ്റുമോർട്ടം പരിശോധനയ്ക്കായി കൊല്ലം ജില്ലാ ആശുപത്രിയിലേക്ക് അയച്ചു.

അടുത്ത ദിവസം രാവിലെയാണ് രണ്ടു മൃതശരീരങ്ങളും പോസ്റ്റുമോർട്ടം പരിശോധന കഴിഞ്ഞ് വീട്ടിലെത്തിച്ചത്. വലിയ ജനക്കൂട്ടമൊന്നും ഉണ്ടായിരുന്നില്ലെങ്കിലും ഗോമതിത്തമ്പുരാട്ടി കൂടെ എത്തിയതോടെ തൊട്ടടുത്ത പുരയിടത്തിൽ രണ്ടു മൃതശരീരങ്ങളും സംസ്കരിച്ചു. ബോഡി എടുക്കാൻ നേരം ഏതു ദുഷ്ടന്മാരാണ് എന്റെ കൂടപ്പിറപ്പുകളോട് ഈ ചതി ചെയ്തത് എന്ന് തമ്പുരാട്ടി വിളിച്ചുകരഞ്ഞത് എല്ലാവരും ശ്രദ്ധിച്ചു.

സംസ്കാരകർമ്മങ്ങൾ കഴിഞ്ഞ് എല്ലാവരും മടങ്ങിപ്പോയി. തമ്പുരാട്ടിയാണ് എല്ലാ കാര്യങ്ങൾക്കും പണം ചെലവാക്കിയത്. കാര്യസ്ഥൻ പാത്തും പതുങ്ങിയുമൊക്കെ അവിടെ ഉണ്ടായിരുന്നു. സന്ധ്യ മയങ്ങിത്തുടങ്ങിയതിനാൽ അന്ന് കൂടുതൽ അന്വേഷണങ്ങൾ നടത്താനുമായില്ല.

അടുത്ത ദിവസം രാവിലെതന്നെ മനക്കരയിലെത്തി ഗോമതിയമ്മയ്ക്ക് എന്താണ് പറയാനുള്ളതെന്നറിയാനായി അവരെ രഹസ്യമായി ചോദ്യം ചെയ്തു.

“സാർ, എന്റെ അമ്മയുടെ അമ്മാവനായിരുന്നു ഇവിടത്തെ മൂത്ത കാരണവർ. എന്നെ പ്രസവിച്ചതും ഈ തറവാട്ടിൽതന്നെയാണ്. എന്റെ അച്ഛനാരെന്നതിന് ഉത്തരം കണ്ടെത്താൻ ആർക്കും കഴിഞ്ഞില്ല. കാരണവരും അമ്മയും മരണപ്പെട്ടശേഷവും ഈ വീട്ടിൽതന്നെയാണ് ഞാൻ വളർന്നത്. പുതിയ തലമുറയിലെ ആണുങ്ങൾക്ക് എന്നേക്കാള് ഇളപ്പമാണ്. ഇവിടത്തെ കണക്കില്ലാത്ത വസ്തുവകകളുടെയെല്ലാം ആദായം എടുത്തുകൊണ്ടുവന്നിരുന്നത് ഇപ്പോഴത്തെ

കാര്യസ്ഥന്റെ അച്ഛനാണ്. അദ്ദേഹം വയസ്സായപ്പോഴാണ് മകനെ ഇവിടെ കൊണ്ടുവന്നാക്കിയത്. കാര്യസ്ഥന്മാരായിരുന്നെങ്കിലും അവരും ഇപ്പോൾ ജന്മിമാരായി. മൂത്ത കാര്യസ്ഥൻ സത്യസന്ധനായിരുന്നു. ഇപ്പോഴത്തെ കാര്യസ്ഥനാണ് ഇളയ തമ്പുരാക്കന്മാരുടെ എല്ലാ വഷളത്തരത്തിനും കൂട്ടുനിൽക്കുന്നത്. മദ്യപാനം ശീലമാക്കിയ ഇളമുറക്കാർക്ക് മദ്യവും മറ്റും വേണ്ടതെല്ലാം ഒരുക്കിക്കൊടുക്കുന്ന കാര്യസ്ഥന് എന്നെ പേടിയുണ്ടെങ്കിലും ഞാനൊരു പെണ്ണല്ലേ? പല കാര്യങ്ങളും കണ്ടില്ലെന്നു നടിക്കേണ്ടി വന്നു. കാരണം അവർക്കും അറിയാമായിരുന്നു ഞാനൊരു അവിഹിത സന്തതിയാണെന്ന്. താക്കോൽക്കൂട്ടം എന്റെ കൈവശമായിരുന്നെങ്കിലും പണം ഏതുവഴിക്കാണ് ചോർന്നുകൊണ്ടിരുന്നതെന്ന് എനിക്കറിയാമായിരുന്നു. ഞാൻ സ്ഥലത്തില്ലാതിരുന്ന സമയത്താണ് രണ്ടു കൊലപാതകങ്ങളും നടന്നത്. അതുകൊണ്ടുതന്നെ എനിക്ക് ഒന്നും പറയാനുമാവുന്നില്ല. എന്തെങ്കിലും സംശയം പറഞ്ഞിട്ടു കാര്യമില്ലല്ലോ?

ഗോമതിയുടെ മൊഴിയിലും ഒരു വ്യക്തതയില്ലാത്തതിനാൽ സംശയം പിന്നേയും ബാക്കിയായി. അവസാനമായി അവർ പറഞ്ഞു നിറുത്തിയത് ഇങ്ങനെയാണ്. ഒരു നിധി കാക്കുന്ന ഭൂതത്തെപ്പോലെ ജീവിക്കുന്ന എന്റേതാണ് അടുത്ത ഊഴം. അതോടെ എല്ലാം അവസാനിക്കുമല്ലോ? പോരാൻ നേരത്താണ് പ്രായമായ കുഞ്ഞൻ എന്ന പണിക്കാരൻ പറഞ്ഞത്.

"സാർ, ഈ തറവാട് നശിച്ചുകാണണം എന്നാഗ്രഹിക്കുന്നവരാണധികവും. അവരുടെ പിടിത്തം മുറുകിക്കൊണ്ടിരിക്കുന്നു. സാറേ ഞാൻ പറഞ്ഞെന്നു പറയരുത്. ഒരു വീട്ടിലെ കാര്യസ്ഥന് കൂടിപ്പോയാൽ എത്ര സ്വത്തുണ്ടാകും. ഇപ്പൊ അതിന്റെ എത്ര ഇരട്ടിയാണ് കൈവശമുള്ളത്. പിന്നെ ഗോമതിത്തമ്പുരാട്ടിയുടെ പിന്നിലും ആരോ ഉണ്ട് തമ്പുരാട്ടിയെ വെച്ച് മുതലെടുക്കാൻ. പരസ്പരം വീഴ്ത്താൻ എത്രയെത്ര പൂജാകർമ്മങ്ങളാണ് ഇവിടെ നടന്നുകൊണ്ടിരിക്കുന്നത്. ഞങ്ങളൊക്കെ വെറും പണിക്കാർ. വെറും പൊട്ടന്മാർ. രണ്ടു തമ്പുരാക്കന്മാരെക്കൊണ്ട് പെണ്ണുകെട്ടിക്കാത്തതെന്താ, പെണ്ണു കെട്ടിയാൽ അടുത്ത തലമുറയുണ്ടാവില്ലേ? അത് ആഗ്രഹിക്കാത്തവരാണ് അതിന്റെ പിന്നിൽ."

കുട്ടന് ആരെയെങ്കിലും സംശയമുണ്ടോ എന്ന ചോദ്യത്തിന് "ഞങ്ങള് പാവങ്ങളല്ലേ. ഒന്നും കണ്ടില്ല കേട്ടില്ലയെന്ന് നടന്നാലല്ലേ കുടിലിലെ പട്ടിണി മാറ്റാൻ പറ്റൂ സാറേ."

എല്ലാവർക്കും എന്തൊക്കെയോ പറയണമെന്നുണ്ട്. പക്ഷേ, പറയാനുമാവുന്നില്ല. ഒരുപക്ഷേ, ആരെയെങ്കിലും ഭയന്നിട്ടാവാം.

അല്ലെങ്കിൽ ചില ചില്ലറ സഹായങ്ങൾ ലഭ്യമാവുന്നതുകൊണ്ടാവാം. അവിടത്തെ അന്വേഷണം അവസാനിപ്പിച്ച് നേരെ ഡോക്ടറെ കാണാൻ പോയി. പോസ്റ്റുമോർട്ടം പരിശോധന നടത്തിയ പൊലീസ് സർജൻ ഡോ. ജയമോഹനെ കണ്ടു ചോദിച്ചതിൽ മരണകാരണം കൃത്യമായി പറയാനായില്ല.

"ലങ്സിൽ ഒരു ഫൗൾ സ്മെൽ വരുന്നുണ്ട്. അക്കാരണത്താൽ ഒരു വിഷവാതകം ശ്വസിച്ചതിനാലാവാം മരണം സംഭവിച്ചത് എന്നു പറയാം. എങ്കിലും കൃത്യമായി ഇന്ന വാതകമാണെന്നു കണ്ടെത്തണമെങ്കിൽ കെമിക്കൽ എക്സാമിനേഷൻ പരിശോധനയ്ക്കു ശേഷമേ പറയാനാവൂ. അതിനാവശ്യമായ അവയവങ്ങൾ പ്രിസർവ് ചെയ്തുവെച്ചിട്ടുണ്ട്."

മരണകാരണം വിഷവാതകം ശ്വസിച്ചതിനാലാണ് എന്നു പറയുകയും അതിലേക്കുള്ള സർട്ടിഫിക്കറ്റ് കൈമാറുകയും ചെയ്തു. അന്ന് ആ മുറിയിലെത്തുമ്പോൾ ഒരു പ്രത്യേക സ്മെൽ അനുഭവപ്പെട്ടത് ഇൻസ്പെക്ടർ ഓർത്തു. കൂടാതെ ജോലിക്കാരിയുടെ മൊഴിയിൽ ചില ദിവസങ്ങളിൽ ഇവിടെ ഹോമങ്ങളും മറ്റും നടക്കാറുണ്ട് എന്നും അതിനായി തന്ത്രികളെയും മറ്റും കൊണ്ടുവരുന്നത് കാര്യസ്ഥനാണെന്നും പറഞ്ഞത് ഓർമ്മയിൽ തെളിഞ്ഞു.

ഏതായാലും കാര്യസ്ഥൻ ഗോപാലനെ രഹസ്യമായി കസ്റ്റഡിയിലെടുത്തു അജ്ഞാതകേന്ദ്രത്തിലെത്തിച്ചു ചോദ്യം ചെയ്തതിൽ ആദ്യം പിടിച്ചുനിന്നുവെങ്കിലും ചില തെളിവുകൾ അയാളുടെ മുമ്പിൽ വെച്ചതോടെ അയാൾ തളർന്നു. ശേഖരനെയും ശശിയെയും കൊലപ്പെടുത്താനുള്ള വിഷവാതകം എവിടെനിന്നു ലഭിച്ചു? ആരാണ് സഹായികളായി ഉണ്ടായിരുന്നത്? എന്നീ അപ്രതീക്ഷിത ചോദ്യത്തിനു മുമ്പിൽ അയാൾ പതറി. അതിനുള്ള തെളിവുകൾ തനിക്കു ലഭിച്ചിട്ടുണ്ട് എന്നും പറഞ്ഞതോടെ അയാൾ എല്ലാം തുറന്നുപറഞ്ഞുതുടങ്ങി.

"പറയുന്ന കാര്യങ്ങൾ സത്യസന്ധമായിരിക്കണം. മുമ്പൊക്കെ പണംകൊണ്ട് എല്ലാം നേടിയതുപോലെ ഇനി നടക്കില്ല. അതും കൂടി ഓർമ്മിച്ചുവേണം പറയാൻ."

"സർ, 'സറിൻ' എന്ന പേരുള്ള ഏറെ അപകടകാരിയായ Hydrogen Sulphate അടങ്ങിയ ഈ വിഷവാതകം ഇന്ത്യയിൽ ലഭ്യമാവുക ബുദ്ധിമുട്ടാണ്. അതുകൊണ്ട് ജർമ്മനിയിൽനിന്നും വലിയ വില നൽകി വാങ്ങി. എന്റെ മകളുടെ ഭർത്താവ് മദ്രാസിൽ ഒരു കെമിസ്റ്റ് ആയി ജോലി ചെയ്യുകയാണ്. അയാളുടെ കമ്പനിയുടെ ആവശ്യത്തിലേക്ക് എന്നു പറഞ്ഞാണ് വരുത്തിയത്. ആ വാതകം

ശ്വസിച്ച് മരണപ്പെട്ടാൽ ഒരു ഡോക്ടർക്കും കണ്ടുപിടിക്കാനാവില്ല എന്ന ഉറപ്പ് ലഭിച്ചതിന്റെ അടിസ്ഥാനത്തിലാണ് ആ വാതകംതന്നെ തെരഞ്ഞെടുത്തത്.

മനക്കര കുടുംബത്തിന്റെ കണക്കില്ലാത്ത സ്വത്തുകളുടെയെല്ലാം കൃത്യമായി കണക്ക് ഞാൻ കണ്ടെത്തി. തകർന്നുകൊണ്ടിരുന്ന തറവാട്ടിന്റെ അവശേഷിക്കുന്ന രണ്ട് അവകാശികൾ ശേഖരനും ശശിയും കൂടെ ഇല്ലാതായാൽപിന്നെ, അവകാശവാദം ഉന്നയിച്ചു വരാനുള്ള അകന്ന ബന്ധുക്കളെയും ഭീഷണിയിലൂടെ അകറ്റി അല്പം ചില്ലറയും ചെലവഴിച്ചു. പിന്നെയുള്ളത് ഗോമതിയമ്മയാണ്. നേരിട്ട് ഒരു അവകാശവാദവും ഉന്നയിക്കാൻ അവർക്കാവില്ല. കാരണം അവർക്ക് പിതൃത്വം തെളിയിക്കാനാവില്ല. ഒരു വെപ്പാട്ടിയുടെ സ്ഥാനം മാത്രം. അവർക്ക് എന്തെങ്കിലും കൊടുത്ത് ആശ്രമത്തിലാക്കാനും പദ്ധതിയിട്ടിരുന്നു. എല്ലാ സ്വത്തും ശേഖരനും ശശിയും എന്റെ പേർക്ക് എഴുതിവെച്ചതായ പ്രമാണവും ഞാൻ തയ്യാറാക്കിവെച്ചു. എന്റെ ലക്ഷ്യത്തിന്റെ പൂർത്തീകരണത്തിനാണ് ആ രണ്ട് മരണങ്ങൾ സൃഷ്ടിച്ചതും."

"ആട്ടെ, എങ്ങനെയാണ് ആ വാതകം പ്രയോഗിച്ചത്?"

ചൂടു തട്ടിയാൽ ഉരുകുന്ന കവറിനുള്ളിൽ ദ്രവരൂപത്തിലാക്കിയ വാതകം സൂക്ഷിച്ചു. ദൈവത്തിന്റെ ചിത്രത്തിനു മുന്നിൽ വച്ചിട്ടുള്ള ചിരാതിലെ തിരിയോടു ചേർത്തുവെച്ച് കത്തിച്ചു. രണ്ടു മുറികളുടെയും ജനാലകളും വാതിലുകളും അടച്ചുവെച്ചു. എന്നിട്ട് ഞാൻ ഓടിപ്പോയി. പുലർച്ചെ വന്ന് പരീക്ഷണം വിജയിച്ചോ എന്നറിയാൻ മുറികൾ തുറന്നുനോക്കി. വാതിൽ തുറന്നിട്ടശേഷം പുറത്തേക്കു പോകാൻ തുടങ്ങുമ്പോഴാണ് സരസമ്മ ഗേറ്റു കടന്നു വന്നത്. അവൾക്ക് 25,000 രൂപ കൊടുത്തു. അവൾ വന്നതിനുശേഷമാണ് ഞാൻ അവിടെയെത്തിയതെന്ന മൊഴി പറയിക്കാൻ."

അതിബുദ്ധിമാനായ കാര്യസ്ഥൻ ഗോപാലപിള്ളയുടെ കുറ്റസമ്മതമൊഴി രേഖപ്പെടുത്തി അറസ്റ്റുചെയ്തു തെളിവുശേഖരണത്തിനായി മനക്കര തറവാട്ടിലെത്തുമ്പോഴാണ് നാട്ടുകാർ വിവരമറിയുന്നത്. കണ്ടമാനം ജനം വന്നുകൂടി. ചതിയിലൂടെ ഒരു സാമ്രാജ്യം കെട്ടി ഉയർത്താൻ കൊതിച്ച ചക്രവർത്തിയെ അവർ അത്ഭുതത്തോടെ നോക്കിനിന്നു.

■

തട്ടിപ്പുകാർ

സജിയെന്ന 40 വയസ്സുകാരൻ കുടുംബമായി താമസിക്കുന്ന വാടക വീട്ടിൽനിന്നും 12 വയസ്സുള്ള ജീനയെന്ന പെൺകുട്ടിയെ രാവിലെ ഒരു കന്യാസ്ത്രീ വന്ന് കൂട്ടിക്കൊണ്ടുപോയി രാത്രിയായിട്ടും മടങ്ങി യെത്തിയിട്ടില്ല. ആ സമയം വീട്ടിൽ സജിയുടെ ഭാര്യ ദീപ മാത്ര മാണുണ്ടായിരുന്നത്. സജിയോടു കൂടുതലായി ചോദിച്ചതിൽ അയാൾക്ക് രണ്ടു മക്കളാണുള്ളതെന്നും പെൺകുട്ടിക്ക് 12 വയസ്സും ആൺകുട്ടിക്ക് 10 വയസ്സും. അന്ന് മകനെയും കൂട്ടിയാണ് പുറത്തു പോയിരുന്നത് എന്നും ഭാര്യയും മകളുമാണ് വീട്ടിലുണ്ടായിരുന്നത് എന്നും പറഞ്ഞു.

അന്വേഷണ ആൾക്കായി സി.ഐയും പാർട്ടിയും ആദ്യം വീട്ടി ലെത്തി സജിയുടെ ഭാര്യ ദീപയോടു ചോദിച്ചതിൽ മിക്കവാറും ദിവസങ്ങളിൽ ചെറുപ്പക്കാരിയായ ഒരു കന്യാസ്ത്രീ മിനി സ്കർട്ട് ധരിച്ച ഒരു പെൺകുട്ടിയുമായി വീട്ടിലെത്താറുണ്ടെന്നും അടുത്തുള്ള കോൺവെന്റിൽനിന്നാണ് വരുന്നതെന്നും ഭവനസന്ദർശനത്തിന്റെ ഭാഗമായി വന്നതാണെന്നും പറഞ്ഞ് ഏറെ നേരം സംസാരിച്ചിരി ക്കാറുണ്ടെന്നും ഒരു ദിവസം കോൺവെന്റിൽ കുട്ടികൾക്കായി ഒരു ഫംഗ്ഷൻ നടക്കുന്നുണ്ടെന്നും കുട്ടികൾ അവതരിപ്പിക്കുന്ന വിവിധ കലാപരിപാടികളുണ്ടെന്നും വൈകുന്നേരത്തിനുമുമ്പ് തിരികെ വീട്ടി ലെത്തിക്കാമെന്നും പറഞ്ഞതനുസരിച്ച് ജീനയെ അവരോടൊപ്പം വിട്ടയച്ചു.

ഈ വീട്ടിൽനിന്നും ഒന്നര കിലോമീറ്റർ ദൂരമാണ് കോൺവെന്റി ലേക്കുള്ളത്. വളരെ അടുത്തു പരിചയമായതുകൊണ്ട് സിസ്റ്ററുടെ പേരു ചോദിച്ചില്ലെന്നും പറഞ്ഞു. അന്നുരാത്രിതന്നെ അടുത്തുള്ള ആ കോൺവെന്റിൽ പോയി അന്വേഷിച്ചു. അവർ പറഞ്ഞത് ഞങ്ങടെ കോൺവെന്റിൽനിന്ന് ആരും ഭവനസന്ദർശനത്തിനു പോകാറില്ലെന്നും ഒരു നാലു കിലോമീറ്റർ മാറി ഒരു കോൺവെന്റ്

ഉണ്ടെന്നും അവിടെനിന്നും ആരെങ്കിലും വന്നിട്ടുണ്ടാവും എന്നും പറഞ്ഞു.

ഞങ്ങൾ അവിടെയെത്തി അന്വേഷിച്ചതിൽ ഈ കോൺവെന്റിൽനിന്ന് ആരും ഭവനസന്ദർശനത്തിനു പോയിട്ടില്ലയെന്നും അങ്ങനെ പോകാറില്ലെന്നും പറഞ്ഞു. ആ ആൾ മടങ്ങിയെത്തി നേരേ പൊലീസ് സ്റ്റേഷനിൽ പോയി മൊഴി നൽകി കേസ് രജിസ്റ്റർ ചെയ്തു.

രാത്രി 12 മണിയോടെ ഒരു ഫോൺ വിളി വന്നു. നിങ്ങളുടെ കുട്ടി ഞങ്ങളുടെ അടുത്തുണ്ട്. അൻപതു ലക്ഷം രൂപ തന്നാൽ കുട്ടിയെ വിട്ടുതരാം. അല്ലെങ്കിൽ കൊന്നുകളയും എന്നുമാണ്. രണ്ടു മണിക്കൂർ കഴിഞ്ഞ് വീണ്ടും ഫോൺ കോൾ എത്തി. പൊലീസിനെ വിവരം അറിയിച്ചാൽ കുട്ടിയെ ഒരിക്കലും തിരിച്ചുകിട്ടില്ല. എന്താണ് തീരുമാനം എന്ന് അറിയിക്കണം.

സി.ഐയും പൊലീസുകാരും വീട്ടിലെത്തുമ്പോൾ എന്തു മറുപടി പറയണമെന്നറിയാതെ വിഷമിച്ചിരിക്കുകയായിരുന്നു അവർ. അവിടെനിന്നുതന്നെ കമ്മീഷണർക്ക് ഫോൺ ചെയ്തു ഒപ്പം ആ വീട്ടിലെ ഫോൺ നമ്പറും നൽകി. കമ്മീഷണർ ഉടൻതന്നെ ആരെയൊക്കെയോ ബന്ധപ്പെട്ട് എക്സ്ചേഞ്ചിൽനിന്ന് ഈ ഫോണിലേക്ക് വരുന്ന കോൾസ് മോണിറ്റർ ചെയ്യാൻ നിർദ്ദേശം നൽകി. ആദ്യത്തെ കോൾ വന്നത് തൊടുപുഴയിൽനിന്ന്. അടുത്ത കോൾ മുതലക്കുളം എന്ന സ്ഥലത്തുനിന്നും. പല സ്ഥലങ്ങളിൽനിന്ന് വിവിധ നമ്പറുകളിൽനിന്നും കോൾ വരുന്നതിനാൽ അവർ സഞ്ചരിക്കുകയാണെന്ന് മനസ്സിലായി. ഉടൻതന്നെ കമ്മീഷണർ അങ്കമാലി സി.ഐയെ വിളിച്ചുവരുത്തി അവരുടെ പിന്നാലെ പോകാൻ നിർദ്ദേശം നൽകി. ജീപ്പിൽ അവരെ ഫോളോ ചെയ്യാൻ തുടങ്ങി. എക്സ്ചേഞ്ചിൽനിന്ന് കൺട്രോൾ റൂമിലേക്ക് സന്ദേശം അയയ്ക്കുകയും കൺട്രോൾ റൂമിൽനിന്ന് സി.ഐയ്ക്ക് വയർലെസ്സിലൂടെ വിവരം കൈമാറുകയും ചെയ്തുകൊണ്ടിരുന്നു.

രണ്ടു ദിവസത്തെ കഠിനമായ യജ്ഞത്തിനൊടുവിൽ ഇടുക്കിയിൽനിന്ന് കാറ് കണ്ടെത്തി. അവസാന ഫോൺ സന്ദേശമെത്തിയത് ഇടുക്കി കട്ടപ്പനയിലെ ഒരു ടെലിഫോൺ ബൂത്തിൽനിന്നാണെന്നവിവരം ലഭിച്ചതനുസരിച്ച്. ആ ടെലിഫോൺ ബൂത്ത് കണ്ടെത്തി അതിന്റെ നടത്തിപ്പുകാരനോടു ചോദിച്ചതിൽ അവിടെനിന്നും ഫോൺ ചെയ്തത് നീലയും വെള്ളയും പൂക്കളുള്ള ചുരിദാർ ധരിച്ച ഒരു സ്ത്രീയാണെന്നും അവർ ഒരു കറുത്ത അംബാസിഡർ കാറിലാണ് വന്നതെന്നും ആരെയോ ഭീഷണിപ്പെടുത്തുന്ന രീതിയിൽ സംസാരിച്ചതുകൊണ്ടാണ് ശ്രദ്ധിച്ചതെന്നും അതുകൊണ്ട്

കാറിന്റെ നമ്പർ ഞാൻ നോട്ടു ചെയ്തു എന്നും പറഞ്ഞ് ഒരു നമ്പർ തന്നു.

കട്ടപ്പന പൊലീസുകാരുടെ സഹായത്തോടെ വേഗം ആ കാറ് കണ്ടെത്താനായി. കാറ് കണ്ടെത്തിയതിലല്ല, ആ സ്ത്രീയെയാണ് ഞങ്ങൾ അന്വേഷിക്കുന്നത് എന്ന് സ്ഥിരീകരിക്കാനാണ് ഏറെ ബുദ്ധിമുട്ടിയത്. കാർ ഡ്രൈവറെ കൂടാതെ ഒരു പെൺകുട്ടിയും അവരോടൊപ്പമുണ്ടായിരുന്നു. മകളെ ഡോക്ടറെ കാണിച്ചിട്ടു വരിക യാണെന്നും മറ്റുമുള്ള വാദത്തിൽ ഉറച്ചുനിൽക്കുകയും ചെയ്തു. അവരെ കൂട്ടി കാറുമായി ടെലഫോൺ ബൂത്തിൽ എത്തി. അയാൾ ഉറപ്പിച്ചു പറഞ്ഞതോടെ അവൾ തന്നെയാണ് ഫോൺ ചെയ്ത തെന്ന് അവൾ സമ്മതിച്ചു. ഒരു സ്നേഹിതയെയാണ് വിളിച്ചതെന്നു പറഞ്ഞെങ്കിലും ബൂത്ത് നടത്തുന്നയാൾ ആ നമ്പർ കൃത്യമായി നോട്ടു ചെയ്തിട്ടുണ്ടായിരുന്നത് നോക്കിയതിൽ ഞങ്ങളുടെ കൈ വശമുള്ള നമ്പറിലേക്കുതന്നെയാണെന്ന് ബോധ്യമായി.

കാറും ഡ്രൈവറും ആ സ്ത്രീയും കുട്ടിയുമായി എറണാകുള ത്തെത്തി കളമശ്ശേരി പൊലീസ് സ്റ്റേഷനിൽ എത്തിയപാടേ അവി ടത്തെ എ.എസ്.ഐയാണ് ആളെ മനസ്സിലാക്കിയത്. നോട്ടീസ് ബോർഡിൽ കെ.ഡി., ഡി.സി.കളുടെ ഫോട്ടോകളോടൊപ്പം ഒട്ടിച്ചു വെച്ചിട്ടുള്ള തട്ടിപ്പുകാരിയെന്ന് എഴുതിയ ഫോട്ടോയിലെ സ്ത്രീ യാണ് നമ്മൾ കൊണ്ടുവന്നത് എന്ന്. അത് അവൾക്ക് നിഷേധി ക്കാനായില്ല.

എ.എസ്.ഐ. വിവരിച്ചു. ഡോ. വത്സയെന്ന പേരിൽ സ്റ്റാർ ഹോട്ടലുകളിൽ മുറിയെടുത്ത് ആളുകളെ ഹണി ട്രാപ്പിൽ പെടുത്തി പണം തട്ടിക്കുന്നവളാണെന്നും ബാംഗ്ലൂരിലാണ് സ്ഥിരതാമസ മെന്നും അവിടെ അറിയപ്പെടുന്ന തട്ടിപ്പുകാരിയാണെന്നും പറഞ്ഞു. ഈ കാര്യങ്ങൾ അവൾ സമ്മതിക്കുകയും ചെയ്തു. കൂടുതൽ ചോദി ച്ചതിൽ ഇപ്പോൾ കളമശ്ശേരിയിലുള്ള 'ഗോപിക'യന്ന ലോഡ്ജി ലാണ് താമസിക്കുന്നതെന്നും കന്യാസ്ത്രീയുടെ വേഷം കളമശ്ശേരി യിലുള്ള ടൂണയെന്ന ടൈലറിംഗ് സ്ഥാപനത്തിൽ സിസ്റ്റർ ആയ സ്നേഹിതയ്ക്ക് ഗിഫ്റ്റ് നൽകാനെന്ന് പറഞ്ഞ് തയ്പിച്ചതാ ണെന്നും പറഞ്ഞു. മുറിയിൽനിന്നും അത് എടുത്ത് ഹാജരാക്കുകയും ചെയ്തു.

സംഭവത്തിലെ ട്വിസ്റ്റ് വന്നത് പിന്നീടാണ്. ഡോ. വത്സ എന്ന പേരിൽ തട്ടിപ്പു നടത്തിയിരുന്ന ആ സ്ത്രീ കാണാതായ പെൺകുട്ടി യുടെ അച്ഛന്റെ ഒരു ബന്ധുവാണ്. ഈ സജിക്ക് ഒരു പൂർവ്വചരിത്ര മുണ്ട്. 1980–'90 കാലഘട്ടത്തിൽ കേരളത്തിൽ തഴച്ചുവളർന്ന ആട്

മാഞ്ചിയം തട്ടിപ്പുകേസിലെ പ്രതിയാണ്. ഒരു നിശ്ചിത തുക നൽകിയാൽ അഞ്ചു വർഷം കഴിയുമ്പോൾ ആ തുക ഇരട്ടിയായി തിരിച്ചു നൽകും. എങ്ങനെ ഇരട്ടിയാകുമെന്നു ചോദിച്ചാൽ തുകയ്ക്ക് ആട് ഫാമുകളുണ്ടാക്കും. അതിനെ വളർത്തി വലുതാക്കി വിൽക്കും. വീണ്ടും വളർത്തും. വീണ്ടും വീണ്ടും ഇങ്ങനെ വിൽക്കുന്നതിലൂടെ ഒരു വലിയ തുക സമ്പാദിക്കാനാവും. ആ തുകയാണ് നിക്ഷേപകർക്ക് നല്കുക. ഈ വാഗ്ദാനം കേട്ട് വിശ്വസിച്ച് ആളുകൾ കൂട്ടമായി പണം നിക്ഷേപിക്കും. എന്നാൽ ടി തുകകൊണ്ട് ചീപ്പ് ആയിട്ട് കുറേ സ്ഥലം വാങ്ങിക്കും. അതിൽ ഒരു ഷെഡ്ഡ് കെട്ടി അതിന്റെ പടമാവും ആടു ഫാം എന്ന പരസ്യം നല്കുക. അവരുടെ കൈവശം കോടികളെത്തുമ്പോൾ അവിടെനിന്നും മുങ്ങും. അന്വേഷിച്ചു ചെല്ലുന്ന നിക്ഷേപികർക്ക് കാണാനാവുക ആർക്കും വേണ്ടാത്ത കുറച്ചു ഭൂമി മാത്രമായിരിക്കും. ഫാമും ഇല്ല ഒരു കുന്തവും ഇല്ല.

മാഞ്ചിയത്തിന്റെ കാര്യവും ഇതുതന്നെ. രസകരമായ മറ്റൊരു കാര്യം അന്യസംസ്ഥാനങ്ങളിൽനിന്ന് തട്ടിപ്പുകാർ വന്ന് എവിടെയെങ്കിലും ഒരു ഓഫീസ് തുടങ്ങും. 1000 രൂപ നിക്ഷേപിച്ചാൽ പതിനായിരം രൂപ ഒരു നിശ്ചിത കാലാവധി കഴിഞ്ഞാൽ മടക്കിത്തരുമെന്ന ഒരു പരസ്യം നൽകും. കണക്കുകൂട്ടിയാൽ 100 രൂപ പലിശ നൽകും എന്ന്. അയാൾ ആരാണെന്നോ എവിടത്തുകാരനെന്നോ പോലും ചോദിക്കാതെ ലക്ഷങ്ങൾ അവന്റെ കൈയിൽ ഏല്പിക്കും. കോടികളുമായി അയാൾ മുങ്ങിക്കഴിയുമ്പോഴാണ് പരാതിയുമായി പൊലീസിനെ സമീപിക്കുക. അവനെ മഷിയിട്ട് നോക്കിയാൽ പോലും കണ്ടുപിടിക്കാനാവില്ല. കാരണം അവന്റെ പേരോ അഡ്രസ്സോ ഒന്നുമുണ്ടാവില്ല. ഇതാണ് മലയാളി.

ആ കാര്യം തൽക്കാലം അവിടെ നിൽക്കട്ടെ. ഇത്തരം ഒരു ആടു മാഞ്ചിയം തട്ടിപ്പുകമ്പനി നടത്തിയിരുന്ന ആളാണ് ഇപ്പോൾ സജിയെന്ന പേരിൽ ഒളിവിൽ താമസിക്കുന്ന ഷാജിയെന്ന കൊല്ലം നിവാസി. അവന്റെ കമ്പനിയുടെ പേര് 'ശ്രീകൃഷ്ണാ ട്രേഡിംഗ് കമ്പനി' എന്നാണ്. ദൈവത്തിന്റെ പേരിലുള്ള ഈ കമ്പനിയിൽ ലക്ഷങ്ങൾ നിക്ഷേപിച്ചു. ഇപ്പോൾ തെണ്ടിനടക്കുന്ന ശിവൻ എന്നയാളുടെ ബന്ധുവാണ് ഡോ. വത്സയെന്ന തട്ടിപ്പുകാരി. ആ പണം തിരികെ ലഭിക്കാനാണ് കന്യാസ്ത്രീയുടെ വേഷം കെട്ടി ലേഖയെന്ന പേരിൽ ബാംഗ്ലൂർ കേന്ദ്രീകരിച്ച് തട്ടിപ്പ് നടത്തുന്ന മലയാളി വനിത ഇവിടെയെത്തിയത്.

തട്ടിക്കൊണ്ടുപോയ പന്ത്രണ്ടുകാരിയെ കണ്ടെത്തിയെന്ന വാർത്ത മാധ്യമങ്ങൾ വലിയ തലക്കെട്ടിൽ പ്രസിദ്ധീകരിച്ചു. ഒപ്പം

തട്ടിപ്പുകാരിയായ ലേഖയെക്കുറിച്ചും. ലേഖയുടെ അറസ്റ്റു രേഖപ്പെടുത്തി.

ഞങ്ങളുടെ കൈവശമുള്ള രേഖകൾ പ്രകാരമുള്ള സ്ഥലങ്ങളാണോ കാറിൽ സഞ്ചരിച്ചത് എന്നുള്ള തെളിവുശേഖരണത്തിനായി ലേഖയെയും ഡ്രൈവറേയും കുട്ടിയുമായി അവർ പോയ ഇടങ്ങളിലെല്ലാം സഞ്ചരിച്ചു. പെൺകുട്ടിക്കു കൂട്ടിനായി സജിയും കൂടെയുണ്ടായിരുന്നു. ലേഖ കാട്ടിത്തന്ന സ്ഥലങ്ങളിലെല്ലാം ഇറങ്ങി വെരിഫൈ ചെയ്തുകഴിഞ്ഞ് മടങ്ങാൻ തുടങ്ങുമ്പോഴാണ് പിന്നിൽ നിന്ന് വിളികൾ മുഴങ്ങുക. ആടുമാഞ്ചിയം... ആടുമാഞ്ചിയം...

പിന്നെയുള്ള സ്ഥലങ്ങളിലെത്തുമ്പോൾ സജി പുറത്തിറങ്ങാൻ പറ്റാത്ത സ്ഥിതിയായി. ഒരുവിധത്തിൽ തെളിവുശേഖരണം കഴിഞ്ഞ് പ്രതികളായ തട്ടിപ്പുകാരിയേയും ഡ്രൈവറെയും റിമാന്റപേക്ഷ സഹിതം കോടതിയിൽ ഹാജരാക്കി. പന്ത്രണ്ടുകാരി പെൺകുട്ടിയെയും കേസിന്റെ ഭാഗമായി കോടതിയിൽ ഹാജരാക്കാൻ കൊണ്ടുപോകും മുമ്പ് ചോദിച്ചു,

“മോളെന്താ എവിടെയങ്കിലും വെച്ച് ഉറക്കെ കരയാഞ്ഞത്?”

“ആ ചേച്ചി എനിക്ക് ആവശ്യമുള്ളതെല്ലാം വാങ്ങിത്തരുമായിരുന്നു എന്നാണ് മറുപടി ലഭിച്ചത്.

കേസിന്റെ അന്വേഷണം പൂർത്തിയാക്കി ചാർജ്ഷീറ്റും ഹാജരാക്കി വിചാരണയ്ക്കൊടുവിൽ ആറു വർഷം വീതം തടവുശിക്ഷ വിധിച്ചു. അതും ഈ ഒരു കേസ്സിന്. ഇതോടനുബന്ധിച്ച് പല സ്റ്റേഷനുകളിലും തട്ടിപ്പുകാരിയുടെ പേരിൽ അനേകം കേസ്സുകളുണ്ടായിരുന്നു. അതിനെല്ലാംകൂടെ എത്ര കാലം ശിക്ഷ ലഭിച്ചു എന്നു കൃത്യമായി അറിയില്ല.

ഇക്കാര്യങ്ങൾ കേൾക്കുമ്പോൾ തോന്നും തട്ടിപ്പുകാർക്കേ കാലമുള്ളൂ എന്ന്. അതു ശരിയല്ല. തട്ടിക്കപ്പെടുവാൻ നിന്നുകൊടുക്കുന്നതുകൊണ്ടല്ലേ അവർ തട്ടിക്കുന്നത്.

ഇവിടെ തോറ്റുപോകുന്നവർ അധികവും ജയിക്കാനറിയാത്തവരല്ല. മറ്റുള്ളവരെ പറ്റിക്കാൻ മനസ്സില്ലാത്തവരായതുകൊണ്ടാണ്. എന്റെ ഒരനുഭവംകൂടി പറഞ്ഞോട്ടെ.

കേരളത്തിലെ ഇമ്മാതിരി തട്ടിപ്പുകേസുകളെല്ലാം അന്വേഷിക്കുന്നതിന് ക്രൈം ബ്രാഞ്ചിന്റെ കീഴിൽ ബ്ലെയ്ഡ് സെൽ രൂപീകരിച്ച് കുറച്ചുനാൾ ഞാനും അതിലെ അംഗമാകാനിടയായി. അപ്പോഴേക്കും ബ്ലേഡ് വീരന്മാർ ഒറ്റയ്ക്കും കൂട്ടായും കോടതിയിൽനിന്നും അനുകൂലവിധികൾ സമ്പാദിച്ചു. രസകരമായ ഒരു വിധി. ഇങ്ങനെ കിഴക്കേകോട്ടയ്ക്കു സമീപമുള്ള ഒരു സ്റ്റാർ ഹോട്ടലിന്റെ മുന്നിലൂടെ

നിക്ഷേപകർ സഞ്ചരിക്കരുത് എന്നാണ്. ലക്ഷങ്ങൾ നിക്ഷേപിച്ച വരാണേ.

ഒരു ബ്ലേയ്ഡ് മുതലാളിയെ അന്വേഷിച്ച് അന്ധ്രയിലെത്തിയ പൊലീസ് സംഘത്തിന് അയാളുടെ കൊട്ടാരത്തിന് ചുറ്റുമുള്ള കോട്ട മതിലിനുള്ളിലേക്ക് പ്രവേശിക്കാൻപോലുമായില്ല. കാരണം ഗുണ്ട കളും ഒപ്പം വീര്യമുള്ള നായ്ക്കളും. നിർബന്ധപൂർവ്വം അകത്തു കടക്കാമെന്നു കരുതിയാൽ ജീവനോടെ തിരിച്ചുവരാനാവില്ല. പിന്നീ ടുള്ള കോടതിവിധി ഇങ്ങനെ: ബ്ലേയ്ഡ് കേസുകളെല്ലാം സിവിൽ കേസുകളാണെന്നും നിക്ഷേപകർ പണം ലഭിക്കാൻ സിവിൽ കേസ് കൊടുക്കണമെന്നുമാണ്. അത് ബ്ലേയ്ഡ് തട്ടിപ്പുകാർക്കു മാത്രമല്ല ലാഭം ഉണ്ടായത്. ആദ്യകാലങ്ങളിലെ അന്വേഷണത്തലവന്മാർക്കും നേട്ടമുണ്ടായി. സമരിയാസ് ഫിനാൻസിന്റെ ഫ്ളാറ്റ് സമുച്ചയത്തിലെ ഒരു ഫ്ളാറ്റ് ഒരു ഓഫീസർക്ക് സമ്മാനമായി ലഭിച്ചു. ലാബെല്ല ഫിനാൻസിലെ കേസ് അന്വേഷിക്കാൻ പോയ കേശവദാസപുരം യൂണിറ്റിലെ ഒരു ഓഫീസർ തട്ടിപ്പുവീരനോടൊപ്പം ലോഡ്ജിൽ സ്ഥിരതാമസമാക്കി. നഷ്ടമായത് പെൻഷൻ വാങ്ങി മകളെ കെട്ടി ക്കാനും മറ്റും സ്വരൂപിച്ചെടുത്ത പാവങ്ങളുടെ പണവും ഭീമാ കാരനായ ഐസുമലയുടെ ഉപരിതലത്തിലെ ചില കാഴ്ചകളാണ് പറഞ്ഞുപോയത്.

പരസ്യത്തിൽ വീണു മയങ്ങിചിറകുകരിയുന്ന പ്രിയപ്പെട്ട മല യാളി സുഹൃത്തുക്കളേ, സൂക്ഷിക്കുക. ഞങ്ങൾ പരസ്യം ചെയ്യുന്നി ല്ലല്ലോ എന്നു പറഞ്ഞ് മുഖംമൂടിയണിഞ്ഞെത്തുന്ന ആൾദൈവ ങ്ങളും ഇവരിൽനിന്ന് ഒട്ടും വ്യത്യസ്തരല്ല.

ദൈവത്തിനു വല്ലതും നൽകണമെങ്കിൽ നമ്മൾ നേരിട്ടു നൽകി യാൽ സ്വീകരിക്കില്ല. അവരുടെ കൈയിൽ എല്പിച്ചാൽ അവർ നൽകും. നിങ്ങൾ പാവങ്ങൾക്കു നൽകുന്ന സഹായം ദൈവം കണ ക്കാക്കില്ല. നമ്മൾ പണം അവരുടെ കൈയിൽ കൊടുത്താൽ അവർ പാവങ്ങൾക്കു നൽകിയാലേ ദൈവം പ്രസാദിക്കൂ. ഇതിൽ മറ്റൊരു ആടുമാഞ്ചിയത്തിന്റെ സ്വരം കേൾക്കുന്നില്ലേ. ഇതെല്ലാം കേട്ട് അവ രുടെ പിന്നാലെ പോകാനാണ് നമ്മുടെ വിധി. ഞാനാരേയും കുറ്റ പ്പെടുത്തിയതല്ല. ഇതു നമ്മെത്തന്നെ വിശ്വാസമില്ലാത്ത നമ്മുടെ വിധിയാണ്.

ആരും ഒന്നിൽനിന്നും ഒരു പാഠവും പഠിക്കുന്നില്ല. ആർക്കും ദ്രോഹം ചെയ്യാത്ത നിരുപദ്രവകാരിയായ ജീവിയാണ് ആട്. പച്ച യില മുന്നിൽ കാട്ടിയാൽ അതിന്റെ പിന്നാലെ പോവും പാവം കുഞ്ഞാടുകളായ നമ്മൾ.

■

ഒരു പ്രണയദുരന്തം

ശാസ്താംകോട്ട സി.ഐയ്ക്ക് താമസിക്കാൻ യേശുദാസൻ എന്ന സ്നേഹിതന്റെ കെച്ചാഞ്ഞിലിമുട്ടിലുള്ള ഒരു ഒഴിഞ്ഞ കെട്ടിടം തരപ്പെടുത്തി. ഒരു കുരുത്തോല ജലത്തിൽ വീശുമ്പോൾ പേടിച്ച് ചളിയിൽ തലപൂഴ്ത്തിനിൽക്കുന്ന കരിമീൻ ഒരു പറിച്ചെടുക്കുന്ന ലാഘവത്തോടെ കൈക്കുള്ളിലാക്കുന്ന ലോറൻസ് എന്ന മീൻ പിടുത്തക്കാരന്റെ സഹായത്തോടെ ലഭിക്കുന്ന കരിമീനുകൾ സ്വാദിഷ്ഠമായി കഴിച്ചിരുന്ന കാലം.

ഒരു ദിവസം രണ്ടുമണിയോടടുത്ത സമയം. ശൂരനാട് എസ്.ഐയുടെ ഫോൺസന്ദേശമെത്തി. "ഗുഡ്മോണിംഗ് സർ, പോരുവഴിയെന്ന സ്ഥലത്ത് മലനട അമ്പലത്തിലേക്കു പോകുന്ന റോഡിൽ ഒരു വീട്ടിനുള്ളിൽ 20 വയസ്സുള്ള വീണ എന്ന പെൺകുട്ടിയെ മരിച്ച നിലയിൽ കാണപ്പെട്ടു. ഈ സംഗതിക്ക് പെൺകുട്ടിയുടെ അമ്മാവൻ സുകുമാരൻ മൊഴി നൽകാൻ സ്റ്റേഷനിൽ വന്നിട്ടുണ്ട്."

"എഫ്.ഐ.ആർ. രജിസ്റ്റർ ചെയ്തിട്ട് നിങ്ങൾ ഒന്നു പോയി നോക്കൂ. മറ്റെന്തെങ്കിലും സംശയമുണ്ടെങ്കിൽ എന്നെ അറിയിക്കണം." എസ്.ഐയ്ക്ക് നിർദ്ദേശം നൽകി.

ഏതാണ്ട് ഒരു മണിക്കൂർ കഴിഞ്ഞപ്പോഴാണ് എസ്.ഐയുടെ സന്ദേശം വീണ്ടുമെത്തിയത്.

"സർ, മരണത്തിൽ സംശയമുണ്ട്. സാർ വരണം."

എ.എസ്.ഐയേയും പൊലീസുകാരേയും കൂട്ടി പുറത്തേക്കിറങ്ങി. ജീപ്പിനടുത്തെത്തുമ്പോൾ ഏതോ കുട്ടികളുടെ പക്കൽനിന്നും തട്ടിയെടുത്ത ചോറുപൊതി തുറന്നു ജീപ്പിന്റെ ബോണറ്റിനുമേൽ വാനരസദ്യ നടക്കുന്നു. ഞങ്ങളെ കണ്ടപാടേ അവ നാലുപാടും പാഞ്ഞു. സംഭവസ്ഥലത്ത് എത്തുമ്പോൾ സ്ത്രീകളടക്കം നല്ലൊരു ജനക്കൂട്ടംതന്നെയുണ്ടായിരുന്നു. മലനട അമ്പലത്തിലെ വെള്ളിയാഴ്ചപ്പൂജയ്ക്കെത്തിയവരാണ് അധികവും. ദുർമരണം സംഭവിച്ച

കന്യകയുടെ പ്രേതം തങ്ങളെ ഉപദ്രവിക്കാതിരിക്കാൻ മലനടയപ്പന് കള്ളും കോഴിയും നേർന്നുകൊണ്ടാണ് അധികംപേരും അവിടെ നിന്നത്.

വീട്ടിനുള്ളിൽ കടന്നു നോക്കിയതിൽ ഒരു പലകക്കട്ടിലിൽ മലർന്നുകിടക്കുന്ന നിലയിലാണ് പാവാടയും ബ്ലൗസും ധരിച്ച പ്രവീണയെന്ന ഇരുപതുകാരിയെ കണ്ടത്. വായിൽനിന്നും പത പോലൊരു വസ്തു പുറത്തേക്ക് തള്ളിനിൽക്കുന്നു. രണ്ടു കൈക്കുഴയിലും തിണർപ്പുകൾ. ഒരുപക്ഷേ, കയറോ അതുപോലെയുള്ള എന്തെങ്കിലും വസ്തുവോ കൊണ്ട് കെട്ടിവെച്ചാലുണ്ടാവുന്നതരത്തിലുള്ള തിണർപ്പുകൾ. മുഖത്ത് കവിളിലും മറ്റും നഖംകൊണ്ടതുപോലുള്ള തിണർപ്പുകൾ. ആൾക്കാരെയൊക്കെ പുറത്താക്കി കതകും ജനാലയും അടച്ചശേഷം വസ്ത്രം മാറ്റി പരിശോധിച്ചു. റേപ് നടന്നതിന്റെ ലക്ഷണങ്ങൾ പ്രത്യക്ഷത്തിൽ കാണപ്പെട്ടില്ല. ഒരു മുത്തുമാല പൊട്ടി മുറിയുടെ പലഭാഗത്തായി ചിതറിക്കിടക്കുന്നു. വെള്ളനിറമുള്ള ചുമരിൽ പേനയിൽനിന്നും മഷി കുടഞ്ഞാലുണ്ടാവുന്ന രീതിയിൽ ചോര തെറിച്ചിരിക്കുന്നു. പെൺകുട്ടിയുടെ ബ്ലൗസിലും ചോരത്തുള്ളികൾ കാണപ്പെട്ടു. മരിച്ച പ്രവീണയുടെ ശരീരത്തിൽ മറ്റു മുറിവുകളൊന്നും കാണപ്പെട്ടില്ല.

ഫോട്ടോഗ്രാഫറെകൊണ്ട് ഫോട്ടോകൾ എടുപ്പിച്ചു. മെല്ലെ പുറത്തിറങ്ങി. ആരാണ് മൃതശരീരം ആദ്യം കണ്ടതെന്ന ചോദ്യത്തിന് പെൺകുട്ടിയുടെ അച്ഛൻ വേണുഗോപാലനെന്ന മറുപടി ലഭിച്ചു. ഉടൻതന്നെ വേണുഗോപാൽ മുന്നോട്ടുവന്നു.

"സാർ, എനിക്ക് പെയിന്റിംഗ് ജോലിയാണ്. ഇന്ന് ഉച്ചയോടെ വീടിന്റെ ചുമരിൽ പെയിന്റ് ചെയ്തുകൊണ്ടിരുന്ന ഞാൻ ഏണിയിൽനിന്ന് തെന്നി കാല് ഒന്നു മടങ്ങി. കൂടെയുണ്ടായിരുന്നവർ പറഞ്ഞു ഇനി പണി ചെയ്യണ്ട, വീട്ടിൽ പോയി വിശ്രമിക്കാൻ. അവർ പറഞ്ഞതനുസരിച്ച് ഏതാണ്ട് ഒരുമണിയോടെ ഞാൻ വീട്ടിലെത്തി. വാതിൽ ചാരിയിട്ടിരുന്നു. മകളെ വിളിച്ചിട്ടു വിളി കേൾക്കാത്തതിനാൽ ഞാൻ വാതിൽ തുറന്ന് അകത്തേക്ക് കയറി. കട്ടിലിന്റെ താഴെ തറയിൽ വീണുകിടക്കുന്നതുകണ്ട് അടുത്തുവന്ന് തട്ടിവിളിച്ചപ്പോഴാണ് വായിൽനിന്നും പതപോലെ എന്തോ പുറത്തേക്ക് തള്ളിനിൽക്കുന്നതും മകൾ ചലനമില്ലാതെ കിടക്കുന്നതും കണ്ടത്. അവളെ വാരിയെടുത്ത് കട്ടിലിൽ കിടത്തി. ഞാൻ അവിടെനിന്ന് നിലവിളിച്ചു. അടുത്തുള്ളവർ ഓടിവന്നു നോക്കുമ്പോഴാണ് മകൾ മരിച്ചുകിടക്കുന്ന വിവരം ഉറക്കെ വിളിച്ചുപറഞ്ഞത്. ശരീരം തണുത്തു മരവിച്ചിരുന്നതിനാൽ മരിച്ചിട്ട് കുറേനേരമായിക്കാണും എന്ന് എല്ലാവരും അഭിപ്രായപ്പെട്ടു. "

"നിങ്ങൾ ഇപ്പോൾ മദ്യപിച്ചിട്ടുണ്ടോ?"

"കാലിന്റെ വേദന മാറാൻ അല്പം."

"കാലിന്റെ വേദന മാറാൻ കാലിനല്ലേ മരുന്നിടേണ്ടത്. തൽക്കാലം അവിടെ എവിടെയെങ്കിലും ചെന്ന് ഇരിക്കൂ."

മലനട അമ്പലത്തിന്റെ സെക്രട്ടറി വിക്രമൻ അടുത്തേക്കു വന്നു. അയാളേയുംകൂട്ടി അല്പം അകലേക്കു മാറി നിന്നു.

"സാർ, ഈ മരണപ്പെട്ട പ്രവീണ ഒരു നല്ല കുട്ടിയാണ്. കുഞ്ഞുന്നാളിലേ എനിക്ക് അറിയാം. നല്ല സ്വഭാവമാണ്. വീട്ടുകാർക്കും നാട്ടുകാർക്കും പ്രിയങ്കരി ആയിരുന്നു. ബി.എസ്സി കഴിഞ്ഞു. ഇപ്പോൾ ടൈപ്പ് റൈറ്റിംഗ് പഠിച്ചുകൊണ്ടിരിക്കുകയാണ്. ഈ കുട്ടിയുടെ വിവാഹം ശാസ്താംകോട്ട കോളേജിലെ അദ്ധ്യാപകൻ ഗോപിക്കുട്ടനുമായി നടത്താൻ ഞങ്ങൾ നിശ്ചയിച്ചിരുന്നതാണ്. അടുത്ത മാസത്തേക്കാണ് തീയതി കുറിച്ചിരിക്കുന്നത്.

കുട്ടിയുടെ അമ്മ സുലോചന മലനട സൊസൈറ്റിയിലെ ജീവനക്കാരിയാണ്. ഇവർ ഭാര്യയും ഭർത്താവും തമ്മിൽ എന്നും അടിയും വഴക്കുമാണ്. ഒരു നിവർത്തിയുമില്ലാതായതോടെ പത്തിൽ പഠിച്ചുകൊണ്ടിരുന്ന ഇവരുടെ ഒരു മകൻ നാടുവിട്ടുപോയി. ഇപ്പോൾ ബോംബെയിലെവിടെയോ ആണെന്ന് പറഞ്ഞുകേട്ടു. എന്നിട്ടും ഇവരുടെ ലഹളയ്ക്ക് ഒരു ശമനവുമില്ല. ഇനി പ്രവീണയുടെ മരണവും ഇതുമായി ബന്ധപ്പെട്ടതാണോ എന്നറിയില്ല."

"ശരി. നമുക്കന്വേഷിക്കാം. പകൽ പുറത്തുനിന്നുള്ള ആരെങ്കിലും ഇവിടെ വന്നിരുന്നോ എന്ന് ഒന്നന്വേഷിച്ച് അറിയിക്കണം."

ഇൻക്വസ്റ്റ് നടപടികൾ ആരംഭിച്ചു. പഞ്ചായത്തുകാരുടെ അഭിപ്രായത്തിൽ ഈ മരണപ്പെട്ട പ്രവീണ സൽസ്വഭാവിയായി നാട്ടുകാർക്കും വീട്ടുകാർക്കും പ്രിയപ്പെട്ടവളുമായിരുന്നു. ഈ മരണകാര്യത്തിൽ ഞങ്ങൾക്ക് സംശയമുണ്ട് എന്നും അഭിപ്രായപ്പെട്ടു.

ഇതിനിടെ വേണുഗോപാലിന് എന്തോ പറയാനുണ്ടെന്ന് പറഞ്ഞതനുസരിച്ച് അടുത്തുവിളിച്ചു. അയാൾ പറഞ്ഞു,

"സാർ, വിവാഹനിശ്ചയം കഴിഞ്ഞതിന്റെ അടുത്ത നാളിൽതന്നെ ഗോപിക്കുട്ടൻ മോളെ ഫോണിൽ വിളിക്കാറുണ്ടെന്നും വീട്ടിൽ വന്നപ്പോൾ ഇനി വിവാഹം കഴിഞ്ഞിട്ടേ ഇവിടെ വരാൻ പാടുള്ളൂ എന്ന് ഞാൻ താക്കീത് നൽകുകയും ചെയ്തിരുന്നു. എനിക്ക് അയാളെയാണ് സംശയം."

വരട്ടെ നമുക്ക് അന്വേഷിക്കാം എന്ന് ആശ്വസിപ്പിച്ചു.

പ്രവീണയുടെ അടുത്ത വീട്ടിലെ താമസക്കാരൻ പറഞ്ഞു, "ഇന്നു രാവിലെ പത്തരമണിയോടെ ഒരു ചുവന്ന മോട്ടോർസൈക്കിൾ എന്റെ വീടിനു സമീപം ഇരിക്കുന്നതു കണ്ടു. പന്ത്രണ്ടുമണിക്ക് ഞാൻ തിരികെ വന്നപ്പോൾ അതവിടെ കൊണ്ടുവെച്ച ആൾ അവിടെങ്ങും ഉണ്ടായിരുന്നില്ല."

ഫോറൻസിക് വിദഗ്ധർ എത്തി ചുവരിലും ബ്ലൗസിലും കാണപ്പെട്ട ചോരയുടെ സാമ്പിൾ ശേഖരിക്കാനും മറ്റും നിർദ്ദേശം നൽകി. പുറത്തുനിൽക്കുന്നവരോട് അവർക്ക് ആരെയെങ്കിലും സംശയമുണ്ടോ എന്നും മറ്റും അന്വേഷണങ്ങൾ നടത്തി. വീട് റോഡിനോട് ചേർന്ന് ആയതിനാലും ധാരാളം ആൾക്കാർ സഞ്ചരിക്കുന്ന ഇടവുമായതിനാൽ പുറത്തുനിന്ന് ആരെങ്കിലും വന്നിരുന്നോ എന്നറിയാൻ ബുദ്ധിമുട്ടുണ്ടായിരുന്നു. ഇതിനിടെ ശാസ്താംകോട്ട കോളേജിലെ നാലഞ്ച് അദ്ധ്യാപകരോടൊപ്പം ഗോപിക്കുട്ടനെത്തി. ഡെഡ്ബോഡി കിടന്ന മുറിയിൽനിന്ന് അയാൾ വിങ്ങിപ്പൊട്ടി. തന്റെ ജീവിതസഖിയാകേണ്ടവൾ ചേതനയറ്റ ശരീരവുമായി ഇതാ, കൺമുന്നിൽ. ഒപ്പമുണ്ടായിരുന്നവർ ആശ്വസിപ്പിച്ച് അകലെ മാറ്റിനിർത്തി.

ഇൻക്വസ്റ്റ് നടപടികൾ പൂർത്തിയാക്കി ബോഡി പോസ്റ്റുമോർട്ടം പരിശോധനയ്ക്ക് ആലപ്പുഴ മെഡിക്കൽ കോളേജിലേക്ക് അയച്ചു. അതിനുമുമ്പ് പ്രവീണ ധരിച്ചിരുന്ന ബ്ലൗസും പാവാടയും മാറ്റി വേറെ ധരിപ്പിച്ചു. മുറിയിൽ നടത്തിയ പരിശോധനയിലൊന്നും വിഷത്തിന്റെ കുപ്പി കണ്ടെത്താനായില്ല. അതു കൂടുതൽ സംശയത്തിനിടയാക്കി. വിഷം സ്വയം കഴിച്ചതല്ലെന്നുറപ്പായി. അവിടത്തെ നടപടിക്രമങ്ങൾ പൂർത്തിയാക്കി മടങ്ങി.

അടുത്ത ദിവസം പതിനൊന്നുമണിയോടടുത്ത സമയത്താണ് മൃതശരീരവും വഹിച്ച ആംബുലൻസ് എത്തിയത്. അതിനുമുമ്പ് ഞങ്ങൾ അവിടെയെത്തി പലരുടെയും സ്റ്റേറ്റുമെന്റുകൾ തയ്യാറാക്കി. ടൈപ്പ്റൈറ്റിംഗ് ഇൻസ്റ്റിറ്റ്യൂട്ടിലെ അദ്ധ്യാപകരും വിദ്യാർത്ഥികളുമെത്തി റീത്ത് സമർപ്പിച്ചു.

അദ്ധ്യാപകൻ സ്റ്റീഫൻ ജോർജിന്റെ വലതു കൈപ്പത്തിയിൽ പ്ലാസ്റ്റർ ഇട്ടിരിക്കുന്നതായിക്കണ്ട് ഒരു പൊലീസുകാരൻ എന്നോട് വന്ന് പറഞ്ഞു. കൂട്ടത്തിലുണ്ടായിരുന്ന ജോയിയെന്ന സ്റ്റുഡന്റിനെ വിളിച്ച് അകലെ മാറ്റിനിർത്തി. സ്റ്റീഫൻ ജോർജിനെക്കുറിച്ചുള്ള വിവരങ്ങളാരാഞ്ഞു. ഞാൻ എട്ടു മാസമായി അവിടെ പഠിക്കുകയാണെന്നും പ്രവീണയും താൻ അവിടെ ചേരുമ്പോൾ മുതൽ അവിടെ ഉണ്ടായിരുന്നു. പ്രവീണയോട് സാറിന് പ്രത്യേക ഒരു ഇഷ്ടം ഉണ്ടായിരുന്നതായി അറിയാം. പ്രവീണ ക്ലാസിൽ വരാതായതുമുതൽ സാറ് ആകെ അസ്വസ്ഥനായിരുന്നതായും ജോയി വെളിപ്പെടുത്തി.

ഇന്നലെ ഒരു പത്തുമണിയോടെ ഞാൻ ടൈപ്പ് റൈറ്റിംഗ് പേപ്പർ വാങ്ങാൻ പോകുന്നു എന്നു പറഞ്ഞ് സാറ് പുറത്തുപോയതായും പിന്നീട് എപ്പോഴാണ് മടങ്ങിയെത്തിയതെന്ന് അറിയില്ലെന്നും പറഞ്ഞു.

കൈയിൽ പ്ലാസ്റ്റർ ഇട്ടിരിക്കുന്നത് എന്തിനാണെന്ന് അറിയില്ലെന്നും പരിക്ക് പറ്റിയതല്ലെന്നും ഉറപ്പിച്ച് പറഞ്ഞു. അങ്ങനെയാണെങ്കിൽ ഞങ്ങൾ അറിയുമായിരുന്നു എന്നും പറഞ്ഞു.

ഏതാണ്ട് നാലുമണിയോടെ നാട്ടുകാരുടെ കണ്ണുനീരിന്റെയും നിലവിളിയുടെയും അകമ്പടിയോടെ മൃതശരീരം വീടിനു പിന്നിൽ തയ്യാറാക്കിയിരുന്ന ചിതയിലേക്കെടുത്തു. ഞങ്ങൾ പുറത്ത് ജീപ്പിൽ തന്നെയിരുന്നു. അഗ്നിജ്വാലകൾ ആകാശത്തിലേക്ക് ഉയർന്നതോടുകൂടി ആളുകൾ പിരിഞ്ഞുപോയിത്തുടങ്ങി. ഇൻസ്റ്റിറ്റ്യൂട്ടിലെ കുട്ടികൾ വന്ന വാഹനത്തിൽതന്നെ മടങ്ങിയെങ്കിലും സ്റ്റീഫൻ ജോർജ് മറ്റൊരാളോടൊപ്പം ഒരു ചുവന്ന മോട്ടോർസൈക്കിളിലാണ് പോയത്. അപ്പോഴും അയാളുടെ കൈയിലെ പ്ലാസ്റ്റർ ശ്രദ്ധിച്ചു.

നേരെ ശാസ്താംകോട്ടയിലേക്ക് തിരിച്ചു. പെട്ടെന്നാണ് ഒരു ചുവന്ന മോട്ടോർ സൈക്കിൾ സാഞ്ചന ഹോസ്പിറ്റലിന്റെ മുന്നിലിരിക്കുന്നത് ശ്രദ്ധയിൽപെട്ടത്. കുറേദൂരം മുന്നിലെത്തി വാഹന പരിശോധനയ്ക്കെന്നപോലെ അതുവഴി വന്ന ഒരു മോട്ടോർ സൈക്കിൾ യാത്രക്കാരന്റെ ആർ.സി. ബുക്ക് വാങ്ങി പരിശോധിച്ചുകൊണ്ട് കുറേ സമയം ചെലവാക്കി. അതിനിടയിൽ ആ ചുവന്ന മോട്ടോർബൈക്ക് ഞങ്ങളെ കടന്നുപോയി. ഉടനെ സാഞ്ചന ഹോസ്പിറ്റലിലെത്തി ഡോക്ടർ രാജനെ കണ്ടു. ഇപ്പോൾ ഇവിടെ വന്ന സ്റ്റീഫൻ ജോർജിന് എന്താണ് രോഗം എന്നന്വേഷിച്ചതിൽ ഇന്നലെ വലതുകൈയിലെ ചൂണ്ടുവിരലിൽ ഒരു മുറിവുള്ളത് ഡ്രസ് ചെയ്യിക്കാൻ വന്നു എന്നതാണെന്നും വിരലിൽ ഒരു പട്ടി കടിച്ചതാണെന്നാണ് പറഞ്ഞതെന്നും വിരലിൽ തുന്നലിട്ടപ്പോൾ അയാൾ നിർബന്ധിച്ചു പ്ലാസ്റ്റർ ഇടണമെന്നും പറഞ്ഞു. ഞാൻ പ്ലാസ്റ്ററിട്ടു.

ഇന്നലെ ഉച്ചയോടുകൂടിയാണ് ആദ്യം വന്നതെന്നും ഞാൻ പ്ലാസ്റ്റർ ചെയ്തു വിട്ടയച്ചു എന്നും ഇൻഫെക്ഷൻ വല്ലതുമുണ്ടോയെന്നറിയാൻ ഇന്നു വരാൻ പറഞ്ഞിരുന്നു. അതാണ് വന്നതെന്നും പറഞ്ഞു. ഞാൻ ഇക്കാര്യം അന്വേഷിച്ചതായി അയാൾ അറിയേണ്ട എന്നു പറഞ്ഞ് അവിടെനിന്നും പോന്നു.

അടുത്ത ദിവസം രാവിലെ ആലപ്പുഴ മെഡിക്കൽ കോളേജിലേക്ക് പോയി പോസ്റ്റുമോർട്ടം പരിശോധന നടത്തിയ വില്യം ഡോക്ടറെ കണ്ടു. അദ്ദേഹത്തിന്റെ അഭിപ്രായത്തിൽ അതൊരു

ഫോഴ്സിബിൾ പോയിസണിംഗ് ആണെന്നും വയറ്റിൽനിന്നും നിറ വ്യത്യാസവും രൂക്ഷഗന്ധവുമുള്ള ഒരു വസ്തു കണ്ടെത്തിയത് പ്രത്യേകം ശേഖരിച്ചിട്ടുണ്ട് എന്നും കെമിക്കൽ എക്സാം പരിശോധന കഴിഞ്ഞാലേ ഏതു വിഷമാണെന്നറിയാനാകൂ. കൂടാതെ വായിൽനിന്നും ഒരു മാംസക്കഷ്ണം ലഭിച്ചിട്ടുണ്ട്. അതും പ്രത്യേകം പ്രിസർവ് ചെയ്തിട്ടുണ്ട് എന്നും സർട്ടിഫിക്കറ്റ് നാളെ അയച്ചുതരാം എന്നും പറഞ്ഞതനുസരിച്ച് അദ്ദേഹത്തിന്റെ സ്റ്റേറ്റ്മെന്റും വാങ്ങി മടങ്ങി.

ജീപ്പിലിരുന്നപ്പോഴും അടുത്ത നടപടികളെക്കുറിച്ചുള്ള ചിന്തകളായിരുന്നു. ഫിംഗർ പ്രിന്റ് ബ്യൂറോയുടെ റിപ്പോർട്ടിൽ പ്രവീണയുടെ മുഖത്തുനിന്നും പ്രിന്റുകൾ ലഭിച്ചിട്ടുണ്ട് എന്നെഴുതിയിട്ടുണ്ട്. ആദ്യം സംശയിക്കുന്ന ആളിന്റെ വിരലടയാളം എടുത്ത് ഫിംഗർ പ്രിന്റ് ബ്യൂറോയ്ക്ക് അയയ്ക്കണം. അതിന്റെ റിസൽറ്റ് വരുന്നതുവരെ കാത്തിരിക്കണം. ഇതിനിടയിൽ അയാൾ മുങ്ങിയാൽ?

അതു വേണ്ട. ആദ്യം കസ്റ്റഡിയിലെടുക്കുകതന്നെ. നേരെ ഇൻസ്റ്റിറ്റ്യൂട്ടിലെത്തി സ്റ്റീഫൻ ജോർജിനെ വിളിച്ച് ഓഫീസിലെത്തിച്ചു.

“സ്റ്റീഫൻ, പ്രവീണയുടെ മരണവുമായി ബന്ധപ്പെട്ട് ചില കാര്യങ്ങൾ ചോദിച്ചു മനസ്സിലാക്കാനാണ് ഇവിടെ വന്നത്. അന്നുതന്നെ ഞങ്ങൾക്ക് സൂചനകൾ ലഭിച്ചതാണ്. പിന്നെ ചില സംശയങ്ങൾ തീർക്കാനാണ് ഇത്രയും വൈകിയത്. എന്റെ ചോദ്യങ്ങൾക്ക് കൃത്യമായി മറുപടി പറഞ്ഞാൽ മറ്റു ബുദ്ധിമുട്ടുകൾ ഒഴിവാകും. അല്ലായെങ്കിൽ.... നല്ല ശരീരമാണ്. അതു വെറുതെ കേടാക്കാനിടവരുത്തരുത്. എന്റെ ആദ്യത്തെ ചോദ്യം. കൈവിരലിലെ മുറിവ് എങ്ങനെയുണ്ടായതാണ്?”

“സാർ, അത് ഒരുപട്ടി കടിച്ചതാണ്.”

“ഏതു പട്ടി, എവിടെവെച്ച്?”

“വീട്ടിൽ വളർത്തുന്ന പട്ടിയാണ്.”

“ശരി. തന്റെ വീട്ടിൽ അങ്ങനെയൊരു പട്ടിയുണ്ടോയെന്ന് ഇപ്പോൾതന്നെ പോയി നോക്കാം. അങ്ങനെ ഒരു പട്ടി അവിടെ ഇല്ലായെങ്കിൽ അവിടം മുതൽ അടി തുടങ്ങും. പോകാം.”

“വേണ്ട സാർ. വീട്ടിലെ പട്ടിയല്ല. വഴിയേ പോയ പട്ടിയാണ്.”

“മതി. താൻ കള്ളം പറയുന്നവനാണെന്ന് തെളിഞ്ഞില്ലേ? ജോർജ്ജേ, ഇനി എന്തു കള്ളം പറയാൻ ശ്രമിച്ചാലും വിടില്ല ഞാൻ. പ്രവീണയല്ലേ തന്നെ കടിച്ചത്. വേദനകൊണ്ട് താൻ കൈ കുടഞ്ഞപ്പോൾ ചോര തെറിച്ചത് ചുവരിൽ തെളിഞ്ഞു കിടപ്പുണ്ട്. അതിന്റെ

സാംപിൾ പരിശോധിച്ചിട്ടുണ്ട്. ഇനി തന്റെ ചോരയെടുത്ത് മാച്ച് ചെയ്യുന്നുണ്ടോ എന്നു നോക്കിയാൽ മാത്രം മതി. മാത്രമല്ല, പ്രവീണ യുടെ പല്ലിൽനിന്നും ഒരു കഷ്ണം മാംസം ലഭിച്ചിട്ടുണ്ട്. അത് തന്റെ ഡി.എൻ.എയുമായി മാച്ച് ചെയ്യുന്നുണ്ടോയെന്നു നോക്കി യാൽ മാത്രം മതി. ഇനിയും കള്ളം പറയാൻ ശ്രമിക്കേണ്ട ജേക്കബ്ബേ."

"സാർ, ഇത്തിരി വെള്ളം വേണം."

"വെള്ളം തരാം. എല്ലാ സത്യവും പറഞ്ഞിട്ട്."

അയാൾ പറഞ്ഞുതുടങ്ങി.

"സാർ, പ്രമീളയെ ഞാൻ ഇഷ്ടപ്പെട്ടിരുന്നു. പ്രണയമല്ല. എന്റെ പ്രാണനായിരുന്നു. എന്റെ സ്ഥാപനത്തിൽ പഠിക്കാൻ വന്നനാൾ മുതൽ. അവളെ ജീവിതപങ്കാളിയാക്കണമെന്ന് മനസ്സിൽ തീരുമാ നിച്ചു. ഒരുപാട് സ്വപ്നങ്ങൾ കണ്ടു. അവളും എതിർപ്പൊന്നും പ്രകടി പ്പിച്ചില്ല. പെട്ടെന്നാണവളുടെ വിവാഹനിശ്ചയം നടന്നത്. അവളെ മറ്റൊരാൾക്കു വിട്ടുകൊടുക്കാൻ എനിക്കു സമ്മതമല്ലായിരുന്നു. അവ സാനമായി അവളെ ഒരിക്കൽകൂടി ജീവിതത്തിലേക്ക് ക്ഷണിക്കാ നാണ് ഞാനാ വീട്ടിലെത്തിയത്. സഹായത്തിനു സ്നേഹിതൻ സൈമനേയും കൂട്ടി. അവിടെയെത്തി അപേക്ഷിച്ചതിൽ അവൾ മറ്റൊരാളെ വിവാഹം കഴിക്കാൻ തീരുമാനിച്ചു എന്നും അതിൽനിന്നു പിന്മാറില്ലയെന്നും തറപ്പിച്ചു പറഞ്ഞതോടെ എന്റെ സമനില തെറ്റി. സൈമണെ വിളിച്ച് ഞങ്ങൾ രണ്ടാളുംകൂടി അവളുടെ കൈ ഒരു ഷാൾകൊണ്ട് പിന്നിൽ കെട്ടി. ഒച്ചയുണ്ടാക്കാതിരിക്കാൻ വായ പൊത്തിപ്പിടിച്ചു. നേരത്തെ തയ്യാറാക്കി കൊണ്ടുപോയ വിഷ ത്തിന്റെ കുപ്പി ബലമായി വായിലേക്ക് ഒഴിക്കാൻ ശ്രമിക്കുമ്പോഴാണ് അവൾ എന്റെ കൈവിരൽ കടിച്ചുമുറിച്ചത്. വേദനകൊണ്ട് സഹി ക്കാനാവാതെ കഴുത്തിൽ ഞെരുക്കി കൈ വലിച്ച് എടുത്തു. ഞാൻ കൈകുടഞ്ഞു. അത് നല്ലവണ്ണം മുറിഞ്ഞിട്ടുണ്ടായിരുന്നു. ബ്ലൗസിൽ തന്നെ ചോര തുടച്ചു. ഞങ്ങൾ രണ്ടാളുംകൂടെ ബലമായി കുപ്പി യിലെ വിഷം അവളുടെ വായ്ക്കകത്ത് ഒഴിച്ചു. വായ് തുറന്ന് തുപ്പി ക്കളയാതിരിക്കാൻ ബലമായി അമർത്തിപ്പിടിച്ചു. അല്പനേരം അവിടെനിന്ന് കൈയിലെ കെട്ടഴിച്ചുമാറ്റി നേരെ കിടത്തിയിട്ട് ഞങ്ങൾ അവിടെനിന്നും പോന്നു."

അയാളുടെ മൊഴി രേഖപ്പെടുത്തുമ്പോൾ തന്നെ പൊലീസു കാരെ അയച്ച് സൈമണെ കൂട്ടിക്കൊണ്ടുവരാൻ ഏർപ്പാടാക്കി. ഏറെ താമസിയാതെ അയാളുമെത്തി. സ്റ്റീഫൻ എല്ലാ കാര്യങ്ങളും പറഞ്ഞു എന്നറിയിച്ചതോടെ, അയാളും അതേപടി മൊഴി നല്കി.

വിഷം നൽകിയ കുപ്പി എവിടെയാണ് എന്ന ചോദ്യത്തിന് മോട്ടോർ സൈക്കിളിന്റെ ബോക്സിൽ വെച്ചിട്ടുണ്ട്. എവിടെനിന്നാണ് വാങ്ങിയതെന്ന ചോദ്യത്തിന് കരുനാഗപ്പള്ളി എന്നും മറ്റും പറഞ്ഞതെല്ലാം രേഖപ്പെടുത്തി.

അടുത്ത ദിവസം രണ്ടുപേരെയും സ്ഥലത്തു കൊണ്ടുപോയി തെളിവു ശേഖരിച്ച് വിഷക്കുപ്പി പൊതിഞ്ഞു സൂക്ഷിച്ചിട്ടുള്ളത് 27 റിക്കവറി പ്രകാരം ബന്തവസ്സിലെടുത്തു. ഒപ്പം മോട്ടോർ ബൈക്കും. എല്ലാ തെളിവുകളും ശേഖരിച്ച ശേഷം രണ്ടുപേരെയും റിമാന്റ് ചെയ്തു. അന്വേഷണങ്ങൾക്കൊടുവിൽ കുറ്റപത്രം സമർപ്പിച്ചു. ശക്തമായ ശാസ്ത്രീയ തെളിവുകളുടെ അടിസ്ഥാനത്തിൽ രണ്ടു പേർക്കും ജീവപര്യന്തം ശിക്ഷ കിട്ടി.

* * *

പ്രണയവും പരാജയവുമൊക്കെ പണ്ടുകാലം മുതൽക്കേ ഉള്ളതാണ്. അന്നൊക്കെ പരാജിതൻ സ്വയം ജീവനൊടുക്കുകയോ സ്വയം ശിക്ഷ ഏറ്റുവാങ്ങുകയോ ആണ് പതിവ്. ഇന്നത്തെ പ്രണയം കുറേക്കൂടി അഗ്രസ്സീവ് ആയി മാറിയിരിക്കുന്നു. പ്രണയിനിയെ ആസിഡ് ഒഴിക്കുക, വെട്ടിക്കൊല്ലുക, ക്രൂരമായി കൊലപ്പെടുത്തുക. കൂടുതലും കഞ്ചാവിന്റെയും മയക്കുമരുന്നിന്റെയും പിൻബലത്തിൽ. ചോരയിൽ കുതിരുന്നൊരന്ത്യം. എന്താണിവർക്കു സംഭവിക്കുന്നത്? യുവത്വം കൂടുതൽ ഭീരുക്കളായി മാറുകയാണോ? അതോ മക്കളെ നിയന്ത്രിക്കാൻ പേടിക്കുന്ന മാതാപിതാക്കളോ? ഡെസ്റ്റേവ്സ്കിയുടെ അലീഷയെന്ന കഥാപാത്രം പറയുംപോലെ എല്ലാവരും എല്ലാറ്റിനും ഉത്തരവാദികളാണ്. എനിക്കല്പം കൂടുതൽ All are responsible and I even more.

■

മുടിഞ്ഞ പ്രേമം

കോട്ടയം ഈസ്റ്റ് പൊലീസ് സ്റ്റേഷൻ കേസ് 182/2015ന്റെ അന്വേഷണവുമായി ബന്ധപ്പെട്ട് മെഡിക്കൽ കോളേജ് പേ വാർഡ് നമ്പർ 212ൽ മൂന്നാം ദിവസവും ഹാജരായി. അവിടെ പ്രത്യേക പരിചരണത്തിൽ കഴിയുന്ന ജാസ്മിൻ എന്ന 22കാരിയുടെ മൊഴി രേഖപ്പെടുത്തുന്നതിനായി കാത്തുനിന്നു.

മിഴിയുള്ളവർ ഒന്നല്ല, രണ്ടുവട്ടം നോക്കിനിന്നുപോവുന്നത്ര സുന്ദരിയായ മാലാഖക്കുട്ടി. ഇപ്പോൾ ശരീരമാകെ പൊള്ളലേറ്റ് വൈകൃതത്തിന്റെ പ്രതിരൂപമായി കട്ടിലിൽ ഒരു വശം ചെരിഞ്ഞു കിടക്കുന്നു. ഏതോ ഒരു ദുഷ്ടന്റെ മൃഗീയമായ ആസിഡ് ആക്രമണത്തിന്റെ ഇരയായി. അന്യർക്ക് പ്രവേശനം നിഷേധിച്ചിട്ടുണ്ടെങ്കിലും ഡ്യൂട്ടി ഡോക്ടറുടെ അനുവാദത്തോടെ ഉള്ളിൽ കടന്ന് ഒന്നേ നോക്കാനായുള്ളൂ. കണ്ണും പൂട്ടി വേഗം പുറത്തു കടന്നു. ശബ്ദം പുറത്തുവരാൻ ഏറെ നേരമെടുത്തു. ഡോക്ടർ സുനിലിനോടു പറഞ്ഞു.

"ഇങ്ങനെ കിടക്കുന്ന കുട്ടിയോട് ഞാനെന്തു ചോദിക്കാനാണ്?"

യഥാർത്ഥത്തിൽ അപകടനില തരണം ചെയ്ത കുട്ടിയോട് സംസാരിക്കാൻ അനുവാദം ലഭിച്ചതാണ്. പക്ഷേ, അവളുടെ സൗന്ദര്യത്തിനേറ്റ പ്രഹരമാണ് മാനസികമായി അവളെ ഏറെ തളർത്തുന്നത്. ഡോക്ടർ സന്ധ്യ മയങ്ങുംനേരത്ത് വിജനമായ ഒരു റബ്ബർതോട്ടത്തിൽ വെച്ചു നടന്ന ഈ ആക്രമണത്തെക്കുറിച്ച് എന്തെങ്കിലും സൂചന നൽകാൻ ആർക്കും കഴിയാത്തതിനാലാണ് ഞങ്ങൾ ഇവിടെ ചുറ്റിപ്പറ്റി നിൽക്കുന്നത്.

ഡോക്ടർ പറഞ്ഞു, "തൽക്കാലം നിങ്ങൾ മടങ്ങിപ്പോകൂ. കഴിയുമെങ്കിൽ ഇന്നുതന്നെ ഞാൻ ആ കുട്ടിയോട് കാര്യങ്ങൾ ചോദിച്ചു മനസ്സിലാക്കാം. ഉടനെ നിങ്ങളെ വിളിക്കാം."

ആശുപത്രിയിൽനിന്നും മടങ്ങുംമുമ്പ് ജാസ്മിന്റെ മാതാവിനോട് കുറേ കാര്യങ്ങൾ ചോദിച്ചു മനസ്സിലാക്കി. "അൽഫോൺസാ നേഴ്സിംഗ് കോളേജിൽ മൂന്നാം വർഷം പഠിക്കുമ്പോൾ മുതൽ ദീപു എന്ന വിദ്യാർത്ഥി വിവാഹാഭ്യർത്ഥനയുമായി അവളുടെ പിന്നാലെ നടന്നു ശല്യം ചെയ്യാറുണ്ടെന്നും ജാസ്മിൻ പറഞ്ഞറിയാം. രണ്ടുതവണ അയാൾ വീട്ടിൽ വന്നിട്ടുമുണ്ട്. മോൾക്ക് അയാളെ ഇഷ്ടമല്ലായിരുന്നു."

കേസ്സിനാസ്പദമായ സംഭവം നടന്നതിന്റെ അടുത്ത ദിവസം തന്നെ സംഭവസ്ഥലത്തെത്തി വിശദമായ അന്വേഷണങ്ങൾ നടത്തിയതാണ്. മഹസ്സർ തയ്യാറാകുമ്പോൾ ലഭിച്ച ഒരു കുപ്പിയിൽനിന്ന് വിരലടയാളം ലഭിക്കുമോ എന്നറിയാനായി ബ്യൂറോയിലേക്ക് അയച്ചതൊഴികെ മറ്റു തെളിവുകളോ സൂചനകളോ ഒന്നും ലഭ്യമായില്ല. ടാർ റോഡിൽനിന്നും ഏതാണ്ട് 500 മീറ്റർ ഇടറോഡിലാണ് സംഭവം നടന്നത്. റബ്ബർതോട്ടത്തിലേക്ക് ട്രാക്ടർ പോകാനായുള്ള വഴിയുടെ സൈഡിൽ നിൽക്കുന്ന ഇലഞ്ഞിമരത്തിനോട് ചേർന്നാണ് കൃത്യസ്ഥലം. റോഡിൽ ഒരു ചായക്കടയും ഒരു പെട്ടിക്കടയുമുണ്ട്. വൈകുന്നേരങ്ങളിൽ കുറച്ചാളുകൾ അവിടെ കൂടാറുണ്ട്. ഒരു അലർച്ച കേട്ട് ആൾക്കാർ ഓടിയെത്തുമ്പോൾ ഇലഞ്ഞിമരത്തിൽ ചാരിനിന്ന് വേദനകൊണ്ട് പിടയുന്ന ജാസ്മിനെയാണ് കണ്ടത്. അവരെല്ലാം ചേർന്ന് ഒരു കാറുവിളിച്ച് ആശുപത്രിയിലേക്ക് അയച്ചു. ഇതിനിടെ ഒരാൾ പറഞ്ഞു, "ഞങ്ങളിവിടെയെത്തുമ്പോൾ ഒരു കറുത്ത കോട്ടു ധരിച്ച ആൾ മുകളിലേക്ക് ഓടിമറയുന്നതു കണ്ടു. ഞാൻ പിന്നാലെ ചെന്നു നോക്കിയപ്പോൾ അയാൾ എവിടെയോ മറഞ്ഞു."

ജാസ്മിന്റെ അമ്മ പറഞ്ഞ കാര്യങ്ങളെക്കുറിച്ച് അന്വേഷിക്കാനായി കോട്ടയത്തെ നഴ്സിംഗ് കോളേജിലെത്തി. പ്രിൻസിപ്പലിന്റെ അനുമതിയോടെ ജാസ്മിന്റെ രണ്ടുമൂന്നു കൂട്ടുകാരികളോടു സംസാരിക്കാൻ കഴിഞ്ഞു. കൂട്ടത്തിൽ സ്മാർട്ടായ ദിൽഷ അറിയാവുന്ന കാര്യങ്ങൾ വ്യക്തമായി അവതരിപ്പിച്ചു.

"സർ, ജാസ്മിൻ ഞങ്ങളുടെ പ്രിയപ്പെട്ട കൂട്ടുകാരിയാണ്. സ്ത്രീജന്യമായ അസൂയ അവളോടുണ്ടായിരുന്നു. കാരണം അവൾ അത്രയ്ക്കും സുന്ദരിയായിരുന്നു. കോളേജിലെ ആസ്ഥാനഗായകനായ മാത്യുവിനോട് അവൾ കൂടുതൽ അടുപ്പം കാട്ടിയിരുന്നു. ഏതൊരു പ്രണയകഥയിലേയുംപോലെ അവർക്കിടയിൽ പൈലിയെന്ന വില്ലൻ കടന്നുവന്നു. അയാൾക്ക് ജാസ്മിനോട് മുടിഞ്ഞ പ്രണയം. ആളു ചില്ലറക്കാരനല്ല. നാനൂറു മീറ്റർ ഓട്ടത്തിൽ റിക്കാർഡ് ഹോൾഡറാണ്. ജാസ്മിനോടുള്ള പ്രണയം അയാൾ പരസ്യമായി

പറഞ്ഞുനടന്നു. പക്ഷേ, എന്തുകൊണ്ടോ ജാസ്മിൻ പലപ്പോഴും അയാളിൽനിന്ന് അകന്നുമാറി. ജാസ്മിനിലൂടെ മാത്യുവിനെ തോല്പിക്കുക എന്നതായിരുന്നു പൈലിയുടെ ലക്ഷ്യം. കോളേജ് പ്രണയങ്ങളൊന്നും പരിണയത്തിലെത്തില്ലല്ലോ സർ. പൈലിയുടെ പ്രണയം നിരസിച്ചതിലൂടെ ഇത്രയും ക്രൂരതയിലേക്ക് അത് എത്തിച്ചേരും എന്നു ഞങ്ങൾ കരുതുന്നില്ല. പോരെങ്കിൽ പൈലിക്ക് അന്ന് ഒരു മീറ്റിൽ പങ്കെടുക്കേണ്ടിയിരുന്നു. അന്നും അയാൾ സ്റ്റേഡിയത്തിൽതന്നെയുണ്ടായിരുന്നു. അപ്പോൾ മാത്യുവോ? അയാളൊരു പാവത്താനാണ് സർ. ഗാന്ധിജിയുടെ അരുമശിഷ്യനാകാൻ പഠിക്കുകയായിരുന്നു. ഇനി ഇവർ രണ്ടാളുമല്ലാതെ മൂന്നാമതൊരാൾ ഞങ്ങളുടെ അറിവിൽ അങ്ങനെയൊരു കഥാപാത്രമില്ല."

കുട്ടികളുടെ സഹായത്തോടെ ലാബിൽ എത്തി അവിടത്തെ ആസിഡിന്റെ സ്റ്റോക്കിൽ എന്തെങ്കിലും കുറവുണ്ടായോ എന്നും മറ്റും അന്വേഷണങ്ങൾ നടത്തി.

കോളേജിൽനിന്നും മടങ്ങുമ്പോൾ പാമരം പൊട്ടിയ വഞ്ചിപോലെ മനസ്സു കര കാണാതെ അലഞ്ഞു. ഇനി ഒരു കര പറ്റാനൊരു തുഴയുമായി ആരെങ്കിലും എത്തുമോ? എത്തും. ചക്രവാളങ്ങളിൽ വർണ്ണങ്ങൾ വിതറിക്കൊണ്ട് അർക്കൻ വിടചൊല്ലി. നീലാകാശത്തിലൊരു വെള്ളിനക്ഷത്രം മിന്നിത്തെളിയുന്നു. രണ്ടായിരം വർഷങ്ങൾക്കു മുമ്പ് സർവലോകത്തിനും സന്തോഷത്തിന്റെ സദ്വാർത്തയുമായി മാനത്തുദിച്ച അതേ വെള്ളിനക്ഷത്രത്തിന്റെ ശോഭ. അതു കാട്ടിത്തരുന്ന വീഥികളിലൂടെ സഞ്ചരിക്കുകതന്നെ.

സംഭവം നടന്ന സ്ഥലത്തുതന്നെ കേന്ദ്രീകരിച്ച് അന്വേഷണം ശക്തമാക്കി. ജീപ്പുമായി അവിടെയെത്തുമ്പോഴെല്ലാം ഒരു ചായ എടുക്കട്ടെ സർ എന്ന് ബഹുമാനത്തോടെ ചോദിച്ചുകൊണ്ടരികിലെത്തുന്ന ജമാൽ എന്ന വൃദ്ധനെ സൂക്ഷിച്ചു നോക്കി. പണ്ടൊരു കള്ളനായിരുന്നുപോലും. ട്രെയിനിൽ സഞ്ചരിച്ച് യാത്രക്കാരുടെ ബാഗ് മാറ്റിവെച്ച് കബളിപ്പിക്കുന്ന കള്ളൻ. യാത്രക്കാരുടെയും റെയിൽവേ പൊലീസിന്റെയും അടികൊണ്ട് മതിയായി. ഇപ്പോൾ സ്വയം അധ്വാനിച്ചു ജീവിക്കുന്നു.

"ജമാലേ, താൻ വിചാരിച്ചാൽ ആ ദുഷ്ടനെ കണ്ടെത്താനാവും. അതിനു മനസ്സുവെക്കണമെന്നു മാത്രം."

"എന്റെ സാറേ, ആ കൊച്ചിനെ ആശുപത്രിയിൽ കൊണ്ടുപോയത് ഞമ്മളും കൂടെ ചേർന്നാ. സഹിക്കൂല ഏമാനേ, സഹിക്കൂല. അത്രയ്ക്കു പുഴു പെടയുംപോലെയാ കുട്ടി പെടച്ചത്. നമുക്കൊരു ബുദ്ധി തോന്നണൊണ്ട്. ഞാനൊരാളെ പറയാം. അയാളെ

വിളിച്ച് രഹസ്യമായി പറഞ്ഞാൽ അയാൾ പറഞ്ഞുതരും ആരാണ് ഇതു ചെയ്തതെന്ന്."

ജേക്കബ്ബ് ജോൺ. അതാണയാൾ പറഞ്ഞ പേര്. കൂട്ടത്തിലൊരു വിവരണവും. നാട്ടിലെ ഏത് ഏടാകൂടത്തിലും ചെന്ന് തലയിടും. രാഷ്ട്രീയക്കാരനെന്നു പറയുമെങ്കിലും പ്രധാന ഉദ്ദേശ്യം ചെലവു കാശ് ഉണ്ടാക്കുകയെന്നതാണ്. ഒരു പൊലീസുകാരനോടെങ്കിലും നാലാളുകളുടെ മുന്നിൽ വെച്ച് സംസാരിക്കാൻ കഴിഞ്ഞാൽ അയാൾക്ക് അതുമതി വീമ്പടിക്കാൻ. അത് എന്റെ സ്വന്തം ആളാ.

മുൻകൂട്ടി നിശ്ചയിച്ചപ്രകാരം ചായക്കടയുടെ ബഞ്ചിലിരുന്ന ജേക്കബ് ജോണിനോട്, ജീപ്പ് ചവിട്ടിനിറുത്തി ഉറക്കെ ചോദിച്ചു.

"തന്നെ ഇപ്പോ കാണാനേ കിട്ടുന്നില്ലല്ലോ ജോണേ."

പൊട്ടിച്ചിരിച്ചുകൊണ്ട് എഴുന്നേറ്റ് ജീപ്പിനരികിലേക്കു വന്നു. അല്പം അകലെ മാറ്റിനിറുത്തി കാര്യം പറഞ്ഞു.

"താൻ വിചാരിച്ചാലേ ആ ദുഷ്ടനെ കണ്ടെത്താനാവൂ. ഒരു പെൺകുട്ടി നീറിനീറി പുകയുമ്പോൾ അതിനു കാരണക്കാരനായ വൻ സുഖമായി വിലസി നടക്കുന്നു. എന്തു പറയുന്നു?"

ഒരു നിമിഷം ആലോചിച്ചുനിന്നശേഷം ജേക്കബ്, "ഞാൻ ഏറ്റു സാർ. രണ്ടേ രണ്ടു ദിവസം എനിക്കു തരൂ."

യാത്ര പറഞ്ഞ് പിരിയുമ്പോൾ രാജകീയപ്രൗഢിയോടെ കൈവീശി നിൽക്കുന്നു ജേക്കബ് ജോൺ.

ജാസ്മിന്റെ അവസ്ഥയെക്കുറിച്ച് അറിയാനുള്ള വ്യഗ്രതയോടെ ആശുപത്രിയിലെത്തി. കട്ടിലിൽ എഴുന്നേറ്റിരുന്ന് ചൂടുചായ മൊത്തിക്കുടിക്കുന്ന ജാസ്മിന്റെ മുഖം കണ്ണാടിച്ചില്ലിലൂടെ കണ്ടു. വൈകൃതത്തിന്റെ പൂർണ്ണതയിൽ ഒരു സ്ത്രീരൂപം. നോക്കിനിൽക്കുമ്പോൾ മുമ്പൊരിക്കൽ ഒരാൾ പറഞ്ഞ കാര്യം ഓർമ്മയിൽ തെളിഞ്ഞുവന്നു. അതും ആസിഡ് വീണു പൊള്ളിയ മുഖവുമായി ചികിത്സ കഴിഞ്ഞു പോകുന്ന സ്ത്രീയോട് ഡോക്ടർ ഒരു ഉപദേശം നൽകി. "മേലിൽ കണ്ണാടിയിൽ നോക്കരുത്."

വീട്ടിലെത്തി ദിവസങ്ങൾക്കുശേഷം കുളി കഴിഞ്ഞ് തലമുടി ചീകി അബദ്ധത്തിൽ കണ്ണാടിയിലേക്കു നോക്കി. അവൾ ആകെ തകർന്നുപോയി. ഇത്രയും വൈരൂപ്യം പേറിയാണോ താൻ ജീവിക്കുന്നത്. കണ്ണുനീർ വാർത്തു നിന്ന അവളുടെ പിന്നിലൂടെ വന്ന് പുണർന്നുകൊണ്ട് അവളുടെ പ്രിയതമൻ പറഞ്ഞു, "നീ എന്റേതാണ്."

* * *

ആ രംഗം പലപ്പോഴും മനസ്സിൽ തെളിഞ്ഞുവരുമ്പോൾ ആശ്വസിക്കും. അവളെ ആശ്വസിപ്പിക്കാൻ ഒരാളുണ്ടായിരുന്നു. ഇവിടെ സർവ്വവും തകർന്നു കഠിനദുഃഖത്തിലാണ്ടുപോയ പെൺകൊടിയെ ആരാണ് ആശ്വസിപ്പിക്കാനുള്ളത്?

സുനിൽ ഡോക്ടറുമായി അല്പനേരം സംസാരിച്ചു.

“ആക്രമിച്ചയാളെ അവൾക്കറിയില്ല എന്നാണ് പഞ്ഞത്. കൂടുതൽ ഒന്നും പറയാനും അവൾ തയ്യാറാവുന്നില്ല. മാനസികമായി ആകെ തകർന്ന മട്ടാണ്. ഒരു സാധാരണ ജീവിതത്തിലേക്ക് തിരിച്ചുവരാൻ ഏറെ നാളെടുക്കും. അപ്പോഴും ഈ പ്രതിസന്ധി മറികടക്കാൻ അവൾക്കാകുമോയെന്നും സംശയമുണ്ട്. ഒരു സാധാരണ പെണ്ണല്ലേ അവൾ. എന്തും സഹിക്കും. പക്ഷേ, സൗന്ദര്യത്തിനു ക്ഷതം സംഭവിച്ചാൽ... ഒരാൾക്കു താങ്ങാനാവുന്നതിനും അപ്പുറമാണത്. മനസ്സിൽ ഒരായിരം മുള്ളുകൾ തറച്ചാലുള്ള വേദനയുമായാണ് അവിടെ നിന്നും മടങ്ങിയത്.

ജേക്കബ്ബ് ജോൺ പ്രയോഗം ഫലം കണ്ടു.

“സർ, ആ മോഹൻ പത്താംതരം പാസ്സായി. തുടർന്നു പഠിക്കാൻ സാമ്പത്തികസ്ഥിതി അനുവദിച്ചില്ല. പഠനം ഉപേക്ഷിച്ച് ഒരു തൊഴിലു പഠിച്ചു. ടാപ്പിംഗ് ജോലി. അതിലൂടെ ജീവിതം കരുപിടിപ്പിക്കാൻ തീരുമാനിച്ചു. ജാസ്മിന്റെ വീടുമായി അടുത്ത ബന്ധമാണുണ്ടായിരുന്നത്. കഴിഞ്ഞ നാലഞ്ചു ദിവസമായി വീടിനുള്ളിൽ തന്നെ കിടപ്പാണ്. ടാപ്പിംഗ് ജോലിക്കും വരുന്നില്ലായെന്ന് തോമ്മാച്ചൻ പറഞ്ഞപ്പോഴാണ് എന്താണ് കാര്യം എന്നറിയാനായി അവന്റെ വീട്ടിലെത്തിയത്. വാതിലിൽ മുട്ടിവിളിച്ചിട്ടും തുറക്കാതെ പനിയാണ് എന്ന് അകത്തുനിന്നും വിളിച്ചു പറഞ്ഞു. പക്ഷേ, ആ സംഭവം നടന്ന ദിവസം ഞാൻ അവനെ ദീപാ നേഴ്സിംഗ് ഹോമിന്റെ മുന്നിൽവെച്ച് കണ്ടിരുന്നു. അപ്പോൾ കൈയിൽ പൊള്ളലേറ്റ മുറിവിന് മരുന്നു പുരട്ടി നെറ്റുതുണികൊണ്ട് ബാന്റേജ് ഇട്ടിരിക്കുന്നത് ഞാൻ ശ്രദ്ധിച്ചിരുന്നു. അതാണ് എന്റെ സംശയം വർദ്ധിപ്പിച്ചത്.”

മോഹന്റെ വീട്ടിൽ ഞങ്ങളെത്തുമ്പോൾ അവിടെ ആരും ഉണ്ടായിരുന്നില്ല. കതകിൽ മുട്ടി കാത്തുനിന്നെങ്കിലും ഒരു പ്രതികരണവുമുണ്ടായില്ല. പക്ഷേ, വീട്ടിനകത്ത് ആരോ ഉള്ളതായി തോന്നി ഒപ്പമുണ്ടായിരുന്ന പൊലീസുകാരൻ സുധാകരൻ വീടിനു പിൻഭാഗത്തുള്ള ജനാലയുടെ വിടവിലൂടെ നോക്കിയിട്ട് ഉറക്കെ വിളിച്ചു പറഞ്ഞു.

“സാറേ, കതക് ചവിട്ടിത്തുറക്കൂ വേഗം.”

കേട്ടപാടേ കതകിൽ ആഞ്ഞു ചവിട്ടി. കതക് മലർക്കെ തുറന്നു. ഒരു മേശമേൽ കയറിനിന്ന് മുകളിലെ കഴുക്കോലിൽ ഒരു കയർ കെട്ടി അതിൽ ഒരു കുരുക്ക് ഇട്ട് അതിനുള്ളിൽ തലയിടാനുള്ള ശ്രമത്തിലായിരുന്നു മോഹൻ. അയാളെ മെല്ലെ താഴെയിറക്കി ചോദിച്ചു.

“മരിക്കാൻതന്നെ തീരുമാനിച്ചു അല്ലേ?”

“അതേ സർ.”

“എന്താ കാര്യം?”

“ചതിക്കാനൊരുങ്ങിയ കൂട്ടുകാരിയോട് പകവീട്ടി. ഇനിയെന്റെ ഭൂവാസത്തിന് പ്രസക്തിയില്ലെന്നു തോന്നി.”

“ക്രൂരതയാവാം. പക്ഷേ, ഒരു പെണ്ണിനോട് ഇത്രയും ക്രൂരത പാടില്ല. നിനക്കറിയാമോ? മരണത്തോട് മല്ലടിച്ചുകഴിയുമ്പോഴും തന്നോട് ഇത്രയും ക്രൂരത കാട്ടിയവന്റെ പേര് വെളിപ്പെടുത്താൻ അവൾ തയ്യാറായില്ല. അതാണാ കുട്ടിയുടെ മഹത്വം. എത്ര ജന്മം കൊണ്ട് നിനക്കീ പാപക്കറ കഴുകിക്കളയാനാകും?”

ഒരക്ഷരം ഉരിയാടാതെ നിന്ന അവനെ തൂക്കിയെടുത്തു ജീപ്പിലിട്ട് പാഞ്ഞു.

അന്വേഷണം പൂർത്തിയാക്കി ലഭിക്കാവുന്ന തെളിവുകളെല്ലാം ശേഖരിച്ച് ചാർജ്ഷീറ്റും സമർപ്പിച്ചു.

* * *

കാലം ചവിട്ടുപടികൾ കയറിയത് നീണ്ട പതിനഞ്ചു വർഷം. പ്രകൃതിയിലെ സുന്ദരദൃശ്യങ്ങൾ മനസ്സിൽ പതിയുമ്പോഴെല്ലാം നൊമ്പരപ്പെടുത്താനൊരു കിളുന്തു പെണ്ണിന്റെ വികൃതരൂപവും ഓടിയെത്തും. ഇടയ്ക്കെപ്പോഴോ കോട്ടയം വഴി കടന്നുപോകുമ്പോൾ ജേക്കബ്ബ് ജോണിന്റെ വലിയ വലിയ കട്ടൗട്ടുകൾ പാതയോരങ്ങളിൽ നിറഞ്ഞുനിൽക്കുന്നത് കണ്ണിൽപെട്ടു. ഒരു ജംഗ്ഷനിലെത്തുമ്പോൾ ആൾക്കൂട്ടത്തിനിടയിൽനിന്നും ജേക്കബ് ജോൺ ഓടി ജീപ്പിനടുത്തേക്ക് വന്നു.

“സാറേ, സുഖമാണോ? നമ്മുടെ അന്നത്തെ മോഹൻ ആസിഡ്, അയാൾ എട്ടു വർഷം ശിക്ഷ കഴിഞ്ഞ് പുറത്തിറങ്ങി. ഏറെ നാളത്തെ ചികിത്സയ്ക്കുശേഷം ജാസ്മിന്റെ വൈകൃതം ഒരുവിധം മാറിക്കിട്ടി. എന്റെ ഏറെ നാളത്തെ പരിശ്രമങ്ങൾക്കൊടുവിൽ രണ്ടാളേയും ഒരുമിപ്പിക്കാൻ കഴിഞ്ഞു. ഇപ്പോൾ അവർ ഒരുമിച്ചു ജീവിക്കുന്നു.”

ജേക്കബ് ഒരു കാര്യം കൂടെ പറഞ്ഞു.

“സാറ് ട്രാൻസ്ഫർ ആയി പോകാൻ നേരം ജാസ്മിനെ വേണ്ട പോലെ നോക്കണം എന്നു പറഞ്ഞ് ഏല്പിച്ച രണ്ടായിരം രൂപ. ആ തുകകൊണ്ട് എന്റെയും ജാസ്മിന്റെ അമ്മയുടെയും പേരിൽ ബാങ്കിൽ ഒരു അക്കൗണ്ട് തുടങ്ങി. ‘ജാസ്മിൻ ചികിത്സാ ഫണ്ട്’ എന്ന പേരിൽ. ആ അക്കൗണ്ടിലേക്ക് ഒഴുകിയെത്തിയത് ലക്ഷങ്ങളാണ്. ആ തുകകൊണ്ട് വിദേശത്ത് എത്തിച്ചാണ് മെച്ചപ്പെട്ട ചികിത്സ നൽകിയത്. സാറിന് അവരെ കാണണ്ടേ?”

“തൽക്കാലം വേണ്ട. ഇവിടത്തെ.... ഇലക്ഷനിൽ താൻ വിജയിച്ചുവന്ന ശേഷം നമുക്കു കാണാം. എന്റെ എല്ലാവിധ ആശംസകളും.”

കൈപിടിച്ചു കുലുക്കി യാത്ര പറഞ്ഞു. വാഹനം മുന്നോട്ടു നീങ്ങി.

ചീറിപ്പായുന്ന വാഹനത്തിലിരുന്ന് അകലേക്കു നോക്കുമ്പോൾ ചക്രവാളസീമയിൽ ഒരു വലിയ പ്രകാശം ഉരുണ്ടുകൂടിയിരുന്നു.

■

നഷ്ടപ്പെടുന്നവർ

സൈനബയെന്ന 38 വയസ്സുകാരി തന്റെ മകൻ ജമാലുദ്ദീൻ എന്ന പത്തൊമ്പതുകാരനെ ഇന്നലെ മുതൽ കാണാനില്ലെന്ന പരാതിയുമായാണ് സ്റ്റേഷനിലെത്തിയത്. ഒന്നാം വർഷം ബി.എയ്ക്ക് പഠിക്കുകയാണെന്നും വെളുത്ത നിറവും അഞ്ചടി രണ്ടിഞ്ച് പൊക്കവുമുണ്ടായിരുന്നു. കറുത്ത ഷർട്ടും നീല ജീൻസും ധരിച്ചിരുന്നു എന്നും കോളേജ് അവധി ആയതിനാൽ കോളേജിൽ പോയില്ല എന്നും രാവിലെ ആഹാരം കഴിച്ചുകൊണ്ടിരുന്ന സമയത്ത് ഒരു സ്നേഹിതൻ വന്നു കൂട്ടിക്കൊണ്ടുപോയെന്നും രാത്രിയായിട്ടും മടങ്ങി വന്നില്ലെന്നും അതുകൊണ്ട് പല സ്ഥലങ്ങളിലും അന്വേഷിച്ചെങ്കിലും കാണാത്തതിനാലാണ് പരാതി പറയാൻ വന്നതെന്നും എഴുതിയ പരാതിയോടൊപ്പം ജമാലുദ്ദീന്റെ ഒരു ഫോട്ടോയും ഫോൺ നമ്പറും നൽകുകയും ചെയ്തു.

മൊഴി പ്രത്യേകം രേഖപ്പെടുത്തിയതിൽ മകനെ വിളിക്കാൻ വന്ന കൂട്ടുകാരനെ അറിയില്ലെന്നും കോളേജിൽ ഒപ്പം പഠിക്കുന്ന കുട്ടി ആയിരിക്കുമെന്നു കരുതി. ഒരേയൊരു മകനാണെന്നും ഭർത്താവ് ഗൾഫിലാണെന്നും കഴിഞ്ഞ നാലുമാസമായി പൈസയൊന്നും അയയ്ക്കാറില്ലെന്നും വേറെ ഏതോ ഒരു പെണ്ണു കെട്ടിയെന്നും പറഞ്ഞുകേട്ടു. എന്റെ ഏക ആശ്രയം എന്റെ മകൻ മാത്രമണ്. കരച്ചിലടക്കാൻ അവർ ഏറെ പണിപ്പെടുന്നുണ്ടായിരുന്നു. ആശ്വസിപ്പിച്ച് മടക്കി അയയ്ക്കുമ്പോൾ ആരാഞ്ഞു.

“മകന്റെ ഏതെങ്കിലും സ്നേഹിതന്മാരുടെ പേരോ ഫോൺ നമ്പറോ അറിയാമോ?”

“രാമു എന്നും മുരുകൻ എന്നും രണ്ടുപേരെ അറിയാം. പ്ലസ് ടു വരെ ഒരുമിച്ചു പഠിച്ചവരാണ്. ഹിസ്റ്ററി ബി.എ. ഫസ്റ്റ് ഇയർ വിദ്യാർത്ഥികളാണവരും.”

എഫ്.ഐ.ആർ. രജിസ്റ്റർ ചെയ്തതോടൊപ്പം കൺട്രോൾ റൂമിലും ക്രൈം കോർഡ്ഡുകൾ തയ്യാറാക്കി എല്ലാ സ്റ്റേഷനിലേക്കും

മെസ്സേജ് അയച്ചു. സംഭവം നടന്ന വീടിനു സമീപമുള്ളവരുമായും നടത്തിയ അന്വേഷണങ്ങളിൽ ജമാൽ നല്ല കുട്ടിയാണെന്നും ആവശ്യമില്ലാത്ത കൂട്ടുകെട്ടുകൾ ഒന്നും ഇല്ലായിരുന്നു എന്നും കോളേജിൽ പോയതിനുശേഷമാണ് ചില പുതിയ കൂട്ടുകാരൊക്കെ ലഭിച്ചത്. ഒപ്പം പഠിക്കുന്ന രാമുവിനെ കണ്ടു ചോദിച്ചതിൽ ജമാലുദ്ദീന്റെ വാപ്പ പേർഷ്യക്കാരനാണ് എന്നറിഞ്ഞതുകൊണ്ട് അവനുമായി കൂട്ടുകൂടാൻ പലരും തുടങ്ങിയിട്ടുണ്ട് എന്നും കോളേജിന് പുറത്തുനിന്നുള്ളവരും ആ കൂട്ടത്തിലുണ്ട് എന്നും പറഞ്ഞു.

രാമു പറഞ്ഞ കാര്യങ്ങളെക്കുറിച്ച് കൂടുതൽ അന്വേഷണങ്ങൾ നടത്തിയതിൽ കോളേജ് ഹോസ്റ്റലിൽ താമസിച്ചു പഠിക്കുന്ന ചില കുട്ടികൾ ലഹരിസംഘങ്ങളുമായി ബന്ധം പുലർത്തുന്നുണ്ടെന്നുള്ള വിവരങ്ങൾ ലഭിച്ചു. കോളേജ് പ്രിൻസിപ്പലിനെ കണ്ടു സംസാരിച്ചതിൽ കോളേജിനുള്ളിൽ അത്തരം ആളുകളെ പ്രവേശിപ്പിക്കാതിരിക്കാൻ ശ്രമിക്കുന്നുണ്ടെങ്കിലും ലഹരിസംഘത്തിന്റെ പ്രലോഭനങ്ങളിൽപ്പെട്ട് ചില കുട്ടികൾ അവരുടെ പിടിയിലകപ്പെടാറുണ്ട് എന്നത് ഒരു വസ്തുതയാണെന്നും അതിനെതിരെ പ്രതിരോധം തീർക്കാൻ അദ്ധ്യാപകരും വിദ്യാർത്ഥികൂട്ടായ്മയും ശക്തമായി പ്രവർത്തിക്കുന്നുണ്ട് എന്നാണദ്ദേഹം അഭിപ്രായപ്പെട്ടത്.

സംഘടന പ്രവർത്തകർതന്നെയാണ് രണ്ടുപേരുകൾ നൽകിയത്. രണ്ടാളും ഇപ്പോൾ കോളേജിൽ വരാറില്ലെന്ന വിവരവും അവർ കൈമാറി. അതിൽ ഒരു പേര് കാണാതായ ജമാലുദ്ദീന്റെയും അയാളുടെ സ്നേഹിതൻ ദിലീപിന്റെയും ആയിരുന്നു.

ദിലീപിന്റെ വീട്ടിലെത്തി അന്വേഷിച്ചതിൽ അച്ഛന് എക്സൈസ് ഡിപ്പാർട്ടുമെന്റിൽ പ്രിവന്റീവ് ഓഫീസർ ജോലിയാണെന്നും അമ്മ ശാരദ സ്കൂൾ ടീച്ചറാണെന്നും ഒരു സഹോദരി എട്ടാം സ്റ്റാൻഡേർഡ് വിദ്യാർത്ഥിനിയാണെന്നും മനസ്സിലാക്കി. ശാരദടീച്ചറെ കണ്ടു ചോദിച്ചതിൽ ഭർത്താവ് രാമചന്ദ്രൻ ഇപ്പോൾ ഇടുക്കി റേഞ്ചിൽ ജോലി ചെയ്യുകയാണെന്നും മദ്യപിക്കുന്ന ആളാണെന്നും കേസിൽ പിടിച്ചതിൽപെട്ട കഞ്ചാവും മറ്റും വീട്ടിൽ കൊണ്ടുവരാറുണ്ടെന്നും വീട്ടിൽ രഹസ്യമായി സൂക്ഷിക്കുന്ന അത്തരം വസ്തുക്കൾ കുറേശ്ശെ കുറേശ്ശെ കാണാതാവുന്നതായി ഭർത്താവ് പറഞ്ഞിട്ടുണ്ട് എന്നും മകനോടു ചോദിച്ചതിൽ കൂട്ടുകാരെ കാണിക്കാൻ കൊണ്ടുപോയതാണെന്നും എന്റെ കൈയിൽനിന്നും അവർ തട്ടിയെടുത്തു എന്നുമാണ് പറഞ്ഞതെന്നും ഇപ്പോൾ നാലഞ്ചു ദിവസം മുമ്പ് കോളേജ് കുട്ടികളുമായി ടൂർ പോവുകയാണെന്നും മറ്റും പറഞ്ഞ് കുറച്ചു പൈസയും വാങ്ങി പോയതാണെന്നും പറഞ്ഞു.

ഒപ്പമുള്ളവർ ആരൊക്കെയാണെന്ന് ചോദിച്ചതിന് അമ്മയ്ക്കവ രെയൊന്നും അറിയില്ലെന്നും ബൈക്കിലാണ് പോകുന്നതെന്നും പറഞ്ഞ് പോയതാണ്. ഒരിക്കൽ വീട്ടിൽ വിളിച്ചിട്ട് റേഞ്ചില്ലാത്ത സ്ഥലമാണെന്നും ചിലപ്പോൾ വ്യക്തമായി കണക്ഷൻ ലഭിക്കില്ല എന്നും പറഞ്ഞു. തിരിച്ചുവിളിച്ചിട്ട് കിട്ടിയതുമില്ല. അവരുടെ കൂട്ട ത്തിൽ ജമാലുദ്ദീൻ ഉണ്ടായിരുന്നോ എന്ന ചോദ്യത്തിന് ഇല്ലെ ന്നാണ് അവൻ മറുപടി പറഞ്ഞതെന്നും ടീച്ചർ അറിയിച്ചു. അവിടെ നിന്നും മടങ്ങുമ്പോൾ ദിലീപിന്റെ ഫോൺ നമ്പറും വാങ്ങിയിരുന്നു.

ഇതിനിടെ ജമാലുദ്ദീന്റെ വീട്ടിലേക്ക് ഒരു ഫോൺസന്ദേശം എത്തിയിരുന്നു. താൻ ഇപ്പോൾ രാജാക്കാട് എന്ന സ്ഥലത്തു ണ്ടെന്നും രണ്ടു ദിവസത്തിനകം മടങ്ങിയെത്തുമെന്നും തിരികെ യുള്ള ചോദ്യത്തിനൊന്നും മറുപടി നൽകിയില്ലെന്നും. ഫോൺ കട്ടായതിനാൽ നമ്പർ നോട്ടു ചെയ്തു എന്നും മകന്റെ ശബ്ദമാണോ യെന്ന് സംശയം തോന്നിയെന്നും പറഞ്ഞു. ജമാലുദ്ദീന്റെ അമ്മ ആ ഫോൺ നമ്പർ നൽകി.

ആ നമ്പർ എക്സ്ചേഞ്ച് വഴി നടത്തിയ അന്വേഷണത്തിൽ അത് ഇടുക്കി ജില്ലയിലെ ഒരു പബ്ലിക് ബൂത്തിന്റെ നമ്പറാണെന്ന് അറിവായി. പൊലീസിന്റെ അന്വേഷണം വഴി തെറ്റിക്കാൻ ചെയ്ത താണെന്നു തോന്നി.

അന്വേഷണങ്ങൾ നടത്തിവരവേ മംഗലം ഡാമിൽ ഒരു യുവാ വിന്റെ മൃതശരീരം കാണപ്പെട്ടു എന്നും ഏതാണ്ട് 20-25 വയസ്സു തോന്നിക്കുന്ന ഒരു പുരുഷന്റേതാണെന്നും ശരീരമാസകലം മുറി വേറ്റിട്ടുണ്ട് എന്നും മുഖം വികൃതമാക്കിയ നിലയിലും നീലക്കളറി ലുള്ള ജീൻസ് പാന്റ്സ് മാത്രമാണ് ധരിച്ചിട്ടുള്ളതെന്നുമാണ്. ജീർണിച്ച നിലയിലാണ് കാണപ്പെട്ടതെന്നും അഞ്ചു ദിവസത്തെ യെങ്കിലും പഴക്കമുണ്ടാകും എന്നാണ് ലഭിച്ച വിവരം.

എന്തായാലും സംശയനിവാരണത്തിനായി പാലക്കാട് ജില്ല യിലെ മംഗലം ഡാം പൊലീസ് സ്റ്റേഷനിലെത്തി അന്വേഷിച്ചതിൽ അഴുകി ദുർഗന്ധം വമിക്കുന്ന നിലയിലായിരുന്നതിനാൽ പൊലീസ് സർജനെ സ്ഥലത്ത് എത്തിച്ച് പോസ്റ്റുമോർട്ടം പരിശോധന നട ത്തിച്ചു എന്നും അതിനുശേഷം ഡാം സൈറ്റിൽതന്നെ കുഴിച്ചുമൂടി യെന്നും കഴുത്തിൽ വട്ടത്തിലുള്ള കരുവാളിപ്പിനു പുറമേ ശരീര മാസകലം മുറിവേറ്റ പാടുകളുമുണ്ടായിരുന്നതായും മൃതശരീര ത്തിന്റെ ഫോട്ടോകൾ എടുപ്പിച്ചിട്ടുണ്ട് എന്നും ധരിച്ചിരുന്ന നീല ജീൻസ് എടുത്ത് പ്രത്യേകം ഉണക്കി സൂക്ഷിച്ചിട്ടുണ്ട് എന്നും മൃത ശരീരം ആരാണ് അവിടെ കൊണ്ടിട്ടതെന്ന് അറിയില്ലയെന്നും മറ്റു മുള്ള വാർത്തകളാണ് ലഭിച്ചത്.

ധാരാളം സന്ദർശകർ എത്തുന്ന സ്ഥലമായതിനാൽ ആരാണ് അവിടെ കൊണ്ട് ഉപേക്ഷിച്ചത് എന്നറിയാൻ കഴിഞ്ഞിട്ടില്ല എന്ന് പറഞ്ഞതിനാൽ മൃതശരീരം ഐഡന്റിഫൈ ചെയ്യാൻ കഴിയാത്തതിനാൽ അജ്ഞാതജഡം എന്ന നിലയിലാണ് കേസ് ഡയറി എഴുതിയിട്ടുള്ളത് എന്നും മനസ്സിലാക്കി.

ആർ.ഡി.ഒ. കോടതിയിൽ അയയ്ക്കാനായി സൂക്ഷിച്ചിരുന്ന നിറം മങ്ങിയ ജീൻസ് മാത്രമാണ് അവശേഷിച്ചിട്ടുള്ള ഏക വസ്തു. സ്റ്റേഷനിൽനിന്നുതന്നെ എസ്.ഐയെ ഫോണിലൂടെ വിവരമറിയിച്ചു. എത്രയും വേഗം മാൻമിസ്സിംഗ് കേസ്സിലെ കംപ്ലയ്നന്റിനെ മംഗലം ഡാം പൊലീസ് സ്റ്റേഷനിലെത്തിക്കണം. ഞങ്ങൾ ഡാമിലെ റസ്റ്റ്ഹൗസിൽ ഉണ്ടാവും എന്നറിയിച്ചു.

അടുത്ത ദിവസം പുലർച്ചെയോടെ സൈനബയും ഒന്നുരണ്ടു ബന്ധുക്കളും പൊലീസുകാരോടൊപ്പം പൊലീസ് സ്റ്റേഷനിലെത്തി. സ്റ്റേഷനിൽ സൂക്ഷിച്ചിരുന്ന ഫോട്ടോകളും മറ്റും കണ്ടിട്ട് ഉറപ്പിച്ച് ഒന്നും പറയാനായില്ലെങ്കിലും ജീൻസ് കണ്ടതോടെ ഭാവം മാറി. അതിന്റെ കാലിന്റെ രണ്ടറ്റത്തും രണ്ട് ഇഞ്ച് അകത്തേക്ക് മടക്കി തയ്ച്ചിരുന്നതുകണ്ടതോടെ സൈനബ അലറിവിളിച്ചുകൊണ്ട് നിലത്തുവീണുകിടന്ന് വിളിച്ചു പറഞ്ഞു.

“ഇത് എന്റെ മോന്റേതാണ്. നീളം കൂടുതലാണുമ്മാ. മടക്കിത്തയ്ക്കണം എന്ന് അവൻ പറഞ്ഞപ്പോൾ ഞാനാണ് തയ്ച്ചുകൊടുത്തത്.”

കണ്ടുനിന്നവരുടെയെല്ലാം കണ്ണുകളെ ഈറനണിയിച്ചു. ബന്ധുക്കളും മറ്റും ചേർന്ന് അവരെ താങ്ങിയെടുത്ത് ആശ്വസിപ്പിച്ച് മുറിയിൽ കൊണ്ടിരുത്തി. കൂടെ വന്ന സഹോദരന്മാരുടെ അഡ്രസ്സും എഴുതി സൈനബയുടെ സ്റ്റേറ്റ്മെന്റ് തയ്യാറാക്കിക്കൊണ്ടിരിക്കുമ്പോൾ മുറിയിൽനിന്നും സൈനബയുടെ തേങ്ങലുകൾ ഉയർന്നു.

“ബാപ്പ നമ്മളെ ഉപേക്ഷിച്ച് വേറൊരു പെണ്ണുകെട്ടിയെന്ന കാര്യം പോലും നിന്നെ ഞാനറിയിച്ചില്ലല്ലോ. മോനേ, നീ വിഷമിക്കേണ്ട എന്നു കരുതി ഞാൻ പറഞ്ഞില്ല. നീയും ഉമ്മച്ചിയെ ഉപേക്ഷിച്ചു പോയല്ലോ മോനേ... ഇനിയീ ഉമ്മച്ചി ആരെ നോക്കിയിരിക്കാനാണ്. കോളേജീന്ന് വന്ന ഉടനെ വിശക്കുന്നമ്മച്ചീ എന്നു പറഞ്ഞു കെട്ടിപ്പിടിക്കാൻ ഇനി എന്റെ മോനില്ലല്ലോ...

പിന്നീടൊന്നും എഴുതാനാവുന്നില്ല. കടലാസ് കണ്ണുനീർ വീണ് കുതിർന്നുപോകാതിരിക്കാനായി ന്യൂസ്പേപ്പർകൊണ്ട് മൂടി. മകന്റെ ശവക്കൂന ഒന്നു കാണണം എന്നപേക്ഷിച്ചപ്പോൾ സ്റ്റേഷനിലെ പൊലീസുകതാർതന്നെ അവരെ കൂട്ടിക്കൊണ്ടുപോയി. ആ മണൽ

ക്കൂനയിൽ കെട്ടിപ്പുണർന്നു നിലവിളിച്ചതിനാൽ സൈനബയെ അതുവഴിതന്നെ കൊണ്ടുപൊയ്ക്കോളാൻ ബന്ധുക്കൾക്ക് അനുമതി നൽകി. അവിടത്തെ നടപടിക്രമങ്ങൾ പൂർത്തിയാക്കി ഞങ്ങളും മടങ്ങി.

സ്റ്റേഷനിൽ മടങ്ങിയെത്തി എസ്.പിയോടും ഡിവൈ.എസ്.പിയോടും വിവരങ്ങളെല്ലാം ധരിപ്പിച്ചു. എത്രയും വേഗം പ്രതികളെ കണ്ടെത്തണം എന്ന നിർദ്ദേശം ലഭിച്ചു. ജമാലുദ്ദീന്റെ വീട്ടിലേക്ക് വന്ന ഫോൺനമ്പർ ലൊക്കേറ്റ് ചെയ്തത് ഇടുക്കിയിൽനിന്ന് ആയതിനാൽ അവിടെയെത്തി വിവരങ്ങൾ ശേഖരിക്കാൻ സമർത്ഥരായ രണ്ടു പൊലീസുകാരെ നിയോഗിച്ചു. മൂന്നാംദിവസം അവരുടെ ഫോൺ സന്ദേശമെത്തി. അഞ്ച് യുവാക്കൾ മൂന്നു മോട്ടോർ സൈക്കിളിൽ രാജഗിരിയിലും മറ്റും കറങ്ങിനടക്കുന്നുണ്ടെന്നും ഒരു ലോഡ്ജിൽ മുറിയെടുത്തിട്ടുണ്ടെന്നും. അവരുടെ വേഷവും താടിയും മറ്റുമാണ് മറ്റുള്ളവർ ശ്രദ്ധിക്കാനിടയായത്. എല്ലാം നോട്ടുചെയ്തു വച്ചിട്ടുണ്ടെന്നും സാറ് വന്നാൽ അവരെ കസ്റ്റഡിയിലെടുക്കാനാകുമെന്നും മറ്റുമുള്ള സന്ദേശം ലഭിച്ച ഉടൻ എസ്.പിയോടു വിവരം പറഞ്ഞശേഷം ഇടുക്കിയിലേക്ക് പുറപ്പെട്ടു.

രാജാക്കാടുള്ള ബാർ ഹോട്ടലിനു സമീപം കാത്തുനിന്ന പൊലീസുകാരെ കണ്ടെത്തുകയും ആ വ്യക്തികൾ ലോഡ്ജിലുണ്ടോയെന്ന് നോക്കി സിഗ്നൽ നൽകാൻ നിർദ്ദേശിച്ചയച്ച മഫ്ടിയിലുള്ള പൊലീസുകാരുടെ മിസ് കോൾ ലഭിച്ചതോടെ അവിടേക്ക് പാഞ്ഞെത്തി. അവർ താമസിക്കുന്ന മുറിയുടെ വാതിലിൽ മുട്ടിയപ്പോൾ മെല്ലെ വാതിൽ തുറന്നതോടെ അകത്തേക്ക് തള്ളിക്കയറി.

മയക്കുമരുന്നിനടിമകളായ അവരുടെ മുറിയിലാകെ പുക നിറഞ്ഞിരുന്നു. നാട്ടിൽനിന്നെത്തിയ പൊലീസ് ആണെന്നറിയിച്ചതോടെ പ്രതിരോധിക്കാനുള്ള അവരുടെ ശ്രമം ഉപേക്ഷിച്ചു. മുറി പരിശോധിച്ചതിൽ ആറു മൊബൈൽ ഫോണുകളും കുറച്ചു പണവും കണ്ടെടുത്തു. ആറാമത്തെ ഫോൺ ആരുടേതെന്ന ചോദ്യത്തിന് കളഞ്ഞുകിട്ടിയതാണെന്നു പറഞ്ഞെങ്കിലും ദിലീപിനെ റൂമിന് പുറത്തുകൊണ്ടുപോയി ചോദ്യം ചെയ്തതിൽ അത് ജമാലുദ്ദീന്റേതാണെന്നും അതിന്റെ സിം ഇളക്കിയെടുത്ത് ഡാമിലെറിഞ്ഞു എന്നും സമ്മതിച്ചു.

ജമാലുദ്ദീൻ ഇപ്പോൾ എവിടെയുണ്ടെന്ന ചോദ്യത്തിന് അവൻ ഞങ്ങളോടൊപ്പം വരുന്നില്ല എന്നു പറഞ്ഞ് തിരികെ പോയെന്നാണ് പറഞ്ഞത്. ശരിയെന്നു പറഞ്ഞ് അയാളെ അവിടെ മാറ്റിനിർത്തി. മുറിയിലെത്തി അവിടെനിന്നവരോടു ചോദിച്ചതിൽ മൊബൈൽ

ഫോൺ എന്റേതാണെന്ന് സുരേഷ് പറഞ്ഞു. ഒപ്പം തനിക്ക് രണ്ടു ഫോൺ ഉണ്ട് എന്നും പറഞ്ഞു. ഒരെണ്ണം കളഞ്ഞുകിട്ടിയതാണെന്നും കിട്ടിയപ്പോഴേ സിം കാർഡ് ഇല്ലായിരുന്നു എന്നും പറഞ്ഞു.

ഓരോരുത്തരെയായി മാറ്റിനിർത്തി ചോദിച്ചതിൽ നീരജ് ആണ് അക്കാര്യം വെളിപ്പെടുത്തിയത്. ഞങ്ങൾ നാലുപേരും വിദ്യാർത്ഥികൾ കഞ്ചാവ് എത്തിച്ചുകൊടുക്കുന്നവരാണെന്നും കുട്ടികളുമായി ചങ്ങാത്തംകൂടി ആദ്യം ഫ്രീ ആയി ലഹരിമരുന്നുകൾ നൽകുമെന്നും പിന്നീട് അവരെക്കൊണ്ട് വൻതുകകൾ വീട്ടിൽനിന്നും മോഷ്ടിച്ചു കൊണ്ടുവരാൻ പറയും എന്നും അങ്ങനെ ലഭിക്കുന്ന പണംകൊണ്ടാണ് ജീവിക്കുന്നതെന്നും ആദ്യം ദിലീപിനെയാണ് വലയിൽ വീഴ്ത്തിയതെന്നും ആദ്യം അവന്റെ അച്ഛന് കൈക്കൂലിയായി ലഭിക്കുന്ന പണം അവൻ കട്ടെടുത്തു കൊണ്ടുവരാറുണ്ടെന്നും അവന്റെ സ്നേഹിതൻ ജമാലുദ്ദീന്റെ വാപ്പ വിദേശത്താണെന്നും കണ്ടമാനം പണം ഉണ്ടെന്നും പറഞ്ഞതനുസരിച്ച് ഒന്നുരണ്ടുവട്ടം ജമാലുദ്ദീൻ അറിയാതെ അവന് മയക്കുമരുന്ന് നൽകിയെന്നും പക്ഷേ, അവന്റെ ബാപ്പയെ കബളിപ്പിച്ച് പണം കൊണ്ടുവരണം എന്നു പറഞ്ഞതിനെ അവൻ എതിർത്തു എന്നും അവൻ സഹകരിച്ചാൽ അവനു അപകടം പറ്റിയെന്നു പറഞ്ഞ് വാപ്പയുടെ കൈയിൽ നിന്നും പണം തട്ടാം എന്നു പറഞ്ഞതിനെ അവൻ എതിർത്തു എന്നു മാത്രമല്ല ഇക്കാര്യം പുറത്തുപറയും എന്നു പറയുകകൂടി ചെയ്തതോടെ അവനെ രഹസ്യമായി ഒഴിവാക്കാൻ തീരുമാനിച്ചു. ഒരു അവധി ദിവസം ദിലീപിനെ അയച്ച് അവനെ വീട്ടിൽനിന്നും വിളിപ്പിച്ച് കുറച്ചു സ്ഥലങ്ങളൊക്കെ കറങ്ങിവരാമെന്നു പറഞ്ഞ് മൂന്നു ബൈക്കുകളിലായി ഞങ്ങൾ ആറുപേരുംകൂടി മംഗലം ഡാമിലെത്തി. ആളൊഴിഞ്ഞ ഭാഗത്തേക്ക് കൊണ്ടുപോയി അവിടെയിരുന്ന് കഞ്ചാവ് ബീഡികൾ വലിക്കാൻ തുടങ്ങിയെങ്കിലും ജമാലുദ്ദീൻ വിസമ്മതിക്കുകയും ഉടനെ വീട്ടിൽ പോകണമെന്ന് വാശിപിടിക്കുകയും ചെയ്തു.

അവിടം ചെറിയ കാടുപോലുള്ള സ്ഥലമായിരുന്നു. അവിടെ വെച്ച് കഴുത്തിൽ പ്ലാസ്റ്റിക് ചരടുകൊണ്ട് മുറുക്കിയും കൈവശമുണ്ടായിരുന്ന കത്തികൾകൊണ്ട് ദേഷ്യം തീരുന്നതുവരെ കുത്തിയെന്നും മരണം ഉറപ്പാക്കിയശേഷം തൂക്കിയെടുത്തു ഡാമിൽ കൊണ്ടിട്ടു എന്നും അതിനുമുമ്പ് ഷർട്ട് വലിച്ചുകീറി കാട്ടിലേക്ക് വലിച്ചെറിഞ്ഞെന്നും പറഞ്ഞു. ജമാലുദ്ദീന്റെ കഴുത്തിലുണ്ടായിരുന്ന ചെയിൻ ഊരിയെടുത്ത് വടക്കാഞ്ചേരിയിലുള്ള ഒരു സ്വർണ്ണക്കടയിൽ വിറ്റു. ആ പണവുമായാണ് ഇടുക്കിയിലേക്ക് തിരിച്ചത്. അവിടെ

കഞ്ചാവ് വില്പനക്കാരുമായുള്ള പരിചയം വെച്ച് കുറേ കഞ്ചാവ് വാങ്ങി റൂമെടുത്ത് താമസിക്കുകയായിരുന്നു. എന്ന കാര്യങ്ങളെല്ലാം വ്യക്തമായി വെളിപ്പെടുത്തി.

മറ്റു രണ്ടുപേരും ഇക്കാര്യം സ്ഥിരീകരിച്ചു. മുറിയിൽനിന്നും ലഭിച്ച ആയുധങ്ങളും മൊബൈൽ ഫോണുകളും ലോഡ്ജിനു മുന്നിൽ പാർക്ക് ചെയ്തിരുന്ന മൂന്ന് മോട്ടോർ ബൈക്കുകളും സീൽ ചെയ്തു. മൂന്ന് മോട്ടോർ ബൈക്കുകളും പൊലീസ് സ്റ്റേഷനിൽ എത്തിക്കാനായി ലോഡ്ജ് ഉടമയെ ചുമതലപ്പെടുത്തി. പ്രതികളുമായി മടങ്ങി വരുന്നവഴി വടക്കാഞ്ചേരിയിലെ സ്വർണ്ണക്കടയിൽനിന്നും സ്വർണ്ണ ച്ചെയിൻ റെക്കവറി ചെയ്യുകയും സ്റ്റേഷനിലെത്തി അഞ്ചുപേരെയും അറസ്റ്റ് രേഖപ്പെടുത്തി കൺഫെഷൻ സ്റ്റേറ്റ്മെന്റിന്റെ കോപ്പിയും റിമാന്റപേക്ഷയോടൊപ്പം കോടതിയിൽ ഹാജരാകുകയും കസ്റ്റഡി അപേക്ഷ സമർപ്പിച്ചതിന്റെ അടിസ്ഥാനത്തിൽ പ്രതികളെ കസ്റ്റഡി യിൽ വിട്ടുതന്നതിനാൽ പ്രതികളുമായി അന്വേഷണങ്ങൾക്ക് പുറ പ്പെട്ടു. മംഗലം ഡാമിനു സമീപമുള്ള സംഭവസ്ഥലം കാട്ടിത്തരി കയും കീറിപ്പറിഞ്ഞു ചോരപുരണ്ട ഷർട്ട് കണ്ടെത്തുകയും ചെയ്തു. മറ്റു തെളിവുകളും ശേഖരിച്ച് തിരികെ കോടതിയിൽ ഹാജരാക്കു കയും ചെയ്തു.

* * *

അന്വേഷണം നടത്തിവരവെ ലഹരിസംഘങ്ങളൊരുക്കുന്ന ചതി ക്കുഴികളിൽ വീണ് ജീവിതം നശിപ്പിക്കുന്ന യുവതലമുറയെക്കുറി ച്ചുള്ള ആകുലതകളെക്കുറിച്ചായിരുന്നു തെളിവുകൾ നൽകാൻ മുന്നോട്ടുവന്ന ജനങ്ങൾ പ്രകടിപ്പിച്ചത്. ഒപ്പം നഷ്ടപ്പെടുന്ന കുടുംബ ങ്ങളുടെ കണ്ണുനീരിനെക്കുറിച്ചും.

■

മോക്ഷം തേടി അലയുന്നവർ

ഫ്ളാറ്റിൽ ഒറ്റയ്ക്കു താമസിച്ചിരുന്ന വീട്ടമ്മയെ കൊല്ലപ്പെട്ട നിലയിൽ കാണപ്പെട്ടു. സ്റ്റേഷനിൽനിന്നും എക്സ്പ്രസ്സ് റിപ്പോർട്ട് ലഭിച്ചതിന്റെ അടിസ്ഥാനത്തിലാണ് അവിടെയെത്തിയത്. എസ്.ഐയും സംഘവും കാത്തുനിൽക്കുകയായിരുന്നു. ചെന്നപാടേ ഡോർ തുറന്ന് അകത്തേക്കു കയറുമ്പോൾ എസ്.ഐ. പിന്നാലെ വന്നു.

"സർ, രാവിലെ അടുത്ത ഫ്ളാറ്റിലെ റിട്ടയേർഡ് ബാങ്ക് മാനേജർ ഫോൺ ചെയ്തിട്ട് എടുക്കാഞ്ഞിട്ട് നേരിട്ടു വന്നു നോക്കുമ്പോഴാണ് സെറ്റിയിൽ ചരിഞ്ഞിരിക്കുന്ന നിലയിൽ ബീനയെ കണ്ടത്. അദ്ദേഹംതന്നെയാണ് സ്റ്റേഷനിലെത്തി മൊഴി നൽകിയത്. അയാളിവിടെ നിൽക്കുന്നു."

"വിളിക്കാം സാർ. വരട്ടേ."

വിസിറ്റേഴ്സ് റൂമിലെ സെറ്റിയിലാണ് ഒരു വശം ചെരിഞ്ഞ നിലയിൽ ബീനാ നായർ എന്ന സ്ത്രീ കാണപ്പെട്ടത്. സൂക്ഷിച്ചു നോക്കിയാൽ കഴുത്തിൽ ഒരു നീല പ്ലാസ്റ്റിക് വയർ ചുറ്റിവരിഞ്ഞിട്ടുള്ളതായി കാണാം. പക്ഷേ, ബലപ്രയോഗത്തിന്റെ ലക്ഷണങ്ങളൊന്നും കാണപ്പെട്ടില്ല. ടീപ്പോയും ഫ്ളവർവെയ്സും ഒരു മാറ്റവുമില്ലായിരുന്നു. മുറിയാകെ പരതി എന്തെങ്കിലും കുറിപ്പുകളോ മറ്റൊരാൾ അവിടെ വന്നതിന്റേയോ അടയാളങ്ങൾ ഒന്നും അവശേഷിപ്പിച്ചിട്ടില്ല. മറ്റു മുറികളും പരിശോധിച്ചു. അടുക്കളയിൽ എത്തുമ്പോഴാണ് ഒരു വിഷക്കുപ്പിയും ഒഴിഞ്ഞ ഒരു ഗ്ലാസും കാണപ്പെട്ടത്. ആകെ ചിന്താക്കുഴപ്പത്തിലായി. വിഷം കഴിച്ചിരിക്കുന്നു. പക്ഷേ, ബീന മരണപ്പെട്ടതു കഴുത്തിൽ കയറു മുറുകി കൊലപ്പെടുത്തിയ നിലയിലും. പുറത്തുനിന്നും ആരോ വന്നുപോയിട്ടുണ്ട്.

ഫിംഗർപ്രിന്റ് ബ്യൂറോക്കാർ വന്നതിനുശേഷം മതി മറ്റു കാര്യങ്ങൾ എന്ന് എസ്.ഐയ്ക്ക് നിർദ്ദേശം നൽകി. മറ്റു ഫ്ളാറ്റുകാരുടെ ആവശ്യം കണക്കിലെടുത്ത് മൃതശരീരത്തിന് അഞ്ചു മീറ്റർ അകലെ

വന്നു നോക്കാൻ അനുവാദം നൽകി. ഓരോരുത്തരായി കണ്ടു മടങ്ങുമ്പോൾ ബാങ്ക് മാനേജരെ വിളിച്ച് മുറിയിൽ കൊണ്ടുപോയി വിവരങ്ങളാരാഞ്ഞു.

"എന്താ പേര്?"

"അശോക്. ഫ്ളാറ്റിൽ ഞാനാ ഇപ്പോൾ സെക്രട്ടറി."

"നിങ്ങൾക്കറിയാവുന്ന കാര്യങ്ങളൊക്കെ തുറന്നു പറയൂ."

"സാർ, എന്റെ താമസം ഇതിനടുത്തതിന്റെ അടുത്ത ഫ്ളാറ്റിലാണ്. ഈ ഫാമിലിയും എന്റെ ഫാമിലിയും തമ്മിൽ വളരെ അടുപ്പത്തിലായിരുന്നു. ഞങ്ങളൊരുമിച്ചാണ് ഇവിടെ താമസത്തിന് വന്നത്. അത് ഒരു എട്ടു വർഷം മുമ്പ്. ഇവരോടൊപ്പം മകനുമുണ്ടായിരുന്നു. ഭർത്താവ് അഞ്ചു വർഷത്തിനു മുമ്പ് മരണപ്പെട്ടു. കെ.എസ്. നായർ. അതാണയാളുടെ പേര്. ഞങ്ങൾ ഒരുമിച്ച് ബാങ്കിൽ ജോലി ആയിരുന്നു. സ്നേഹിതന്മാരുമായിരുന്നു. ഞങ്ങളൊരുമിച്ചാണ് ഫ്ളാറ്റ് ബുക്ക് ചെയ്തത്. പക്ഷേ, ഫ്ളാറ്റിൽ താമസത്തിനു വരാൻ അയാളുണ്ടായിരുന്നില്ല. അതൊരു ആക്സിഡന്റായിരുന്നു. ഞങ്ങളൊരുമിച്ച് കമ്പനി കൂടുമായിരുന്നു. പക്ഷേ, അയാൾ മദ്യത്തിന്റെ അടിമയായി. ഉപദേശിക്കുന്നത് അയാൾക്കിഷ്ടമല്ലായിരുന്നു.

ബീനയ്ക്ക് യൂണിവേഴ്സിറ്റിയിൽ ജോലി ആയിരുന്നു. ഇവരുടേത് ഒരു പ്രണയവിവാഹമായിരുന്നു. യൂണിവേഴ്സിറ്റി കോമ്പൗണ്ടിനകത്തുള്ള ബ്രാഞ്ചിലാണ് അയാൾക്കു ജോലി. രണ്ടു മതത്തിൽ പെട്ടവർ ആയതിനാൽ, ബന്ധുക്കളുടെ എതിർപ്പ് അവഗണിച്ചാണ് ഇവർ വിവാഹിതരായത്. സന്തുഷ്ടമായൊരു കുടുംബജീവിതമായിരുന്നു മകന് പത്തു വയസ്സ് ആകുന്നതുവരെ. അതിനുശേഷമാണ് ഇയാളുടെ ജീവിതത്തിൽ താളപ്പിഴകളുണ്ടായത്. ബീനയുടെ ബന്ധത്തിൽപെട്ട ആരുമായോ ഒരു അഫയർ ഉണ്ടായിരുന്നത്രേ. അതും വിവാഹത്തിനു മുമ്പ്. അത് ആരായിരുന്നെന്നോ എന്തു തരത്തിലുള്ളതെന്നോ ഒന്നും ഞങ്ങൾക്കറിയില്ലായിരുന്നു.

അച്ഛന്റെ കാലടികൾ പിന്തുടരുന്നവനായിരുന്നു മകൻ ഹരിലാൽ. അയാളിപ്പോൾ ജയിലിലാണ്. ലഹരിസംഘത്തിലും ഗുണ്ടാസംഘത്തിലും ചെന്നുപെട്ടു അവൻ. അതുമായി ബന്ധപ്പെട്ട ഒരു കൊലക്കേസിൽ ശിക്ഷിക്കപ്പെട്ട് ജയിലിലാണ്. അതിനുശേഷം ഇവർ ഇവിടെ ഒറ്റയ്ക്കായി. ബന്ധുക്കളായ ആരെങ്കിലുമൊക്കെ വന്നുപോകുമായിരുന്നു. ഇതിനിടെ ബീനയ്ക്ക് ഒരു അറ്റാക്ക് വന്നു. സുഖമായി എങ്കിലും അത്യാവശ്യമരുന്നുകളൊക്കെ ഞങ്ങളാരെങ്കിലും വാങ്ങിക്കൊടുക്കുമായിരുന്നു. ജോലിയിൽ വൊളണ്ടിയർ റിട്ടയർമെന്റ് വാങ്ങി.

ഇതൊക്കെയാണെങ്കിലും മകനെ ജയിലിൽ പോയി കാണുന്നതും ആവശ്യമുള്ളതെല്ലാം വാങ്ങിക്കൊടുക്കുന്നതും ബീനതന്നെയാണ്. ഇന്നലെ സന്ധ്യയ്ക്ക് വീട്ടിൽ ലൈറ്റുണ്ടായിരുന്നു. പിന്നീട് എപ്പോഴാണ് ഇതു സംഭവിച്ചതെന്നറിയില്ല. ഇവർക്കൊരു സഹോദരൻ ഉണ്ട്. ആദ്യകാലങ്ങളിലൊക്കെ അയാൾ സ്ഥിരമായി ഇവിടെ വരുമായിരുന്നു. പിന്നീട് ഹരിലാലുമായി എന്തോ പിണക്കമുണ്ടായി. അതിനുശേഷം ഇവിടെ വരാതായി. ഇന്നലെ പ്രത്യേകിച്ച് ആരെങ്കിലും വന്നിരുന്നോ എന്നറിയില്ല."

അശോകിന് അറിയാവുന്ന കാര്യങ്ങൾ പറഞ്ഞുകഴിഞ്ഞു. എങ്കിലും ഒരു നിർദ്ദേശംകൂടെ നൽകി. സെക്രട്ടറി എന്ന നിലയിൽ നിങ്ങൾ ഫ്ളാറ്റിലെ മറ്റുള്ളവരോട് ആരാഞ്ഞ് എന്തെങ്കിലും സൂചനകൾ ലഭിക്കുന്നു എങ്കിൽ ഞങ്ങളെ അറിയിക്കണം. ഫോട്ടോഗ്രാഫറും ഫിംഗർ പ്രിന്റ് ബ്യൂറോക്കാരും ഡോഗ് സ്ക്വാഡും എത്തി എല്ലാവർക്കും വേണ്ട നിർദ്ദേശങ്ങൾ നൽകി. അടുത്ത ഫ്ളാറ്റിലുള്ളവരെയെല്ലാം കണ്ടു ചോദിച്ചു. അന്വേഷണങ്ങൾ നടത്തിയതിൽ ആർക്കും കൂടുതൽ വിവരങ്ങളൊന്നും നൽകാനായില്ല.

ഡെഡ്ബോഡിയിൽനിന്നും വിഷക്കുപ്പിയിലും ഗ്ലാസിലുമുണ്ടായിരുന്ന ഫിംഗർ പ്രിന്റുകൾ എടുത്തുകഴിഞ്ഞതോടെ ഇൻക്വസ്റ്റ് നടപടികൾ ആരംഭിച്ചു. എ.എസ്.ഐ. അഞ്ചുപേരുടെ അഡ്രസ്സും ഒപ്പും വാങ്ങി തയ്യാറെടുത്തു നിൽക്കുകയായിരുന്നു. സെറ്റിയിൽ ഇരിക്കുന്ന നിലയിലുള്ള വിവരണങ്ങൾ എഴുതിയശേഷം മൃതശരീരം നിലത്ത് ഷീറ്റ് വിരിച്ചു കിടത്തി. കഴുത്തിൽ ചുറ്റിയിരുന്ന പ്ലാസ്റ്റിക് റോപ്പ് മാറ്റി പരിശോധിച്ചതിൽ വ്യക്തമായി കാണത്തക്ക ലിഗേച്ചർ മാർക്ക് കാണപ്പെട്ടില്ല. ശരീരം വസ്ത്രം മാറ്റി പരിശോധിച്ചതിൽ മറ്റു മുറിവുകളോ ചതവോ കാണപ്പെട്ടില്ല.

തുടർന്ന് എഴുതാൻ എ.എസ്.ഐയെ ചുമതലപ്പെടുത്തിയശേഷം ബീനയുടെ മുറിയിൽ പ്രത്യേകം പരിശോധനകൾ നടത്തി. കുറേ പുസ്തകങ്ങളും മൊബൈൽ ഫോണും മേശപ്പുറത്തുണ്ടായിരുന്നത് എടുത്തുനോക്കി. അടുത്ത സമയത്തു വന്ന കോളുകൾ പരിശോധിച്ചതിൽ തലേദിവസം പകൽസമയത്ത് ഒരു സ്റ്റീഫൻ വിളിച്ചതാണ് അവസാനമായി വന്ന കോൾ. അതിനു മുമ്പുള്ള ദിവസങ്ങളിൽ കൂടുതൽ വിളികൾ വന്നിട്ടുള്ളത് ബിനോയ് എന്നാളുടെ ഫോണിൽ നിന്നാണ്.

ബന്ധുക്കളായി വന്നവരിൽ ഒരാൾ പറഞ്ഞു, സ്റ്റീഫൻ എന്നൊരു സഹോദരൻ ഉണ്ടെന്ന്. ബിനോയ് എന്നൊരാൾ നാട്ടിലുണ്ടെന്നും അയാൾ വിളിക്കാൻ സാധ്യതയില്ലെന്നും അയാളുമായി ബന്ധപ്പെടേണ്ട കാര്യമില്ലെന്നും ഇത് മറ്റേതെങ്കിലും ബിനോയ് ആയിരിക്കും

എന്നും പറഞ്ഞു. സ്റ്റീഫനെ വിളിച്ചതിൽ അയാൾക്ക് നല്ല സുഖമില്ലെന്നും എങ്കിലും അവിടേക്ക് വന്നുകൊണ്ടിരിക്കുകയാണെന്നും പറഞ്ഞു. ബിനോയിയെ വിളിച്ചതിൽ മറുപടിയൊന്നും ലഭിച്ചതുമില്ല.

നടപടിക്രമങ്ങളൊക്കെ കഴിഞ്ഞു. മൃതശരീരം മെഡിക്കൽ കോളേജിലേക്ക് റിക്വസ്റ്റ് സഹിതം പോസ്റ്റുമോർട്ടം പരിശോധനയ്ക്ക് അയച്ചു. വൈകാതെ അവിടെയെത്തിയ സ്റ്റീഫനോട് ചോദിച്ചതിൽ ബീനയുടെ മൂത്ത സഹോദരനാണെന്നും ഹെൽത്ത് ഡിപ്പാർട്ടുമെന്റിൽനിന്നും റിട്ടയർ ചെയ്തു, ഭാര്യയും മക്കളുമായി പാറശാലയ്ക്കടുത്തു താമസമാണെന്നും ഭാര്യയും മക്കളും വർഷങ്ങളായി പിണങ്ങിത്താമസമാണെന്നും കുറേനാൾ സഹോദരിയോടൊപ്പം താമസിച്ചിരുന്നു എന്നും ഹരിലാലിന്റെ വഴിവിട്ട പോക്കിനെച്ചൊല്ലിയുള്ള തർക്കത്തെ തുടർന്ന് ഇവിടെനിന്നും താമസം മാറിപ്പോയി എന്നും പറഞ്ഞു.

അതിനുശേഷമാണ് അവൻ കൊലക്കേസിൽ പ്രതിയായത്. അന്നും ബീന അവനെ ന്യായീകരിച്ച് സംസാരിച്ചതിനാണ് ബീനയുമായും കൂടുതൽ സംസാരിക്കാറില്ലായിരുന്നു. അവന്റെ കേസുമായി ബന്ധപ്പെട്ട് പൊലീസ് സ്റ്റേഷനിലും കോടതിയിലുമൊക്കെ പോകാൻ എന്നെ വിളിച്ചെങ്കിലും ഞാൻ ഒന്നിനും വന്നില്ല.

അവൾക്ക് ഹാർട്ട് അറ്റാക്ക് വന്നപ്പോഴാണ് പിന്നെ ഞാൻ ഇവിടെ വന്നുതുടങ്ങിയത്. സുഖമില്ലാത്ത അവളെ കൂടുതൽ ബുദ്ധിമുട്ടിക്കേണ്ട എന്നു കരുതിയാണ് ഞാൻ ഇവിടെനിന്നും പോയത്. പിന്നെ വല്ലപ്പോഴുമൊക്കെ ഫോണിലൂടെ വിവരങ്ങൾ കൈമാറിയിരുന്നു."

"അവസാനമായി വിളിച്ചത് എന്നാണ്?"

"അത് ഏതാണ്ട് ഒരാഴ്ച ആയിക്കാണും. പക്ഷേ, ഇന്നലെ നിങ്ങളെ വിളിച്ചതായി കാണുന്നുണ്ടല്ലോ?"

"അതു ഞാനോർക്കുന്നില്ല."

"ബീനയുടെ പേരിലുള്ള ഒരു വീട് വിൽക്കണം എന്ന് നിങ്ങൾ പറഞ്ഞു എന്നും ബീന അതിനു സമ്മതിച്ചില്ലയെന്നും അക്കാരണം പറഞ്ഞ് നിങ്ങൾ തമ്മിൽ വഴക്കുണ്ടായെന്നും അടുത്ത ഫ്ളാറ്റിലെ സ്ത്രീ പറഞ്ഞല്ലോ?"

"അത് ഞാനല്ല. ഹരിലാൽ ആണ് അവളുടെ പേർക്കുണ്ടായിരുന്നതെല്ലാം നശിപ്പിച്ചതെന്നും ബാങ്കിലുണ്ടായിരുന്ന പണംപോലും. എല്ലാം അവൻ ബീനയോടു വഴക്കുണ്ടാക്കി വാങ്ങി എല്ലാം ധൂർത്തടിച്ചു നശിപ്പിച്ചു. അവൻ പറയുന്നതുപോലെയെല്ലാം നശിപ്പിക്കരുത് എന്ന് ഞാനവളോട് പറയുമായിരുന്നു. ഏകമകൻ എന്തു ചെയ്താലും

അവൾക്ക് വിഷമമില്ല. അവന് ഗുണ്ടാസംഘങ്ങളുമായൊക്കെ ബന്ധമുണ്ട്. ഇനി അവർ ആരെങ്കിലും വന്ന് എന്തെങ്കിലും ചെയ്തോ എന്നാണെന്റെ സംശയം."

"ഈ ഹരിലാൽ വിവാഹിതനാണോ?"

"ഒന്നോ രണ്ടോ പെൺകുട്ടികളെ വിവാഹം കഴിച്ചെന്നും ഒരു പെൺകുട്ടി ഇവിടെ കുറേനാൾ താമസിച്ചിരുന്നു എന്നും ഇവന്റെ മദ്യപാനവും ഉപദ്രവവും സഹിക്കാനാവാതെ രണ്ടുപേരും അവനെ ഉപേക്ഷിച്ചുപോയി എന്നും പറഞ്ഞുകേട്ടു. ഇനി അവരുടെ വീട്ടുകാർ ആരെങ്കിലും വന്ന് എന്തെങ്കിലും ചെയ്തോ എന്നും സംശയമുണ്ട്."

സ്റ്റീഫന്റെ മൊഴി രേഖപ്പെടുത്തി. അയാൾ സംശയം പറഞ്ഞ ആളുകളെയെല്ലാം കണ്ട് അന്വേഷണങ്ങൾ നടത്താൻ തീരുമാനിച്ചു. അന്ന് അയാൾ അവിടെ ഉണ്ടാവും എന്നു പറഞ്ഞതനുസരിച്ച് മറ്റു അന്വേഷണങ്ങൾക്കുശേഷം അവിടെനിന്നും മടങ്ങി.

അടുത്ത ദിവസം രാവിലെ ആ ഫ്ളാറ്റിലെത്തി മൃതശരീരം ഏറ്റു വാങ്ങി ഫ്ളാറ്റിൽ കൊണ്ടുവരാനായി സ്റ്റീഫനടക്കമുള്ള നാലഞ്ചു പേർ പോയിട്ടുണ്ട് എന്നും അടുത്ത ബന്ധുക്കളായ സ്ത്രീകളടക്കമുള്ള കുറേപേർ ഫ്ളാറ്റിലുണ്ടായിരുന്നു.

ഏറ്റവും അടുത്ത ബന്ധുവായ മേരിയെന്ന സ്ത്രീയോടു ചോദിച്ചതിൽ ബിനോയിയെ അറിയാമെന്നും ബീനയുമായി അടുപ്പത്തിലായിരുന്നു എന്നും ബീനയ്ക്കാണ് ആദ്യം ജോലി ലഭിച്ചതെന്നും ബിനോയിക്കും ജോലി ലഭിച്ചാലുടൻ വിവാഹം കഴിക്കാമെന്നും തീരുമാനിച്ചിരുന്നു എന്നും എന്നാൽ ആരും പ്രതീക്ഷിക്കാതെയാണ് ബീന മറ്റൊരാളോടൊപ്പം പോയതെന്നും അതോടെ ബിനോയി മറ്റൊരു വിവാഹം കഴിച്ചു എന്നും കുടുംബമായി താമസിക്കുകയാണെന്നും ബീനയുമായി പിന്നെ ബന്ധപ്പെടാറുണ്ടോ എന്ന് അറിയില്ലെന്നും മൊഴി നൽകി.

അമ്മയുടെ മരണാനന്തരച്ചടങ്ങുകൾക്കായി ഹരിലാൽ ഒരു ദിവസത്തെ പരോളിൽ പൊലീസ് അകമ്പടിയോടെ അവിടെയെത്തി. പൊലീസുകാരുടെ അനുമതിയോടെ ഹരിലാലിന്റെ മൊഴി രേഖപ്പെടുത്തി. കേസിന്റെ കാര്യങ്ങളൊന്നും ചോദിക്കാതെ. അമ്മയെ കൊലപ്പെടുത്താൻതക്ക വിരോധമുള്ള സ്റ്റീഫൻ എന്ന പേരുള്ള ആളെ അറിയാമോയെന്നു ചോദിച്ചതിൽ വീട്ടുകാരുടെ സമ്മതമില്ലാതെ എന്നോടൊപ്പം ഇറങ്ങിവന്ന സെലിൻ എന്ന പെൺകുട്ടിയുടെ അച്ഛന് എന്നോട് ശത്രുതയുണ്ടായിരുന്നു എന്നും അയാളുടെ പേര് സ്റ്റീഫൻ എന്നാണെന്നും എന്നെ ശിക്ഷിപ്പിക്കാനായി

കോടതിയിലും മറ്റും സ്റ്റീഫൻ ഉണ്ടായിരുന്നു എന്നും അയാൾ എന്റെ കുടുംബത്തെ തകർക്കുമെന്ന് പറഞ്ഞിട്ടുണ്ടായിരുന്നതായും പറഞ്ഞു. വൈകാതെ ഡെഡ്ബോഡി എത്തിയതിനാൽ തിക്കും തിരക്കും കാരണം അവിടെനിന്നും മടങ്ങി.

ബീനയുടെ ഫോണിലേക്ക് വന്ന ഫോൺ നമ്പറിന്റെ സിം കാർഡ് ഉടമയെക്കുറിച്ച് നടത്തിയ അന്വേഷണത്തിൽ അത് സംശയിക്കുന്ന രണ്ടാളുകളുടേതല്ല എന്നും കിളിമാനൂർ സ്വദേശിയായ ഒരാളുടേതാണെന്നും അറിവു ലഭിച്ചു. എങ്കിലും ഹരിലാലിന്റെ ശത്രുവായ പെൺകുട്ടിയുടെ അച്ഛൻ സ്റ്റീഫനെ കണ്ടെത്തി ചോദ്യം ചെയ്തതിൽ അയാളുടെ നമ്പർ അതല്ലായെന്നും മകളെ ചതിച്ച ഹരിലാലിനോടും കുടുംബത്തോടും ശത്രുതയുണ്ടായിരുന്നെങ്കിലും ഹരിലാൽ ജയിലിലായതോടെ പക അവസാനിച്ചെന്നും ഇങ്ങനെയൊരുത്തനോടൊപ്പം ജീവിക്കാനിടവരാതെ മകൾ രക്ഷപ്പെട്ടല്ലോ എന്ന ആശ്വാസത്തിലാണെന്നും ബീനയെ അറിയാമായിരുന്നു എന്നും ആ സ്ത്രീയുമായി ഫോണിൽ സംസാരിച്ചിട്ടുണ്ട് എന്നും അത് ഏതാണ്ട് ഒരു വർഷത്തിനു മുമ്പാണെന്നും പറഞ്ഞ് മൊഴി രേഖപ്പെടുത്തി. വീണ്ടും ആവശ്യമുണ്ടെങ്കിൽ വിളിക്കാം എന്നു പറഞ്ഞ് അയയ്ക്കുകയും ചെയ്തു.

കിളിമാനൂർ സ്വദേശിയായ സ്റ്റീഫന്റെ വീട്ടിലെത്തി അന്വേഷിച്ചതിൽ അയാൾ കേരള യൂണിവേഴ്സിറ്റി ഓഫീസിൽ ജോലിയാണെന്നും അവിവാഹിതനാണെന്നും മറ്റുമുള്ള വിവരങ്ങൾ ലഭിച്ചെങ്കിലും അയാൾ ഒരുമാസത്തെ ലീവിലാണെന്നും ഏതോ ദൂരയാത്ര പോയിരിക്കുകയാണെന്നുള്ള വിവരം ഓഫീസിൽനിന്ന് ലഭിച്ചു. ഫോൺ സ്വിച്ച് ഓഫ് ആയതിനാൽ ലൊക്കേഷൻ മനസ്സിലാക്കാനും കഴിഞ്ഞില്ല.

പോസ്റ്റുമോർട്ടം പരിശോധനാഫലം ലഭിച്ചതിൽ ആമാശയത്തിൽ കണ്ടെത്തിയ ദ്രാവകം പോയ്സൺ ആണെന്നും മരണകാരണം വിഷം ഉള്ളിൽ ചെന്നതിൽവെച്ചാണെന്നും കഴുത്തിൽ കാണപ്പെട്ട ലിഗേച്ചർ മാർക്ക് മരണം നടന്നതിനുശേഷം ഉണ്ടായതാണെന്നും ആയതിനാൽ ആകെ ചിന്താക്കുഴപ്പത്തിലായി. വിഷം ബലമായി നൽകിയതിന്റെ ലക്ഷണങ്ങൾ ഒന്നുംതന്നെ കാണപ്പെടാത്തതിനാൽ അതിനുള്ള സാധ്യത പൂർണ്ണമായും തള്ളിക്കളയാനുമാവില്ല. തലയിൽ ബലമായി പിടിച്ചു മലർത്തിപ്പിടിച്ചിട്ട് വായ്ക്കകത്ത് ഒഴിച്ചാലും ചിലപ്പോൾ നഖത്തിന്റെ പാടുകൾ ഒന്നും കാണാതിരിക്കുകയും ചെയ്യും.

എന്തായാലും കഴുത്തിൽ പ്ലാസ്റ്റിക് ചരട് മുറുക്കിയത് ഏതായാലും സ്വയമായിട്ടല്ല എന്നതിനാൽ മറ്റൊരാളുടെ സാന്നിധ്യം

ഉറപ്പായും അവിടെ ഉണ്ടായിരുന്നു എന്നുറപ്പിക്കാം. പൊലീസ് സർജനുമായി നടത്തിയ ഡിസ്കഷനിലും പുതുതായെന്തെങ്കിലും സൂചനകളും ലഭ്യമായില്ല. ഇനി അന്വേഷണങ്ങളിലൂടെ അവിടെ ഉണ്ടായിരുന്ന വ്യക്തിയെ കണ്ടെത്തണം.

നിരീക്ഷണത്തിലിട്ടിരുന്ന നമ്പർ ഒരാഴ്ചയ്ക്കു ശേഷമാണ് അയാൾ ഓൺ ചെയ്തത്. പെട്ടെന്ന് ലൊക്കേഷൻ കണ്ടെത്തിയെന്ന ഇൻഫർമേഷൻ ലഭിച്ച ഉടൻതന്നെ അവിടേക്ക് പുറപ്പെട്ടു. നെടുമങ്ങാടിനു സമീപമുള്ള ഒളിസങ്കേതത്തിൽനിന്നും യൂണിവേഴ്സിറ്റി ജീവനക്കാരനായ സ്റ്റീഫനെ കണ്ടെത്തി. ബീനാ നായരെ അറിയാമോ എന്ന ചോദ്യത്തിന് അറിയാം എന്നു പറഞ്ഞതോടെ അയാളെ അവിടെനിന്നും കൂട്ടിക്കൊണ്ടുവന്നു.

സ്റ്റേഷനിലെത്തിച്ചു ചോദ്യം ചെയ്തതിൽ അയാൾ എല്ലാം തുറന്നുപറഞ്ഞു. യൂണിവേഴ്സിറ്റിയിൽ ജോലി ലഭിച്ച് ഓഫീസിൽ ജോയിൻ ചെയ്ത നാൾ മുതൽ ബീനയെ അറിയാമെന്നും അവരുടെ ഭർത്താവിന്റെ മരണം ആകെ തളർത്തിയ സമയത്താണ് അവരെ ആശ്വസിപ്പിച്ച് സംസാരിച്ചുസംസാരിച്ചാണ് മനസ്സുകൾ തമ്മിൽ അടുത്തത് എന്നും പെട്ടെന്നുള്ള എന്റെ വിവാഹാഭ്യർത്ഥന കേട്ട് അവർ പകച്ചുപോയി. അതിന് അവർ ഒരിക്കലും തയ്യാറാവില്ലെന്നും മകനെ വളർത്തുക മാത്രമാണ് ഏകലക്ഷ്യമെന്നും പറഞ്ഞു. അകന്നുമാറാൻ ശ്രമിച്ചെങ്കിലും ഞാൻ പിന്തിരിയാൻ ഒരുക്കമല്ലായിരുന്നു.

അവസാനം മകൻ ജയിലിലായതോടെ ഒറ്റപ്പെട്ടുപോയ അവരെ വീണ്ടും ആഗ്രഹം ആവർത്തിച്ചപ്പോൾ മേലിൽ ഫോണിൽ പോലും വിളിക്കരുതെന്ന താക്കീത് നൽകിയതോടെ, ഉറച്ച തീരുമാനവുമായാണ് അന്നു താൻ അവിടെ എത്തിയത്. സെറ്റിയിൽ മയങ്ങിയിരുന്ന ബീനയെ അവിടെ വെച്ചുതന്നെ അവസാനിപ്പിക്കാൻ തീരുമാനിച്ചു. കൈയിൽ കരുതിയിരുന്ന പ്ലാസ്റ്റിക് റോപ്പ് കൊണ്ട് കഴുത്തിൽ വരിഞ്ഞുമുറുക്കി. മരണം ഉറപ്പാക്കിയശേഷമാണ് അവിടെനിന്നും ഇറങ്ങി ഓടിയത്."

അയാളുടെ കുറ്റസമ്മതമൊഴി രേഖപ്പെടുത്തി വീട്ടിൽ അതിക്രമിച്ചുകയറി കൊലപ്പെടുത്താൻ ശ്രമിച്ചു എന്ന കുറ്റം ചുമത്തി അറസ്റ്റ് രേഖപ്പെടുത്തി. റിമാന്റപേക്ഷ സഹിതം കോടതിയിൽ ഹാജരാക്കി.

വിചാരണയ്ക്കൊടുവിൽ മൂന്നു വർഷത്തെ തടവുശിക്ഷ കഴിഞ്ഞ് പുറത്തിറങ്ങിയ സ്റ്റീഫൻ പിന്നെ നാട്ടിലേക്ക് മടങ്ങിയെത്തിയില്ല. ഒരുപക്ഷേ കുറ്റബോധം തളർത്തിയ മനസ്സുമായി ഏതോ നാട്ടിൽ അലയുകയാവാം.

■

പ്രായശ്ചിത്തം

ആശുപത്രിയിൽനിന്നും ഇന്റിമേഷനോടൊപ്പം ലഭിച്ച വാർത്ത യാണ് ആ വീട്ടിലെത്താൻ കാരണമായത്. രാത്രി ഒരു മണി ഇരുളിന്റെ കമ്പളം പുതച്ചുറങ്ങുന്ന കുന്നിൻ താഴ്വാരത്തിലൂടെ മുകളിലേക്കു കയറി ഒറ്റപ്പെട്ട പഴയ ഒരു ഓടുമേഞ്ഞ കെട്ടിടം. അതി നുള്ളിൽ ഭയവിഹ്വലരായി കാണപ്പെട്ട ആറു ചെറുപ്പക്കാർ. ലഹരി ഉപയോഗിച്ചതിന്റെ ആലസ്യം അവരുടെ കണ്ണുകളിൽ ദർശിച്ചു.

"എന്താണുണ്ടായത്?"

ഉച്ചത്തിലുള്ളചോദ്യത്തിന് മുന്നിൽ കുട്ടികൾ പതറി.

ഓരോരുത്തരുടെയും മുഖത്തെ ഭാവഭേദങ്ങൾ സൂക്ഷിച്ചു നോക്കി. ഇരുപതിനും ഇരുപത്തിരണ്ടിനും ഇടയ്ക്ക് പ്രായമുള്ള കുട്ടികൾ. ഇടത്തേയറ്റത്തുനിന്ന ചെറുപ്പക്കാരനോടു ചോദിച്ചു.

"തന്റെ പേരെന്താ?"

"കിരൺ."

"എന്താണുണ്ടായത്?"

"സർ, ഞങ്ങൾ എഞ്ചിനീയറിംഗ് കോളേജ് സ്റ്റുഡൻസാണ്. ഹോസ്റ്റലിൽ അഡ്മിഷൻ ലഭിക്കാത്തതിനാൽ ഞങ്ങൾ ഏഴുപേർ ചേർന്ന് ഈ വീട് വാടകയ്ക്ക് എടുത്ത് താമസമാണ്. ഇന്ന് ഞങ്ങ ളോടൊപ്പം പഠിക്കുന്ന ജിത്തുവിന്റെ ബർത്ത്ഡേ ആയിരുന്നു. എല്ലാ വർക്കും സ്വീറ്റ്സ് നൽകിയെങ്കിലും ഞങ്ങൾക്ക് പാർട്ടി വേണമെന്ന് ആവശ്യപ്പെട്ടതനുസരിച്ച് ഞങ്ങൾ ഏഴുപേർക്കും ആവശ്യമുള്ള ഫുഡ്ഡും ബീറും അയാൾ എത്തിച്ചുതന്നു. ഞങ്ങൾ അതൊരു ആഘോഷമാക്കാൻ തീരുമാനിച്ചു. ഒരു മ്യൂസിക് പ്ലേയറും രണ്ടു മൂന്നു ബോക്സും കൂടെ വരുത്തി. ഒപ്പം സീരിയൽ സെറ്റുകളും. ഏതാണ്ട് ഒമ്പതു മണിയോടെ ഞങ്ങൾ പാട്ടും ആട്ടവും തുടങ്ങി.

അടുത്തു താമസക്കാരുള്ളവർ അറിയാതിരിക്കാനായി ജനാ ലകളും വാതിലുകളുമെല്ലാം ഭദ്രമായി അടച്ചുവെച്ചു. ഭക്ഷണം

കഴിക്കലും പാട്ടും ഉച്ചസ്ഥായിയിലെത്തിയപ്പോഴാണ് ഞങ്ങളോടൊപ്പമുണ്ടായിരുന്ന ദീപു പെട്ടെന്ന് കുഴഞ്ഞുവീണത്. വീണത് ഒരു സ്റ്റൂളിന്റെ മേലേക്കായിരുന്നു. ഉച്ചത്തിൽ ഒന്നു കരഞ്ഞു. പിന്നെ കണ്ണു തുറന്നില്ല. ഞങ്ങളെല്ലാവരുംകൂടെ വെള്ളം മുഖത്തു തളിക്കാനും വെള്ളം കുടിപ്പിക്കാനുമൊക്കെ ശ്രമിച്ചു എങ്കിലും ഫലമുണ്ടായില്ല. പെട്ടെന്ന് ഞങ്ങൾ ജിത്തുവിനെ ഫോൺ ചെയ്തു. ജിത്തു കാറുമായി വന്നു. ഞങ്ങൾ ദീപുവിനെ കാറിന്റെ പിൻസീറ്റിൽ കിടത്തി. ജിത്തുവിനോട് വിവരം പറഞ്ഞു. ജിത്തു വേഗം കാറുമായി ആശുപത്രിയിലേക്ക് പാഞ്ഞുപോയി. അതുകഴിഞ്ഞുള്ള വിവരങ്ങൾ ഒന്നും ലഭ്യമായില്ല."

അടുത്തുനിന്ന വിജയനോട്, "ഈ പറഞ്ഞതെല്ലാം സത്യമാണോ?"

"അതേ സാർ." അയാൾ പറഞ്ഞു.

"കള്ളം പറഞ്ഞാൽ അടിയാണ്. നിങ്ങൾ ബിയറിനൊപ്പം മദ്യവും കഴിച്ചില്ലേ?"

"കഴിച്ചു സാർ."

"കഞ്ചാവ് ബീഡി വലിച്ചതാരാണ്?"

മടിച്ചുമടിച്ചാണെങ്കിലും അയാൾ പറഞ്ഞു. "എല്ലാവരും."

"ദീപുവും?"

"ഇല്ല സർ, ദീപു പുക വലിക്കില്ല.'

"പിന്നെങ്ങനെയാണയാൾ കുഴഞ്ഞുവീണത്? വേറെ മയക്കു മരുന്ന് വല്ലതും?"

"ഇല്ല സർ."

"ആശുപത്രിയിലെ വിവരം അറിയണ്ടേ? അയാൾ മരിച്ചു. ഡോക്ടർ നൽകിയ വിവരം അനുസരിച്ചാണ് ഞങ്ങളിവിടെ എത്തിയത്. ലഹരിവസ്തുക്കളെല്ലാം ഇതിനകം നിങ്ങൾ മാറ്റിയെന്ന് അറിയാമെങ്കിലും ഫോർമാലിറ്റിക്കുവേണ്ടി എനിക്കിവിടെയെല്ലാം ഒന്നു പരിശോധിക്കണം. ഒരു വിദ്യാർത്ഥിയെ മദ്യവും മയക്കുമരുന്നും അമിതമായി നൽകി കൊലപ്പെടുത്തിയ കുറ്റത്തിന് നിങ്ങളെ ആറു പേരെയും ഞാൻ കസ്റ്റഡിയിലെടുക്കുകയാണ്. വേഷം മാറാൻ അല്പസമയം നൽകും. ഇതിനിടെ ഓടാൻ ശ്രമിച്ചാൽ അവന്റെ കഷ്ടകാലം എന്നു മാത്രം അറിഞ്ഞാൽ മതി. വേഷം മാറിയവർ ഓരോരുത്തരായി ചെന്ന് ജീപ്പിൽ കയറ്. പിന്നീടുവന്ന് വിശദമായ മഹസ്സർ എഴുതിക്കൊള്ളാം."

ആറുപേരെയും ആയുധങ്ങളൊന്നും കൈവശമില്ലെന്ന് ഉറപ്പു വരുത്തിയശേഷം ജീപ്പിൽ കയറ്റി സ്റ്റേഷനിലെത്തിച്ചു. എല്ലാവരുടെയും അഡ്രസ്സും ഫോൺ നമ്പറും വാങ്ങി ഓരോരുത്തരുടെയും സ്റ്റേറ്റ്മെന്റുകൾ അവർ പറയുന്നതുപോലെ എഴുതിവെക്കാൻ ജി.ഡി. ചാർജുകാരനെ ചുമതലപ്പെടുത്തി. ആശുപത്രിയിൽ നിന്നും ലഭിച്ച ഇന്റിമേഷൻ പകർത്തി എഫ്.ഐ.ആർ. രജിസ്റ്റർ ചെയ്തുവെക്കാനും രാവിലെതന്നെ ആശുപത്രിയിലെത്തി ഇൻക്വസ്റ്റ് തയ്യാറാക്കാൻ എസ്.ഐയോടു പറയാനും നിർദ്ദേശം നൽകി ക്വാർട്ടേഴ്സിലേക്ക് പോയി. അപ്പോൾ സമയം രണ്ടുമണി.

അടുത്ത ദിവസം രാവിലെ സ്റ്റേഷനിലെത്തുമ്പോൾ കോളേജ് വിദ്യാർത്ഥികളടക്കം കുറേപേർ സ്റ്റേഷന്റെ മുമ്പിൽ കൂടിനിൽക്കുന്നുണ്ടായിരുന്നു. എല്ലാവരോടുമായി പറഞ്ഞു.

“ഒപ്പമുള്ള ഒരു കൂട്ടുകാരനെ കൊലപ്പെടുത്തിയ കേസ്സിനോടനുബന്ധിച്ച് കൊണ്ടുവന്നവരാണ് ഇവിടെയുള്ളത്. കേസന്വേഷണം തുടങ്ങിയിട്ടേയുള്ളൂ. അതുകൊണ്ട് ഇപ്പോൾ അവരെ കാണാനും സംസാരിക്കാനും ആരെയും അനുവദിക്കില്ല. പോയി ഇവർക്ക് ജാമ്യം എടുക്കാനും മറ്റുമുള്ള ഏർപ്പാടുകൾ ഉണ്ടാക്കൂ.”

ഫോൺ ഡയൽ ചെയ്ത് ഡിവൈ.എസ്.പിയേയും എസ്.പിയേയും വിവരം ധരിപ്പിച്ചു. പറയുന്നത് കേൾക്കാനായി ഓരോരുത്തരും കാതു കൂർപ്പിച്ച് നിൽക്കുന്നുണ്ടായിരുന്നു.

“തൽക്കാലം ഇന്റിമേഷൻ പ്രകാരമുള്ള സംശയകരമായ മരണം എന്ന സെക്ഷൻ ഇട്ട് രജിസ്റ്റർ ചെയ്തിട്ടുള്ളതുമതി. ഇനി ഞാൻ ആശുപത്രിയിൽ ഡോക്ടറെ കണ്ടു ചോദിച്ചും മറ്റ് അന്വേഷണങ്ങളും നടത്തി വന്നതിനുശേഷം മതി കൂടുതൽ സെക്ഷൻ ചേർക്കുന്നതും അറസ്റ്റു രേഖപ്പെടുത്തുന്നതും.”

എ.എസ്.ഐയും മറ്റും നിർദ്ദേശങ്ങൾ നൽകിയശേഷം ഹോസ്പിറ്റലിലേക്കു പോയി. ഇൻക്വസ്റ്റ് എഴുതി പൂർത്തിയാക്കിയ എസ്.ഐയ്ക്ക് പോസ്റ്റുമോർട്ടം പരിശോധനയ്ക്ക് ബോഡി ഏൽപ്പിക്കാൻ നിർദ്ദേശം നൽകി. അവിടെയുണ്ടായിരുന്ന ജിത്തുവിനോട് ചോദിച്ചതിൽ അയാളാണ് ബർത്ത്ഡേ ആഘോഷിക്കാനുള്ള സാധനങ്ങളെല്ലാം വാങ്ങി നൽകിയത് എന്നും താനെന്താ അവിടെ പോകാഞ്ഞത് എന്ന ചോദ്യത്തിന് എന്റെ രണ്ട് ഫ്രണ്ട്സിന് പ്രത്യേക ഡിന്നർ അറേഞ്ച് ചെയ്തിരുന്ന സ്ഥലത്തു പോയതിനാലാണെന്നു പറഞ്ഞതിന് അത് പെൺസുഹൃത്തുക്കളായിരുന്നോ എന്ന ചോദ്യത്തിന് അതേ എന്ന് മറുപടി നൽകി.

“താൻ ആ വീട്ടിലെത്തുമ്പോൾ ദീപുവിന് ജീവനുണ്ടായിരുന്നോ?”

“അവരെല്ലാവരും കൂടെ എടുത്ത് കാറിന്റെ പിൻസീറ്റിൽ കിടത്തി വേഗം ആശുപത്രിയിലെത്തിക്കാൻ പറഞ്ഞതിനാൽ ഞാൻ ദീപുവിനെ പ്രത്യേകം നോക്കിയില്ല. പക്ഷേ, ആശുപത്രിയിലെത്തിച്ച ഉടനെ ഡോക്ടർ നോക്കീട്ട് മരണം സംഭവിച്ചിട്ട് അരമണിക്കൂറിൽ കൂടുതലായെന്നു പറഞ്ഞു.”

ചുറ്റും കൂടിനിന്നവരിൽ നിന്ന് ദീപുവിന്റെ ഒരു ബന്ധുവിനേയും കൂട്ടി ദീപുവിന്റെ വീട്ടുകാരെ ഒന്നു കാണാൻ പോയി. അതിനുമുമ്പ് എസ്.ഐയോട് രണ്ടു പൊലീസുകാരെ ഇവിടെ നിർത്തീട്ട് സംഭവസ്ഥല മഹസ്സർ എഴുതാൻ നിർദ്ദേശം നൽകി അയച്ചു.

ദീപുവിന്റെ വീട്ടിലെത്തി. എട്ടുപത്താളുകൾ അവിടവിടെയായി നിൽക്കുന്നു. വീടിന്റെ കോലായിൽ അസ്ഥി മാത്രമായ രണ്ടുപേർ അവിടെയുണ്ട്. ഒരാൾ ഒരു പഴകിയ കട്ടിലിൽ ചുരുണ്ടുകൂടി കിടക്കുന്നു. ഞങ്ങളെ കണ്ടപാടേ എഴുന്നേൽക്കാനൊരു ശ്രമം നടത്തി. ആ ഉദ്യമം തടഞ്ഞിട്ട് പറഞ്ഞു.

“ദീപുവിന്റെ വീട് കാണാൻ വന്നതാണ്.”

“ഞങ്ങളുടെ ഒരേയൊരു സന്തതിയാണ്. അവൻ പഠിച്ചു ജോലിയൊക്കെ ലഭിച്ചതിനുശഷം വയറുനിറയെ ആഹാരം കഴിക്കാമെന്നു കരുതിയിരുന്നവരായിരുന്നു. ഞങ്ങളുടെ വീട് കണ്ടോ? ഇടിഞ്ഞു വീഴാറായ ഈ വീട് മാറ്റി നമുക്കൊരു നല്ല വീട് പണിയണം എന്ന് അവൻ എപ്പോഴും പറയുമായിരുന്നു. ഇനി ഞങ്ങളാരെ നോക്കിയിരിക്കാനാണ്?”

എന്തു മറുപടി പറയണമെന്നറിയാതെ നിന്ന് കണ്ണുകളടച്ചു.

“ഒരു കാര്യം നിങ്ങളോടു ചോദിച്ചറിയാനാണ് വന്നത്. ദീപുവിന് മുമ്പ് വല്ല രോഗവും ഉണ്ടായിരുന്നോ? എപ്പോഴെങ്കിലും കുഴഞ്ഞുവീണിട്ടുണ്ടോ?”

“ഉണ്ട് സാർ. ഇപ്പോഴല്ല. അവൻ വളരെ ചെറുതായിരിക്കുമ്പോൾ. വെടിക്കെട്ടു തുടങ്ങിയ ഉടൻ ആകെ വിറച്ചുകൊണ്ട് തറയിൽ വീണു. എല്ലാവരുംകൂടെ മുഖത്ത് വെള്ളം തളിച്ച് എഴുന്നേല്പിച്ചു. അതിനുശേഷം അവന് പത്തു വയസ്സുള്ളപ്പോൾ ഉത്സവപ്പറമ്പിൽ ചെണ്ടമേളം കേട്ട് തുള്ളിച്ചാടിക്കളിച്ചപ്പോഴും ബോധം കെട്ടു വീണു. അന്ന് എല്ലാവരുംകൂടെ എടുത്ത് ആശുപത്രിയിൽ കൊണ്ടുപോടി. ആ ഡോക്ടർ പരിശോധിച്ചിട്ട് പറഞ്ഞു, വലിയ ശബ്ദങ്ങൾ കേൾക്കുന്നിടത്ത് കൊണ്ടുപോകരുത് എന്ന്. ഹൃദയവാൽവുകൾക്ക് ചെറിയ

പ്രശ്നമുണ്ടെന്നും അഥവാ അങ്ങനെയുള്ള സ്ഥലത്ത് പോകുമ്പോൾ ചെവിയിൽ രണ്ടിലും പഞ്ഞിവെച്ച് അടയ്ക്കണമെന്നും പറഞ്ഞിരുന്നു. അതിനുശേഷം ഞങ്ങൾ ഉത്സവത്തിനൊന്നും അവനെ കൊണ്ടുപോകാറില്ലായിരുന്നു. പിന്നെ കുഴപ്പമൊന്നും ഉണ്ടായിരുന്നില്ല."

അതു പറഞ്ഞപ്പോൾ അവരുടെ കണ്ണുകളിലൂടെ കണ്ണുനീർ ഒഴുകുന്നുണ്ടായിരുന്നു. ആ രണ്ടു മനുഷ്യജന്മങ്ങളെ നോക്കിനിൽക്കുമ്പോൾ വലിയ പ്രായമായതിന്റെ ക്ഷീണമല്ലെന്നും ആഹാരക്കുറവു കൊണ്ടുള്ള അവശതയാണുള്ളതെന്നും മനസ്സിലായി. പേഴ്സിലുണ്ടായിരുന്ന പൈസ എടുത്ത് അവരുടെ തലയിണക്കീഴിൽ വെച്ചിട്ട് തിരികെ നടന്നു.

ആശുപത്രിയിലെത്തുമ്പോൾ പോസ്റ്റുമോർട്ടം പരിശോധന കഴിഞ്ഞ് ബോഡി പൊലീസുകാരൻ ഏറ്റുവാങ്ങി മതാചാരപ്രകാരം മറവു ചെയ്യാനായി രസീതു വാങ്ങി ബന്ധുക്കൾക്ക് വിട്ടുകൊടുക്കുന്ന നടപടികൾ നടക്കുകയായിരുന്നു. മെല്ലെ പോസ്റ്റുമോർട്ടം നടത്തിയ ഡോക്ടറെ കാണാൻ അകത്തുകയറി. ഗ്ലൗസുകൾ മാറ്റി കൈ കഴുകി മുറിയിലേക്കു കയറിയ ഡോക്ടറോടൊപ്പം അകത്തു കയറി.

"സർ, ദീപുവിന്റെ പരിശോധനാഫലം അറിയാൻ വന്നതാണ്."

"ഓക്കെ. ഇരിക്കൂ. ദീപുവിനെ ജന്മനാൽ ഒരു രോഗമുണ്ടായിരുന്നു. വലിയ സ്ഫോടനങ്ങൾപോലുള്ള ശബ്ദം താങ്ങാനുള്ള കരുത്ത് ഹൃദയത്തിനുണ്ടായിരുന്നില്ല. അങ്ങനെ സംഭവിച്ചാൽ ഉടൻ കുഴഞ്ഞുവീഴും. അതിനുകാരണം ഹൃദയത്തിലേക്കുള്ള രക്തധമനികൾ സ്തംഭിക്കും. അപ്പോൾ ശ്വസനക്രിയ തടസ്സപ്പെടും. വളരെ അപൂർവ്വം ചിലരിൽ കാണുന്ന രോഗമാണിത്. അത്തരം സാഹചര്യം വല്ലതുമുണ്ടായോ?"

"ഉണ്ടായി ഡോക്ടർ. അടച്ചിട്ട മുറിയിൽ ഉഗ്രശബ്ദത്തിൽ മ്യൂസിക് വെച്ച് പുകപടലങ്ങൾ നിറഞ്ഞ മുറിയിൽ നിൽക്കുമ്പോഴാണ് ദീപു കുഴഞ്ഞുവീണത്."

"യെസ്. അതാണ് മരണകാരണം. സർട്ടിഫിക്കറ്റ് ഞാൻ എഴുതിത്തരാം. അല്പം വെയ്റ്റ് ചെയ്യൂ."

അവിടിരുന്നുതന്നെ എസ്.പിയെ വിളിച്ച് കാര്യങ്ങൾ അവതരിപ്പിച്ചു.

"താൻ ഒരു കാര്യം ചെയ്യ്. മറ്റെന്തെങ്കിലും കാരണം പറഞ്ഞ് അവന്മാരെ അവിടെനിന്നും ഒന്നു പറഞ്ഞയയ്ക്കൂ. എനിക്കിവിടെ സമാധാനമായിട്ടിരിക്കാനാവുന്നില്ല. മറുപടി പറഞ്ഞു മടുത്തു."

ഡോക്ടർ എഴുതിനൽകിയ റിപ്പോർട്ടുമായി സ്റ്റേഷനിലത്തി. കാണാൻ കാത്തുനിന്നവരെയെല്ലാം അല്പംകൂടി കാത്തിരിക്കാൻ പറഞ്ഞശേഷം അവിടെയുണ്ടായിരുന്ന ജിത്തു അടക്കം ഏഴു പേരെയും മുറിയിലേക്ക് വിളിപ്പിച്ചു. ഒരു വിദ്യാർത്ഥിയെന്ന നിലയിൽ ഉണ്ടാകാൻ പാടില്ലാത്ത ഒരു കാര്യമാണ് നിങ്ങൾ ചെയ്തത്. താമസിക്കുന്നിടത്ത് മറ്റാരുമറിയാതിരിക്കാനായി അടച്ചിട്ട മുറിയിൽ ഉച്ചത്തിൽ മ്യൂസിക് വെക്കുക, ഒപ്പം ലഹരിവസ്തുക്കളുടെ ബലത്തിൽ ആടിപ്പാടി നൃത്തംവെക്കുക. ഇതൊക്കെ പഠിക്കുന്ന കുട്ടികൾക്കു ചേർന്ന കാര്യങ്ങളല്ല. നിങ്ങളുടെ ഈ പ്രവൃത്തി കാരണം വിലപ്പെട്ട ഒരു ജീവനാണ് നഷ്ടമായത്. നിങ്ങളുടെ മേൽ ചുമത്താവുന്ന കുറ്റം ഒരാളെ ബലമായി മുറിയിൽ അടച്ചിട്ട് ഉറക്കെ പാട്ടുംവെച്ച് പുക നിറഞ്ഞ മുറിയിൽനിന്ന് നൃത്തം ചെയ്യാൻ നിർബന്ധിച്ചതുവഴി അയാളുടെ മരണം സംഭവിപ്പിച്ചു എന്നതാണ്. ഏറ്റവും കുറഞ്ഞത് സെക്ഷൻ 304. മരണം വരുത്തുവാനിടയുള്ളതാണെന്നുള്ള അറിവോടുകൂടിയാണെങ്കിലും, മരണമോ മറ്റോ വരുത്തണമെന്നുള്ള വിചാരത്തോടുകൂടിയല്ലാതെ ചെയ്യുന്നുവെങ്കിൽ പത്തുവർഷത്തെ തടവോ, പിഴയോ രണ്ടുംകൂടെയോ ലഭിക്കും. പോട്ടെ, ഇനി സെക്ഷൻ 304 എ ആയാൽ അവിവേകമോ ഉദാസീനമോ ആയ പ്രവർത്തിയാൽ മരണം സംഭവിക്കുക. ഇതിനുള്ള ശിക്ഷ രണ്ടു വർഷം തടവോ പിഴയോ രണ്ടുംകൂടെയോ വിധിക്കപ്പെടാം. ഈ രണ്ടു വകുപ്പുകളിൽ ഏതു സെക്ഷൻ ചുമത്തണമെന്ന് നിങ്ങൾക്കു തീരുമാനിക്കാം."

കിരൺ ആണ് അപേക്ഷിച്ചത്.

"സാർ, ഞങ്ങൾ നിരപരാധികളാണ്."

"അതു തീരുമാനിക്കേണ്ടത് കോടതിയാണ്. ഇതൊന്നും നിങ്ങൾ ചെയ്തില്ല എന്ന അഭിപ്രായം ആർക്കെങ്കിലുമുണ്ടോ?"

"സർ, ഇതൊക്കെ അറിയാതെ ചെയ്തുപോയതാണ്."

"അതിനാണ് 304 സെക്ഷൻ. അവിവേകമോ ഉദാസീനമോ ആയ പ്രവൃത്തിയെന്ന്. അപ്പോ ആ സെക്ഷൻ മതി അല്ലേ?"

"സർ, ഞങ്ങളുടെ ഭാവി അവതാളത്തിലാകും."

"അത് ഇത്തരം പ്രവൃത്തികൾ ചെയ്യുന്നതിനു മുമ്പ് ആലോചിക്കണമായിരുന്നു. ജിത്തു കരുതുന്നുണ്ടാവാം ഞാനിതിൽ പെടില്ലെന്ന്. ശരിയല്ല. തന്റെ ബർത്ത്ഡേ പാർട്ടി സംഘടിപ്പിച്ച് അവിടെവെച്ച് ദീപുവിനെ കൊല്ലണം എന്ന ഉദ്ദേശ്യത്തോടും കരുതലോടുംകൂടെ ഗൂഢാലോചന നടത്തി എന്ന സെക്ഷൻ 120 ബി.

വകുപ്പ് ചേർത്ത് ചാർജ്ഷീറ്റ് സമർപ്പിക്കാം. ഇതേ ശിക്ഷകൾതന്നെ ലഭിക്കും."

ഇത്രയും കേട്ടപ്പോൾതന്നെ എല്ലാവരും തളർന്ന് അവശരായി.

"ഇനിയൊരു കാര്യം പറയാം. ഇതിലെ ഒരു കുറ്റവും നിങ്ങളുടെ പേരിൽ ഞാൻ ചാർത്തുന്നില്ല. നിങ്ങളുടെ ഭാവിയെ കരുതി മേലിൽ ഇത്തരം പ്രവൃത്തികളിൽ ഏർപ്പെടില്ല എന്ന വിശ്വാസത്തിൽ നിങ്ങളെയെല്ലാം ഞാൻ വിട്ടയയ്ക്കുന്നു. ആരുടെയെങ്കിലും വലിപ്പച്ചെറുപ്പം കണക്കാക്കീട്ടോ ആരുടെയെങ്കിലും പ്രേരണയാലോ അല്ല. മനസ്സാക്ഷി പറഞ്ഞിട്ട്. അത്രമാത്രം. നിങ്ങൾക്കിതൊരു പാഠമാവട്ടെയെന്നു കരുതി. എല്ലാവരും പൊയ്ക്കോളൂ. പക്ഷേ, അതിന് നിങ്ങൾ ഒരു പ്രതിഫലം നൽകണം. മകൻ പഠിച്ചു ജോലി സമ്പാദിച്ച് ചെറിയൊരു കുടിലിനു പകരം ഒരു നല്ല വീട് പണിതുതരും എന്ന പ്രത്യാശയിൽ ജീവിക്കുന്ന ദീപുവിന്റെ അച്ഛനും അമ്മയ്ക്കും ഒരു വീട് നിർമ്മിച്ചു നൽകാനുള്ള പ്രവൃത്തിയിൽ നിങ്ങൾ എന്നോടൊപ്പമുണ്ടാവണം. ഉണ്ടാവില്ലേ?"

"ഉണ്ടാവും സർ." അവരുടെ വാക്കുകൾ ഉറച്ചതായിരുന്നു.

"ഇനി ലക്ഷ്യം നിറവേറ്റുംവരെ നമുക്ക് വിശ്രമമില്ല. നിങ്ങൾക്കും നിങ്ങളുടെ സഹപാഠികൾക്കും എന്നും ഒപ്പം ഞാനുമുണ്ടാവും. പോകൂ."

ആ തീരുമാനം സഫലമാകാൻ ഏഴെട്ടുമാസം വേണ്ടിവന്നു. ഒന്നിനും ഒരു കുറവും തടസ്സങ്ങളുമില്ലാതെ. പൂർണ്ണസജ്ജമായ വീടിന്റെ താക്കോൽ വിറയാർന്ന ആ കരങ്ങളിൽ ഏല്പിക്കുമ്പോൾ അറിയാതെ വിതുമ്പിപ്പോയി.

■

കോടീശ്വരന്മാർ

തിരുവനന്തപുരം വിഴിഞ്ഞം സർക്കിൾ ഇൻസ്പെക്ടറുടെ ഓഫീസിലേക്ക് ഒരു ഫോൺ സന്ദേശമെത്തി. കോവളം പൊലീസ് സ്റ്റേഷൻ പരിധിയിൽപെട്ട വാഴമുട്ടം എന്ന സ്ഥലത്ത് ഒരു വീട്ടിൽ ഒറ്റയ്ക്ക് താമസിച്ചിരുന്ന മോഹനൻപിള്ള(70) എന്നയാൾ കഴുത്തറുത്തു കൊല്ലപ്പെട്ട നിലയിൽ കാണപ്പെട്ടു.

ഈ സംഗതിക്ക് സെക്യൂരിറ്റി ജീവനക്കാരനായ വേലായുധന്റെ മൊഴിയുടെ അടിസ്ഥാനത്തിൽ ഒരു കേസ് രജിസ്റ്റർ ചെയ്തിട്ടുണ്ട്. എസ്.ഐയും പാർട്ടിയും സ്ഥലത്തേക്ക് പോയിട്ടുണ്ട്. എക്സ്പ്രസ് റിപ്പോർട്ട് അയയ്ക്കുന്നുണ്ട്. ഏറെ താമസിയാതെ എക്സ്പ്രസ്സ് റിപ്പോർട്ട് ലഭിച്ചു. എ.എസ്.ഐയേയും രണ്ടു പൊലീസുകാരേയും കൂട്ടി സ്ഥലത്തെത്തി.

വാഴമുട്ടത്തിനു സമീപം ഹൈവേയ്ക്ക് 300 മീറ്റർ തെക്കുമാറി സ്ഥിതിചെയ്യുന്ന ഒരു വലിയ ബംഗ്ലാവ്. ധാരാളം ആൾക്കാർ കാഴ്ചക്കാരായി എത്തിയിട്ടുണ്ട്. എസ്.ഐ. അരികിലേക്കു വന്ന് കാര്യങ്ങൾ വിശദീകരിച്ചു.

"സർ, മോഹനൻപിള്ളയെന്നയാൾ ഒറ്റയ്ക്കാണ് താമസം. ഭാര്യ മരിച്ചിട്ട് അഞ്ചു വർഷത്തോളമായി. രണ്ടു പെൺമക്കളുണ്ട്. അവർ വിവാഹതരും കുടുംബസമേതം കുവൈറ്റിലാണ് താമസവും. വർഷത്തിലൊരിക്കലോ ചിലപ്പോൾ രണ്ടു വർഷത്തിലൊരിക്കലോ വന്നിട്ട് ഉടനെ മടങ്ങിപ്പോകും. ഇവിടെ രണ്ട് സെക്യൂരിറ്റി ജീവനക്കാരുണ്ട്. കൂടാതെ ഭക്ഷണം തയ്യാറാക്കി നൽകാനായി ഒരു സ്ത്രീ വരാറുണ്ട്. രാവിലെ വന്നിട്ട് വൈകുന്നേരത്തോടെ മടങ്ങിപ്പോകും. ഇന്നലെ രാത്രിയായിരിക്കണം സംഭവം നടന്നത്. രാവിലെ എട്ടുമണിക്ക് ഡ്യൂട്ടിയിൽ കയറിയ വേലായുധൻ പേപ്പർ കൊണ്ടുകൊടുക്കാനായി വാതിലിൽ മുട്ടിവിളിച്ചപ്പോൾ ശബ്ദമൊന്നും കേൾക്കാത്തതിനാൽ പിന്നിലെ ജനാലയിലൂടെ നോക്കിയപ്പോഴാണ് ചോരയിൽ കുളിച്ചു

കിടക്കുന്ന മോഹനൻപിള്ളയെ കണ്ടത്. ഉടൻതന്നെ സൈക്കിളു മെടുത്ത് പൊലീസ് സ്റ്റേഷനിലെത്തി വിവരം പറഞ്ഞു."

അല്പം മുന്നോട്ടു നടന്നു. അടച്ചിരുന്ന വാതിൽ പൊലീസു കാരൻ തുറന്നു. ഹാൾ മുറിയുടെ വടക്കുഭാഗത്തുള്ള മുറിയിലാണ് മൃതശരീരം കിടന്നത്. കട്ടിലിൽ കിടക്കുന്ന നിലയിലും എന്നാൽ തല സൈഡിലൂടെ താഴേക്ക് ചരിഞ്ഞ് കഴുത്തിലൂടെ രക്തം വാർന്ന നിലയിലുമാണ് കാണപ്പെട്ടത്. തറയിൽ രക്തം കട്ടപിടിച്ചു കിട ക്കുന്നു. അലമാരയോടു ചേർന്നു കിടന്ന ടീപ്പോയിൽ ഒരു വിദേശ നിർമ്മിത വിസ്കി പകുതിയോളം ഒഴിഞ്ഞ നിലയിലും ഒരു ഗ്ലാസും കാണപ്പെട്ടു. അലമാര തുറന്നു നോക്കിയതിൽ കുറച്ചു പണവും ഒരു സ്വർണ്ണച്ചെയിനും കാണപ്പെട്ടു. ഇവിടെ എത്ര രൂപ ഉണ്ടായി രുന്നു എന്നും എത്ര സ്വർണ്ണം ഉണ്ടായിരുന്നു എന്നതും അറിയാ വുന്ന ഏക വ്യക്തി ഈ ലോകത്തോടു യാത്ര പറഞ്ഞിരിക്കുന്നു. അവിടെ എത്തിയവരുടെ കൂട്ടത്തിൽ മോഹനൻപിള്ളയുടെ ബന്ധു വായ ശിവൻകുട്ടിയാണ് മോഹനൻപിള്ളയുടെ കുടുംബപശ്ചാത്തല ത്തെക്കുറിച്ച് കൂടുതലായി പറഞ്ഞത്.

"സർ, ഈ മരിച്ചുകിടക്കുന്നത് വകയിൽ എന്റെ ഒരു അമ്മാവ നായിട്ടു വരും. മോഹനൻപിള്ള ഒരു ഷാപ്പിലെ തൊഴിലാളിയായി ട്ടാണ് ആരംഭിച്ചതെങ്കിലും കഠിനപ്രയത്നംകൊണ്ട് ആദ്യം റേഞ്ച് ലേലത്തിൽ പിടിച്ചു. കള്ളിൽ സ്പിരിറ്റ് കലർത്തിയും വ്യാജക്കള്ളു ണ്ടാക്കിയും കണ്ടമാനം കാശുണ്ടാക്കി. ഇതിനിടെ രണ്ടു പെൺമക്ക ളേയും പഠിപ്പിച്ച് രണ്ടുപേരെയും വിദേശത്ത് നല്ല കമ്പനികളിൽ ജോലി ചെയ്യുന്ന രണ്ടുപേർക്ക് വിവാഹം ചെയ്തുകൊടുക്കുകയും ചെയ്തു.

എന്തുകൊണ്ടെന്നറിയില്ല, പെട്ടെന്ന് അബ്കാരി ബിസിനസ് അവസാനിപ്പിച്ച് ഇനിയുള്ള ജീവിതം സ്വസ്ഥമായി ജീവിക്കണം എന്നു തീരുമാനിച്ചത്. അബ്കാരി പിള്ള എന്ന പേരും ഉപേക്ഷിച്ചു. ഭാര്യയും ഭർത്താവുംകൂടി കുറേനാൾ മക്കളോടൊപ്പം താമസിച്ചു എങ്കിലും വൈകാതെ നാട്ടിലെത്തി. പിന്നീടാണ് എന്തോ രോഗം മൂലം ഭാര്യ മരണപ്പെട്ടത്. അത് വലിയ ആഘാതംതന്നെ ആയി രുന്നു. ആ ദുഃഖത്തിൽനിന്നു മോചനം നേടാൻ ഏറെ നാളെടുത്തു. പിന്നീട് ആശ്വാസം കണ്ടെത്തിയത് മദ്യത്തിലാണ്. എങ്കിലും കടുത്ത മദ്യപാനിയൊന്നുമല്ലായിരുന്നു.

വീട്ടുജോലികൾ ചെയ്യാനും മറ്റുമായി രണ്ടുമൂന്നു സ്ത്രീകൾ മാറിമാറി നിന്നു. പക്ഷേ, മദ്യപിച്ചു കഴിഞ്ഞാലുള്ള തെറിവിളി സഹിക്കാനാവാതെ എല്ലാവരും പോയി. ഇപ്പോൾ പകൽ മാത്രം

ആഹാരമെല്ലാം പാകം ചെയ്തുവെച്ചശേഷം വൈകുന്നേരത്തോടെ മടങ്ങിപ്പോകുന്ന ഒരു സ്ത്രീയാണ് ഇവിടെയുള്ളത്."

"ആ സ്ത്രീയുടെ പേര് അറിയാമോ?"

"ഇല്ല സാർ. മറ്റാരോ ആണ് ആ സ്ത്രീയെ ഏർപ്പാടാക്കിയത്."

"മക്കൾ ഈ അടുത്തകാലത്ത് വന്നിട്ടുണ്ടായിരുന്നോ?"

"ഉണ്ടായിരുന്നു. രണ്ടു കുടുംബങ്ങളുമുണ്ടായിരുന്നു. അവർ മടങ്ങിപ്പോയിട്ട് ഇപ്പോൾ രണ്ടുമൂന്നു മാസമായിക്കാണണം."

സംസാരിച്ചു നിൽക്കുമ്പോൾതന്നെ ഫിംഗർ പ്രിന്റ് ബ്യൂറോയും ഫോട്ടോഗ്രാഫറും ഡോഗ് സ്ക്വാഡുമൊക്കെ എത്തി. അവർക്ക് വേണ്ട നിർദ്ദേശങ്ങളൊക്കെ നൽകി. മോഹനൻപിള്ളയുടെ വിരലടയാളങ്ങളും കുപ്പിയിലും ഗ്ലാസിലുമുണ്ടായിരുന്ന വിരലടയാളങ്ങളുമെടുത്തു. ഡോഗ് മുറിയിലാകെ സ്മെൽ ചെയ്തശേഷം പുറത്തേക്കിറങ്ങി. കാർ ഷെഡ്ഡിൽ കറങ്ങിനടന്നശേഷം വീണ്ടും വീട്ടിൽ കയറി അടുക്കളയിലും മുറികളിലും മണംപിടിച്ചശേഷം പുറത്തേക്ക് ഓടി.

ഫോട്ടോഗ്രാഫർ ആവശ്യത്തിനുള്ള ഫോട്ടോകൾ എടുത്തു. എ. എസ്.ഐയോട് അഞ്ച് നാട്ടുകാരുടെ അഡ്രസ് എഴുതിയെടുത്തശേഷം ഇൻക്വസ്റ്റ് എഴുതിത്തുടങ്ങാൻ നിർദ്ദേശിച്ചു. ബോഡി നേരേ കിടത്തി എഴുതി. നീളം ആറടി, നെഞ്ചളവ് 42 സെ.മീ. മുടിയുടെ നിറം വെളുപ്പ്. രണ്ട് ഇഞ്ച് നീളം. കണ്ണും മുഖവും സാധാരണ നിലയിൽ. കഴുത്തിൽ ആഴത്തിലുള്ള തുറന്ന മുറിവ്. രക്തം ചെവിയിലും മുടിയിലും പറ്റിപ്പിടിച്ചിരിക്കുന്നു. ബനിയനും ലുങ്കിയുമാണ് വേഷം. ശരീരത്തിൽ മറ്റു മുറിവുകളൊന്നും കാണപ്പെട്ടില്ല. തുടർന്ന് എഴുതാൻ നിർദ്ദേശിച്ചശേഷം സെക്യൂരിറ്റിക്കാരൻ വേലായുധനെ വിളിച്ച് കാര്യങ്ങൾ ചോദിച്ചു മനസ്സിലാക്കി.

ഇവിടെ ഡ്യൂട്ടിക്ക് വന്നിട്ട് രണ്ടു വർഷമായി. ഞങ്ങൾ രണ്ടു പേരാണ് ഡ്യൂട്ടിക്കുള്ളത്. എനിക്ക് ഇന്നലെ രാത്രി എട്ടുമണിവരെയാണ് ഡ്യൂട്ടി. അതു കഴിഞ്ഞാൽ രാജൻ ഡ്യൂട്ടിക്ക് കയറും. ഇവിടത്തെ മുതലാളി പറഞ്ഞിട്ടാണ് അങ്ങനെ ഡ്യൂട്ടി ചെയ്യുന്നത്. അല്ലെങ്കിൽ 24 മണിക്കൂർ ഡ്യൂട്ടിയാണ് ചെയ്തിരുന്നത്. പകൽ ഇവിടെ ബന്ധുക്കളും പരിചയക്കാരുമൊക്കെ വന്നുപോകാറുണ്ട്. ജോലിക്കാരി രാവിലെ ഏഴുമണിക്കു വരും. നാലുമണിക്കു മുമ്പ് പോകും. മുതലാളി സന്ധ്യയോടെ കുടി തുടങ്ങും. രാത്രി പത്തുമണി പതിനൊന്നുമണിവരെ ടി.വി. കാണലും മറ്റുമായി കഴിയും. ചിലപ്പോൾ വിളിക്കും. മിക്ചറും വേണം. സിഗരറ്റും വേണം എന്നൊക്കെ

പറയും. വാങ്ങിക്കൊടുത്തു കഴിഞ്ഞാൽ ബാക്കി വാങ്ങില്ല. വെച്ചോളാൻ പറയും."

"ഇന്നലെ പകൽ വിശേഷിച്ച് ആരെങ്കിലും വന്നിട്ടുണ്ടായിരുന്നോ?"

"ഇല്ല സർ."

"രാത്രിഡ്യൂട്ടിക്കാരനെ വിളിച്ചുവരുത്തണം."

"വിളിക്കാം സർ."

കാർഷെഡ്ഡിൽ കിടന്ന കാറിന്റെ ടയർ മാർക്ക് ഫോട്ടോ എടുത്തു. ഒപ്പം കാർഷെഡ്ഡിനു സമീപം ഉണ്ടായിരുന്ന ടയർ മാർക്കുകളുടെയും ഫോട്ടോ എടുപ്പിച്ചു.

പകൽസമയം വീട്ടിലെത്തി ഭക്ഷണം പാകം ചെയ്യുന്ന ശാരദയെ കണ്ടു ചോദിച്ചറിഞ്ഞതിൽ കഴിഞ്ഞ അഞ്ചു മാസമായി ഞാനാണ് മുതലാളിക്ക് ഭക്ഷണമുണ്ടാക്കിക്കൊടുക്കുന്നതെന്നും ഭക്ഷണം വൈകിയാലും ഇഷ്ടപ്പെടാതിരുന്നാലും ഉറക്കെ വഴക്കു പറയുമായിരുന്നു. പറഞ്ഞാൽ പിന്നെ നിറുത്തില്ല. ഇതിനുമുമ്പ് ഇവിടെ നിന്നിട്ടുള്ളവരും വഴക്കും തെറിവിളിയും കാരണമാണ് ഇവിടെ കൂടുതൽ നിൽക്കാത്തതെന്നും എന്റെ ഭർത്താവ് മുമ്പ് മുതലാളിയുടെ ഷാപ്പ് തൊഴിലാളി ആയിരുന്നു എന്നും ആ പരിചയത്തിലാണ് എന്നെ ഇവിടെ ജോലിക്ക് നിറുത്തിയതെന്നും പറഞ്ഞു.

"ഇന്നലെ എത്ര മണിക്കാണ് ഇവിടെനിന്നും പോയത്?"

"വൈകുന്നേരം നാലരമണിയായി."

"എങ്ങനെയാണ് പോയത്?"

"ഇന്നലെ ഭർത്താവ് വിളിക്കാൻ വന്നിരുന്നു."

"ഭർത്താവിന്റെ പേരെന്താണ്?"

"മുരളി."

"നിങ്ങളുടെ പേര്?"

"ശാരദ."

മോഹനൻപിള്ളയുടെ മറ്റൊരു ബന്ധുവായ കേശവൻ എന്നയാളാണ് ഈ കുടുംബത്തെക്കുറിച്ച് കൂടുതൽ വിവരങ്ങൾ കൈമാറിയത്. ഇദ്ദേഹത്തിന്റെ രണ്ടു പെൺമക്കളേയും വിവാഹം കഴിപ്പിച്ചിരിക്കുന്നത് നല്ല സാമ്പത്തിക ഭദ്രതയുള്ള കുടുംബങ്ങളിലാണ്. മൂത്ത മകളെ വിവാഹം കഴിച്ചിരിക്കുന്നത് ഒരു ഡോക്ടറാണ്. ഇളയവളെ ഒരു കമ്പനിയിലെ ഉയർന്ന ഉദ്യോഗസ്ഥനുമാണ്. ഈ അടുത്തകാലത്തായി മൂത്തമകൾ ശോഭയുടെ ഭർത്താവ് ജയറാം

ഒരു മരുന്നുകമ്പനിയെന്തോ നടത്തി കൂട്ടുബിസിനസ്സുകാരന്റെ ചതിയിൽപെട്ട് വലിയ കടക്കെണിയിലായിയെന്നും മോഹനൻപിള്ള നൽകിയ പണം കെട്ടിവെച്ച് ജാമ്യത്തിൽ നിൽക്കുകയാണെന്നും മറ്റും നമ്മുടെ കുടുംബക്കാർക്കു മാത്രമറിയാവുന്ന കാര്യമാണ്. അതേസമയം ഇളയവളുടെ ഭർത്താവ് നല്ല ഉദ്യോഗത്തിലിരിക്കുന്ന ആളും എല്ലാവരെയും സഹായിക്കാൻ മനസ്സുള്ള ആളുമാണ്. ഇന്നലെ പകൽ കമ്പിളിക്കച്ചവടത്തിനെന്നും പറഞ്ഞ് രണ്ടുമൂന്നു പേർ ഇവിടെ അടുത്ത വീടുകളിലൊക്കെ വന്നിരുന്നതായി പറഞ്ഞു കേട്ടു. അവർ ആരെങ്കിലും ഇവിടെ വന്നിരുന്നോ എന്നറിയില്ലെന്നും പറഞ്ഞു. അയാൾ ഒരു കാര്യംകൂടെ സൂചിപ്പിച്ചു. കച്ചവടത്തിനു വരുന്ന കള്ളന്മാർ പകൽസമയത്ത് കറങ്ങിനടന്ന് വീടും പരിസരങ്ങളും നോക്കിവെച്ചിട്ട് രാത്രി മോഷണത്തിന് വരാറുണ്ടെന്ന് പറഞ്ഞുകേട്ടിട്ടുണ്ട് എന്നും പറഞ്ഞു.

പരിസരങ്ങളിലെല്ലാം ഒന്നു വലംവെച്ചു. വീടിന്റെ പിന്നിലൂടെ ആരും നടന്നതിന്റെ കാല്പാടുകളോ മറ്റെന്തെങ്കിലും തെളിവുകളോ കണ്ടെത്താനായില്ല. തെളിവുശേഖരണങ്ങൾ കഴിഞ്ഞ് ബ്യൂറോക്കാരും മറ്റും മടങ്ങി. ആ സമയത്താണ് നൈറ്റ് സെക്യൂരിറ്റി ജീവനക്കാരൻ രാജൻ സ്ഥലത്തെത്തിയത്. അയാളെ അടുത്തേക്കു വിളിച്ചപ്പോഴേ ഒരു മടി കാട്ടി. അടുത്തേക്കു ചെല്ലുമ്പോൾ ഒരു പ്രത്യേക മണം.

“താൻ മദ്യപിച്ചിട്ടുണ്ടോ?”

“ശകലം. ഡ്യൂട്ടി കഴിഞ്ഞ് പോയി അല്പം ഉറങ്ങാൻ വേണ്ടി.”

“താൻ ഏതു മദ്യമാണ് കഴിച്ചത്?”

“ജവാൻ റം ആണ് സാധാരണ കഴിക്കാറുള്ളത്.”

“ഇത് റമ്മിന്റെ മണമല്ലല്ലോ? താൻ ഇപ്പൊ കഴിച്ചിട്ടുള്ള മദ്യത്തിന്റെ പേരെന്താണ്?”

“സാർ, ബ്രാൻഡിയാണ്.”

“അല്ല.”

അടുത്തുണ്ടായിരുന്ന പൊലീസുകാരനോട് ഒന്ന് അടുത്തുചെന്ന് മണം പിടിക്കാൻ പറഞ്ഞു. പൊലീസുകാരൻ പറഞ്ഞു,

“സർ, ഇത് ഒന്നാംതരം സ്കോച്ചിന്റെ മണമാണ്. അകത്തുചെന്ന് ടീപ്പോയിലിരുന്ന സ്കോച്ച് വിസ്കി എടുത്ത് മണത്തുനോക്കി. അതേ മണം. എങ്കിലും അതല്ലയെന്ന ഭാവത്തിൽ തിരിച്ചുനടന്നു. ഇതിനിടെ കമ്മീഷണറും ഡി.സി.പിയും സ്ഥലത്തെത്തി. അവരോടൊപ്പം നടന്ന്, നടന്ന കാര്യങ്ങളെല്ലാം വിവരിച്ചു. ചില സാധ്യതകളെക്കുറിച്ചും സൂചന നൽകി. ജോലിക്കു നിൽക്കുന്ന സ്ത്രീയെ

ഭർത്താവ് ഇന്നലെ ആ സ്ത്രീയെ കൂട്ടിക്കൊണ്ടുപോകാൻ ഇവിടെ വന്നിരുന്നു. അയാൾക്കും മരിച്ചുപോയ മോഹനൻപിള്ളയുമായും അടുപ്പമുണ്ടായിരുന്നു. അയാളെയും സംശയിക്കാം. കാരണം ഭാര്യ വഴി ഇവിടത്തെ കാര്യങ്ങളെല്ലാം നന്നായറിയാം."

കമ്മീഷണർ ചില നിർദ്ദേശങ്ങളൊക്കെ നൽകി.

"സെക്യൂരിറ്റി ജീവനക്കാരെ വിശദമായി ചോദ്യം ചെയ്യണം. കാരണം അവർക്കു മാത്രമേ ആരൊക്കെ വന്നുപോകുന്നു എന്നുള്ള കാര്യങ്ങളറിയാൻ കഴിയൂ."

"ശരി സാർ, ഞാൻ ബോഡി പോസ്റ്റുമോർട്ടത്തിനയച്ചോട്ടെ?"

"ഓ യെസ് പ്രൊസീഡ്."

ബോഡി മെഡിക്കൽ കോളേജിലേക്ക് അയച്ചതോടൊപ്പം അവർ രണ്ടാളും മടങ്ങിപ്പോയി.

മോഹനൻപിള്ളയുടെ ഭാര്യാസഹോദരൻ മധുവിനോട് മോഹനൻപിള്ളയുടെ അടുത്ത ബന്ധുക്കളാരൊക്കെയാണെന്നും അവരുടെയൊക്കെ പേരുകളും താമസസ്ഥലങ്ങളും അറിയാവുന്നവരുടെ ഫോൺ നമ്പറും എഴുതിത്തരാനായി ഒരു കടലാസും പേനയും കൊടുത്തു. കൃത്യമായി അറിയില്ലെങ്കിൽ മറ്റു ബന്ധുക്കളോടു ചോദിച്ചു മനസ്സിലാക്കി എഴുതിത്തരാനും നിർദ്ദേശിച്ചു.

സെക്യൂരിറ്റിക്കാരൻ രാജനോട് അല്പം ഭീഷണിയുടെ സ്വരത്തിൽ ചോദിച്ചു.

"താനാണ് ഇന്നലെത്തെ സുരക്ഷാജീവനക്കാരൻ. വീട്ടുകാരുടെ ജീവനും സ്വത്തും സംരക്ഷിക്കേണ്ട ഉത്തരവാദിത്വം തനിക്കാണ്. ചോദിക്കുന്ന ചോദ്യങ്ങൾക്കു കൃത്യമായ മറുപടി നൽകണം. അതല്ലെങ്കിൽ തന്നെ കൊണ്ടുപോയി ചോദിക്കും. അതു ബുദ്ധിമുട്ടാകും. അതുകൊണ്ട് ഇന്നലെ താൻ ഡ്യൂട്ടിയിൽ കയറിയ സമയം മുതലുള്ള കാര്യങ്ങൾ ഒന്നൊന്നായി പറഞ്ഞോ."

"സർ, ഞാൻ രാത്രി എട്ടുമണിക്ക് ഡ്യൂട്ടിയിൽ കയറിയ ഉടനെ മുതലാളിക്ക് എന്തെങ്കിലും ആവശ്യമുണ്ടോ എന്നു ചോദിക്കാനായി പോയി. ഞാനവിടെ ചെല്ലുമ്പോൾ ഒരു വലിയ വിസ്കി ബോട്ടിൽ എടുത്തുവെച്ച് ഇരിക്കുകയായിരുന്നു. എന്നോട് അത് തുറന്നു കൊടുക്കാൻ ആവശ്യപ്പെട്ടു. ഞാനതു തുറന്നുകൊടുത്ത ഉടനെ ഒരു ചെറിയ കുപ്പി എടുത്തുകൊടുക്കാൻ പറഞ്ഞു. ഞാൻ ഒരു ചെറിയ കുപ്പി എടുത്തുകൊടുത്തു. അദ്ദേഹം അതിൽ കുറച്ചു മദ്യം ഒഴിച്ചുതന്നിട്ട് പറഞ്ഞു, ഇത് നാളെ വീട്ടിൽ കൊണ്ടുപോയി കുടിക്കണം. ഇന്ന് ഡ്യൂട്ടിസമയത്ത് കുടിച്ചിട്ട് കിടന്ന് ഉറങ്ങിക്കളയരുത് എന്ന്. ഞാൻ

അതും വാങ്ങി നടന്നുവന്ന് സെക്യൂരിറ്റി റൂമിൽ കൊണ്ടുവച്ചിട്ട് വീടിനു ചുറ്റും നടന്നുനോക്കിയശേഷം ഗേറ്റിനടുത്ത് വന്ന് കസേരയിൽ ഇരുന്നു."

"അതിനുശേഷം ആരെങ്കിലും വരികയോ വിളിക്കുകയോ മറ്റോ ഉണ്ടായോ? രാത്രിയിൽ എന്തെങ്കിലും ശബ്ദം കേട്ടിരുന്നോ?"

"ഇല്ല സർ."

"അപ്പോൾ തന്റെ അഭിപ്രായത്തിൽ മോഹനൻപിള്ള സ്വയം കഴുത്തറുത്തു മരിച്ചു എന്നാണ് അല്ലേ?"

"സർ, ഞാൻ ചെലപ്പോൾ കസേരയിൽ ഇരുന്നു മയങ്ങിപ്പോകും. അങ്ങനെയെന്തെങ്കിലും..."

"അങ്ങനെ സംഭവിച്ചാലും തനിക്കാണ് ഉത്തരവാദിത്വം. പുറത്തുനിന്നും ആരും വന്നില്ല. ശബ്ദം ഒന്നും കേട്ടതുമില്ല. അപ്പോൾ താൻതന്നെയാണ് കൊലയാളി."

"അയ്യോ... അല്ല സാർ."

"അയാളെ കൂട്ടിക്കൊണ്ട് കാർഷെഡ്ഡിന്റെ സൈഡിലേക്കു കൊണ്ടുപോയി. ഇവിടെ ഒരു വാഹനം വന്ന് തിരിച്ചുപോയതിന്റെ ടയർ മാർക്ക് കാണുന്നുണ്ട്. കാറിൽ വന്നതാരാണ്?"

"എനിക്കറിയില്ല സാർ."

"ഓക്കെ. തന്റെ ഫോൺ ഇങ്ങു തന്നേ. നോക്കട്ടെ."

ഫോൺ വാങ്ങി കോൾ ഹിസ്റ്ററി പരിശോധിച്ചതിൽ ജയ എന്ന പേരിൽ ഫീഡ് ചെയ്തിരിക്കുന്ന നമ്പറിൽ പലവട്ടം പല ദിവസം വിളിച്ചിട്ടുള്ളതായി കാണുന്നു.

"ഇതാരാ ഈ ജയ?"

"അതെന്റെ ഒരു പരിചയക്കാരിയാണ് സർ."

"ശരി. ഇതു തൽക്കാലം എന്റെ കൈയിലിരിക്കട്ടെ. താൻ ഇന്ന് ഡ്യൂട്ടിയിൽ കയറിക്കോ. എന്തെങ്കിലും സംശയിക്കത്തക്ക കാര്യങ്ങൾ ലഭിച്ചാൽ ഉടനെ ഞങ്ങളെ വിവരം അറിയിക്കണം."

അയാൾ തിരികെ നടന്നുപോകുന്നത് നോക്കിനിന്നു. ചോദ്യങ്ങൾക്കെല്ലാം ഉത്തരം നൽകാൻ സമർത്ഥനാണ്. അയാൾ പൊയ്ക്കോട്ടെ. മദ്യം കുപ്പിയിൽ ഒഴിച്ചു കൊടുത്തു വീട്ടിൽ കൊണ്ടുപോയി കുടിക്കാൻ പറഞ്ഞു എന്ത് പച്ചക്കള്ളമാണെന്ന് മനസ്സിലായെങ്കിലും അതെല്ലാം വിശ്വസിച്ചു എന്നു കരുതിക്കോട്ടെ. അതേക്കുറിച്ചൊന്നും ചോദിച്ചുമില്ല.

ബന്ധുക്കളുടെ വിവരങ്ങളെഴുതിയ കടലാസുമായി മധു അരികിലെത്തി. ഇതിൽ തനിക്ക് സംശയമുള്ള ആരെക്കുറിച്ചെങ്കിലും എഴുതീട്ടുണ്ടോ?"

"ഇല്ല സർ. ഇവിടെ വിവരമറിഞ്ഞ് മിക്കവാറും അടുത്ത ബന്ധുക്കളൊക്കെ എത്തിയെങ്കിലും ജയറാമിന്റെ വീട്ടിൽനിന്നു മാത്രം ആരും വന്നിട്ടില്ല. എന്താണ് കാര്യം എന്നറിയില്ല."

ഓക്കെ. ഇനിയും എന്തെങ്കിലും വിവരങ്ങൾ ലഭിച്ചാൽ അറിയിക്കണം എന്ന നിർദ്ദേശം നൽകി മടക്കി. മറ്റുള്ളവരോട് അവർക്ക് സംശയമുള്ളവരുടെ പേരുകളും മറ്റും ചോദിച്ചു മനസ്സിലാക്കിയ കൂട്ടത്തിൽ ഒരു സ്ത്രീ പറഞ്ഞു, "സാർ, രണ്ടു ദിവസം മുമ്പ് ഞാൻ ശോഭയുടെ വീട്ടിൽ പോയിരുന്നു. അകലെ എത്തിയപ്പോൾ ജയറാം അവിടെ നിൽക്കുന്നപോലെ തോന്നി. പക്ഷേ, ഗേറ്റ് കടന്ന് അകത്തു കയറിയപ്പോൾ അയാളെ അവിടെ കണ്ടില്ല. ജയറാം അണ്ണനല്ലേ ഇവിടെ നിന്നത് എന്നു ചോദിച്ചപ്പോൾ ഇല്ലായെന്ന് അവർ പറഞ്ഞെങ്കിലും എനിക്കത് വിശ്വസിക്കാനായില്ല. കാരണം അവിടെ ഫോറിൻ മിഠായിയുടെ കവറുകളും മറ്റും കിടക്കുന്നതു കണ്ടു. ഞാൻ പിന്നെ അവിടെ നിന്നില്ല."

മറുപടി ഒന്നും നൽകാതെ അന്വേഷിക്കാം എന്നു മാത്രം പറഞ്ഞു. വൈകുന്നേരത്തോടെ അവിടെനിന്നും പോന്നു.

ഓഫീസിലെത്തി മധു കൈമാറിയ ലിസ്റ്റിലൂടെ ഒന്നു കണ്ണോടിച്ചു. പെട്ടെന്നാണ് ആ നമ്പർ സ്ട്രൈക്ക് ചെയ്തത്. ജയറാമിന്റെ ഫോൺ നമ്പർ തന്നെയല്ലേ സെക്യൂരിറ്റിക്കാരൻ രാജന്റെ ഫോണിൽ ജയ എന്ന് ഫീഡ് ചെയ്തിരിക്കുന്നത്. അതേ, ആ നമ്പറിൽനിന്നല്ലേ പലവട്ടം കോളുകൾ വരികയും പോവുകയും ചെയ്തിട്ടുള്ളത്. അത് ശരിയാണെന്നുറപ്പു വരുത്തി. ആ നമ്പറിലേക്ക് ഒന്നു വിളിച്ചു നോക്കി. ഫോൺ സ്വിച്ച് ഓഫ് ചെയ്തിരിക്കുന്നു. അല്പനേരം കഴിഞ്ഞ് രാജന്റെ ഫോണിൽനിന്ന് ഒന്നു വിളിച്ചു. ഫോൺ എടുത്ത് ഹലോ എന്നു പറഞ്ഞതും അടുഞ്ഞ ശബ്ദത്തിൽ "പൊലീസുണ്ട്, പിന്നെ വിളിക്കാം" എന്നു പറഞ്ഞ് കട്ടാക്കി. ജയറാം സ്ഥലത്തുണ്ട് എന്നു മനസ്സിലാക്കി. രാജന്റെ ഫോൺ ബാറ്ററി മാറ്റിവെച്ചു.

രാവിലെതന്നെ വെഞ്ഞാറമൂടുള്ള ജയറാമിന്റെ വീട്ടിലെത്തി. ബെല്ലടിച്ചപ്പോൾ ഒരു സ്ത്രീ വന്ന് ഗേറ്റ് തുറന്നു. ജയറാം ഉണ്ടോ എന്ന ചോദ്യത്തിന് അറിയില്ല എന്നു പറഞ്ഞ് വീടിന്റെ പിന്നിലേക്ക് പോയി. മുറിയുടെ വാതിലിൽ മുട്ടിയപ്പോൾ ഉറക്കക്ഷീണത്തോടെ വാതിൽ തുറന്ന ആളോട് ജയറാം അല്ലേ എന്ന ചോദ്യത്തിന് അതെ എന്ന് പറഞ്ഞു.

"നിങ്ങൾ കുവൈറ്റിലായിരുന്നില്ലേ?"

"അതെ."

"എന്നാണ് വന്നത്?"

"രണ്ടു ദിവസമായി. സുഖമില്ലാതെ വന്നതാണ്."

"ഇപ്പോൾ അസുഖം മാറിയോ?"

"മരുന്നു കഴിക്കുന്നുണ്ട്."

"മോഹനൻപിള്ളയുടെ കൊലപാതകത്തെപ്പറ്റി അറിഞ്ഞില്ലേ?"

"അറിഞ്ഞു."

"എന്താ പോകാഞ്ഞത്?"

"സുഖമില്ലാത്തതിനാൽ യാത്ര ചെയ്യാൻ കഴിയില്ലായിരുന്നു."

"എന്നാൽ ഇന്ന് നമുക്കൊരുമിച്ചു പോയി നോക്കാം. എന്താ?"

"വേണ്ട. ഞാൻ പോകാം."

"മതി. നിങ്ങളുടെ പാസ്പോർട്ട് ഇങ്ങ് എടുത്തേ."

ഒന്നു മടിച്ചുനിന്നെങ്കിലും ഹാൻഡ്ബാഗിനുള്ളിൽനിന്നും പാസ്പോർട്ട് എടുത്തു നീട്ടി. ഒന്നു മറിച്ചുനോക്കുമ്പോൾ ഡ്യൂട്ടി ഫ്രീ ഷോപ്പിൽനിന്നും രണ്ട് ബോട്ടിൽ ബ്ലാക്ക് ആന്റ് വൈറ്റ് സ്കോച്ച് വിസ്കി വാങ്ങിയതിന്റെ ബിൽ മടക്കിവെച്ചിരിക്കുന്നു.

"ഒരു ബോട്ടിൽ വിസ്കി അമ്മാവന് കൊടുത്തു അല്ലേ?"

"ഇല്ല."

മൂന്നി ദിവസത്തിനുമുമ്പ് തീയതിവെച്ച് അറൈവൽ സീൽ അടിച്ചിരിക്കുന്നു.

"ശരി. എന്നോടൊപ്പം വരണം. നമുക്കാ വീടുവരെ ഒന്നു പോകാം."

"ഇപ്പോൾ വരാൻ കഴിയില്ല."

"കഴിയാത്തവരെ സാധാരണ ഞങ്ങൾ എടുത്തു കൊണ്ടുപോകാറുണ്ട്. അതു വേണോ?"

"വേണ്ട. എനിക്കൊന്ന് ഡ്രസ് ചെയ്ഞ്ച് ചെയ്യണം."

"ഓക്കെ. ആ ഷർട്ട് എടുത്ത് ഇട്ടോളൂ. കൂടുതൽ സമയമില്ല."

വീട്ടുകാരോട് കാര്യം പറഞ്ഞു.

"ഞങ്ങൾ ഇയാളെ കൊണ്ടുപോവുകയാണ്. ഭാര്യയുടെ അച്ഛന്റെ കർമ്മങ്ങൾ നടത്താനാണ് കൊണ്ടുപോകുന്നത്."

ജീപ്പിൽ കയറിയിരുന്ന ഉടനെ ചോദിച്ചു, "തനിക്ക് സെക്യൂരിറ്റി രാജനെ അറിയാമോ?"

"അറിയില്ല."

"അതൊക്കെ ഞാനറിയിച്ചുതരാം. തന്റെ കാർ എവിടെ?"

"എനിക്കു കാറില്ല."

"പിന്നെ ഇപ്പോ ഏതു കാറാണ് ഉപയോഗിക്കാറ്?"

"അത് എന്റെ ഒരു ഫ്രണ്ടിന്റെ കാറാണ്."

"ശരി."

ഓഫീസിലെത്തുവോളം പിന്നെ ഒന്നും ചോദിച്ചില്ല. ഓഫീസിലെത്തിയപാടേ ഒന്നു ഭീഷണിപ്പെടുത്തി.

''ഇത്രയും നേരം താൻ പറഞ്ഞതെല്ലാം മറന്നേക്ക്. ഇനി പുതിയ ചോദ്യങ്ങൾ. പുതിയ ഉത്തരങ്ങൾ. അത് കിറുകൃത്യമായി. അല്ലെങ്കിൽ ഇവിടെ കിടന്നു നിലവിളിക്കേണ്ടിവരും. അതിന്റെ ആവശ്യമൊന്നുമില്ല. നമുക്ക് എല്ലാം സന്തോഷമായി അവസാനിപ്പിക്കാം. പിന്നെ ഒരു കാര്യം. തനിക്കെതിരെയുള്ള എല്ലാ തെളിവുകളും ഞങ്ങളുടെ പക്കലുണ്ട്. ഇനി താൻ എന്തു പറയുന്നു എന്നറിയണം. അത്രമാത്രം. ദാ, ഇത് സെക്യൂരിറ്റിക്കാരൻ രാജന്റെ ഫോൺ ആണ്. ഈ ഫോൺ കുറേ സത്യങ്ങൾ വിളിച്ചുപറഞ്ഞു. ഇനി താൻ പറഞ്ഞോളൂ."

''ഞാൻ കുവൈറ്റിലെത്തിയിട്ട് പത്തു വർഷം കഴിഞ്ഞു. ഹോസ്പിറ്റലിൽ ഡോക്ടറായിരുന്നെങ്കിലും അവിടത്തേക്ക് ആവശ്യമുള്ള മരുന്നുകൾ സപ്ലേ ചെയ്തിരുന്ന ആളുമായി ചേർന്ന് പുതിയ കോൺട്രാക്റ്റുകൾ എടുത്തു. കോടികളുടെ ബിസിനസ് ചെയ്തു. പക്ഷേ, മറ്റു പാർട്ണർമാർ ചേർന്ന് എന്നെ കബളിപ്പിച്ചു. വലിയ ബാധ്യതകൾ എന്റെ മേൽ ചുമത്തി. കേസായി, കോടതിയിൽ നിന്നും കുറച്ചു സാവകാശം ലഭിച്ചു. ബന്ധുക്കളും സ്നേഹിതരും കൈയൊഴിഞ്ഞു.

ഭാര്യയുടെ ഷെയറിലുള്ള വസ്തുക്കൾ വിൽക്കാൻ തീരുമാനിച്ചെങ്കിലും അമ്മാവൻ അനുവദിച്ചില്ല. പക്ഷേ, അതു കൈവശമാക്കാനുള്ള പദ്ധതികൾ ആവിഷ്കരിച്ചു. സെക്യൂരിറ്റിക്കാരുടെ സഹായത്തോടെയല്ലാതെ ഒന്നും നടക്കില്ല എന്നു മനസ്സിലായി. അതിനുവേണ്ടി രാജനെ വശത്താക്കി. അയാൾ ഡ്യൂട്ടിയിലുള്ള സമയത്ത് അവിടെയെത്തി. അമ്മാവനെ സന്തോഷിപ്പിക്കാൻ ഒരു ബോട്ടിൽ വിസ്കിയുമായാണ് അവിടെ എത്തിയത്. ഒരു പെഗ് കഴിച്ചുകഴിഞ്ഞപ്പോൾ ഞാൻ വിഷയം അവതരിപ്പിച്ചു. പ്രതീക്ഷിച്ചതിനു വിപരീതമായി എതിർക്കാനും എന്നെ പുറത്താക്കാനും ശ്രമിച്ചു. ഞാൻ നേരത്തേ കരുതിയിരുന്ന കത്തി എടുത്ത് അയാളെ കട്ടിലിൽ പിടിച്ചു

കിടത്തി കഴുത്തിനു വെട്ടി. അതേ കിടപ്പിൽതന്നെ കിടത്തി. ശ്വാസം നിലച്ചു എന്നു മനസ്സിലാക്കി. അലമാരയിൽനിന്നും ഉണ്ടായിരുന്ന പണമത്രയും എടുത്തു. രാജനെ വിളിച്ച് ആവശ്യത്തിനു മദ്യം നൽകി. അല്പം പണവും നൽകി. കാറുമെടുത്ത് അവിടെനിന്നും പോന്നു. വീട്ടുകാരെപോലും ഒന്നും അറിയിച്ചില്ല. സുഖമില്ലെന്നു മാത്രം പറഞ്ഞ് കിടന്നു."

അയാളുടെ മൊഴി രേഖപ്പെടുത്തി. എടുത്ത പണവും കാറും കണ്ടെടുത്തു. തെളിവുകൾ ലഭ്യമായതുവെച്ച് രണ്ടുപേരെയും അറസ്റ്റ് രേഖപ്പെടുത്തി റിമാന്റപേക്ഷ സഹിതം കോടതിയിൽ ഹാജരാക്കി. അന്വേഷണങ്ങൾ പൂർത്തിയാക്കി ചാർജ്ഷീറ്റും സമർപ്പിച്ചു. വിചാരണയ്ക്കൊടുവിൽ രണ്ടാൾക്കും ജീവപര്യന്തം ശിക്ഷ ലഭിച്ചു.

പിന്നീടുള്ള സംഭവങ്ങളൊന്നും അന്വേഷിക്കാൻ പോയില്ല. ജയറാമിന്റെ ബാധ്യതകളെല്ലാം തീർത്ത ശേഷമേ ശോഭയേയും മക്കളേയും നാട്ടിൽ പോകാൻ അനുവദിച്ചുള്ളൂ എന്നു മാത്രം അറിഞ്ഞു. വ്യാജമദ്യം വിറ്റു കോടീശ്വരന്മാരായ മദ്യരാജാക്കന്മാരുടെ അനുഭവങ്ങൾ ഒരു പാഠമാകുന്നില്ലേ?

■

ത്യാഗത്തിന്റെ മുറിപ്പാടുകൾ

തൃശ്ശൂർ മാള പൊലീസ് സ്റ്റേഷൻ പരിധിയിലെ പുത്തൻചിറ എന്ന സ്ഥലത്ത് 25നും 30നും ഇടയ്ക്ക് പ്രായം തോന്നിക്കുന്ന ഒരു സ്ത്രീ കൊല്ലപ്പെട്ട നിലയിൽ കാണപ്പെട്ടു. നീലിമ ബാറിന് സമീപത്താണ് മൃതശരീരം കാണപ്പെട്ടത്. രാവിലെ എട്ടുമണിയോടെ ബാറിലെ ഒരു ജീവനക്കാരനാണ് ഏലായുടെ കരയിൽ കിടന്ന മൃതശരീരം ആദ്യമായി കണ്ടത്. റോഡിൽനിന്നും 50 മീറ്റർ പടിഞ്ഞാറു മാറി പുൽച്ചെടികളും മറ്റും വളർന്നുനിൽക്കുന്നിടത്താണ് കിടന്നത്. അയാൾ അവിടെനിന്നും ഉറക്കെ നിലവിളിച്ചത് കേട്ടാണ് ആൾക്കാർ ഓടിയെത്തിയത്.

ബാറിന്റെ മാനേജർ സ്കൂട്ടറിൽ ജീവനക്കാരനേയുംകൂട്ടി സ്റ്റേഷനിൽ വിവരം പറഞ്ഞു. അയാളുടെ മൊഴി രേഖപ്പെടുത്തി ഒരു എഫ്.ഐ.ആർ. രജിസ്റ്റർ ചെയ്തു. എസ്.ഐ. ഉടൻതന്നെ രണ്ടു പൊലീസുകാരേയുംകൂട്ടി സംഭവസ്ഥലത്തെത്തി. മൃതശരീരം കിടന്ന സ്ഥലത്തിനടുത്തുനിന്നും ആൾക്കാരെ മാറ്റിനിർത്തി. സി.ഐയെ വിവരമറിയിക്കുകയും എക്സ്പ്രസ്സ് റിപ്പോർട്ട് തയ്യാറാക്കി മേലധികാരികൾക്ക് അയയ്ക്കുകയും ചെയ്തു.

ഏതാണ്ട് ഒമ്പതുമണിയോടെ എ.എസ്.ഐയെയും രണ്ടു പൊലീസുകാരെയുംകൂട്ടി സംഭവസ്ഥലത്ത് എത്തി. ജനക്കൂട്ടത്തിനിടയിലൂടെ മൃതശരീരം കിടന്നതിനടുത്തെത്തി. സാരിയും ബ്ലൗസുമാണ് വേഷം. മുപ്പതിനോടടുത്തു പ്രായമുണ്ടാവും. ശരീരത്തിൽ മുറിവുകളൊന്നും കാണപ്പെട്ടില്ല. പക്ഷേ, കഴുത്തിനു ചുറ്റും വട്ടത്തിൽ ഒരു കരുവാളിപ്പു കാണപ്പെട്ടു. വായ അല്പം തുറന്ന് നാവ് പുറത്തു കാണാം. തടിച്ച ശരീരപ്രകൃതി. വെളുത്തം നിറം. കറുത്തു ചുരുണ്ട തലമുടി.

മൃതശരീരം കിടക്കുന്നതിന് 100 മീറ്റർ തെക്കുമാറി നീലിമ ബാർ സ്ഥിതി ചെയ്യുന്നു. പരിസരമെല്ലാം ഒന്നു പരതി. കാറു വന്നു നിന്ന

തിന്റെ ടയർ മർക്ക് എല്ലാം ആൾക്കാരുടെ കാല്പാടുകൾ കാരണം വ്യക്തമായില്ല. ചുറ്റും ഏലം ആയിരുന്നെങ്കിലും നെല്ലിനു പകരം മറ്റു കൃഷികളാണ് ചെയ്തിരിക്കുന്നത്. തറയിൽ പടർന്നുകിടക്കുന്ന വള്ളിച്ചെടികൾക്കിടയിൽനിന്നാണ് ഒരു ചുവന്ന ലേഡീസ് ബാഗ് കണ്ടെത്തിയത്. ആകാംക്ഷയോടെ എടുത്തു പരിശോധിച്ചു. ലിപ്സ്റ്റിക്, ചെറിയ കണ്ണാടി, ചീപ്പ്, ഒരു കർച്ചീഫ് എന്നിവ ആദ്യത്തെ അറയിലും ഒരു ചെറിയ അറയിൽനിന്ന് 100 രൂപയുടെ ഒരു നോട്ടും ഒരു കുറിപ്പും കാണപ്പെട്ടു. കുറിപ്പ് നോക്കിയതിൽ ആർ.എച്ച്. നമ്പർ 2 എന്നെഴുതിയിട്ടുള്ളത് എന്താണെന്ന് മനസ്സിലായില്ല. ഏതെങ്കിലും ലോഡ്ജിന്റെ നമ്പറായിരിക്കുമോ? കുറിപ്പ് പ്രത്യേകം സൂക്ഷിച്ചു.

അഞ്ചു നിവാസികളുടെ സാന്നിധ്യത്തിൽ ഇൻക്വസ്റ്റ് നടപടികൾ ആരംഭിച്ചു. ഫോട്ടോഗ്രാഫറെക്കൊണ്ട് കിടന്ന കിടപ്പിലുള്ള ഫോട്ടോകൾ എടുപ്പിച്ചു. മൃതശരീരം നേരെ കിടത്തി ഫോട്ടോകൾ എടുപ്പിച്ചശേഷം ബാറിൽനിന്ന് രണ്ടുമൂന്നു ഷീറ്റുകൾ എടുപ്പിച്ച് മറയുണ്ടാക്കി. അതിനുള്ളിൽ വെച്ച് വസ്ത്രം മാറ്റി പരിശോധിച്ചതിൽ ശരീരത്തിൽ മറ്റു മുറിവുകളോ ചതവുകളോ ഒന്നും കാണപ്പെട്ടില്ല. ഷീറ്റ് ഉടുപ്പിച്ചശേഷം ധരിച്ചിരുന്ന സാരിയും ബ്ലൗസും ഐഡന്റിഫിക്കേഷനുവേണ്ടി മാറ്റിവെച്ചു.

തുടർന്ന് എ.എസ്.ഐയും മറ്റും എഴുതിക്കൊണ്ടിരിക്കുമ്പോൾ വന്നുകൂടിയ ആർക്കെങ്കിലും എന്തെങ്കിലും വിവരങ്ങൾ നൽകാനാവുമോ എന്ന് അന്വേഷിച്ചു. ഏതെങ്കിലും വാഹനം വന്നുനിൽക്കുന്നതായോ മറ്റോ ആരും കണ്ടതായി പറഞ്ഞില്ല. ബാറിലെ ജീവനക്കാരോടു ചോദിച്ചതിൽ ഏതാണ്ട് പത്തുമണിവരെ കാറും ബൈക്കുകളും വന്നതായും പതിനൊന്നു മണിയോടെ എല്ലാ ലൈറ്റുകളും ഓഫ് ചെയ്തതിനുശേഷം നാലു ജീവനക്കാർ ഇതിനുള്ളിൽ കിടന്നുറങ്ങിയെന്നും അതിനുശേഷം പുറത്ത് ഒച്ചയോ ബഹളമോ ഒന്നും കേട്ടില്ലയെന്നും മറ്റുമുള്ള വിവരങ്ങളാണ് ലഭിച്ചത്.

ഫിംഗർ പ്രിന്റ് ബ്യൂറോയും ഡോഗ് സ്ക്വാഡുമെത്തി പരിശോധനകൾ നടത്തി മടങ്ങി. ഇൻക്വസ്റ്റ് നടപടികൾ പൂർത്തിയാക്കി. മൃതശരീരം പോസ്റ്റുമോർട്ടം പരിശോധനയ്ക്ക് അയച്ചു.

ഓഫീസിൽ മടങ്ങിയെത്തിയപ്പോഴും ആ കുറിപ്പിലെ ആർ.എച്ച്. നമ്പർ 2 എന്താണെന്ന് ഒരു രൂപവും ലഭിച്ചില്ല. ഉറക്കത്തിലായിരുന്നപ്പോഴാണ് പെട്ടെന്ന് ഒരുത്തരം തെളിഞ്ഞുവന്നത്. റസ്റ്റ്ഹൗസ് റൂം നമ്പർ 2 എന്നാണെങ്കിലോ? രാവിലെ ഉണരുമ്പോഴും ആ ചിന്തയായിരുന്നു. മാളയിലെ റസ്റ്റ് ഹൗസ് വളരെ കുറച്ച് ഫണ്ട് ഉപയോഗിച്ച് കെട്ടിയ ചെറിയ ഒന്നാണ്. ആകെ രണ്ടു മുറികളാണ് സജ്ജമാക്കിയിട്ടുള്ളതും. മിക്കവാറും ആൾത്താമസമുണ്ടാകാറുമില്ല.

വികസനത്തിന്റെ പട്ടികയിൽപെടുന്ന ഒരെണ്ണം എന്നു മാത്രം. എന്താ യാലും അവിടെ ചെന്ന് ഒരന്വേഷണം നടത്തണം എന്ന് മനസ്സിൽ കരുതി.

റസ്റ്റ് ഹൗസിലെത്തുമ്പോൾ ആകെയുള്ള ഒരേയൊരു ജീവന ക്കാരൻ മാത്രമാണുണ്ടായിരുന്നത്.

"എന്താ പേര്?"

"സുഗുണൻ."

"ഇവിടെ ഇന്നലെ താമസക്കാർ ആരെങ്കിലുമുണ്ടായിരുന്നോ?"

"സർ, രാവിലെ കബീർ എന്നൊരാൾ ഒരു ദിവസത്തേക്ക് റൂം വേണമെന്ന് പറഞ്ഞ് പൈസ തന്നു. റൂം എടുത്തു. എന്നിട്ട് ഉച്ച യോടെ ഒരാൾ വരുമ്പോൾ റൂം തുറന്നുകൊടുക്കണം എന്നു പറഞ്ഞ് താക്കോൽ ഏല്പിച്ചു പോയി. പതിനൊന്നു മണിയോടെ ഒരു സ്ത്രീ വന്നു താക്കോൽ ചോദിച്ചു. മുമ്പും ഇവിടെ വന്നിട്ടുള്ള സ്ത്രീയാണ്. വൈകുന്നേരം ഒരാൾ വന്നു പറഞ്ഞു, കബീറിന് ഇപ്പോൾ വരാനാവില്ല. റൂമിൽ ഉള്ള ആളെ പറഞ്ഞയയ്ക്കാനും റൂം വെക്കേറ്റ് ചെയ്യാനും. പറഞ്ഞതനുസരിച്ച് ഞാൻ റൂമിലുണ്ടായിരുന്ന സ്ത്രീയോട് വിവരം പറഞ്ഞു. റൂമിൽനിന്നും പുറത്തിറക്കി റൂം ക്ലോസ് ചെയ്തു. പുറത്തിറങ്ങിയ അവരെ ബസ്സ്റ്റോപ്പിലിറക്കാം എന്നു പറഞ്ഞ് അയാൾ വന്ന ഓട്ടോയിൽ കയറ്റി കൊണ്ടുപോവു കയും ചെയ്തു."

"ഇതിനുമുമ്പും കബീർ ഇവിടെ വന്ന് റൂം എടുത്തിട്ടുണ്ടോ?"

"ഉണ്ട് സാർ."

"അന്നും ഈ സ്ത്രീ ഇവിടെ വന്നിട്ടുണ്ടോ?"

"ഉണ്ട് സാർ."

"ഇവർ ഭാര്യാഭർത്താക്കന്മാരല്ല എന്നറിഞ്ഞുകൊണ്ട് താൻ എന്തിനാ റൂം കൊടുത്തത്?"

"അല്ലാതെ ആരും ഇവിടെ വരാറില്ല സാർ. വെറുതെ ഒഴിഞ്ഞു കിടക്കണ്ടല്ലോയെന്നു കരുതി."

"കബീറിനോടൊപ്പം മറ്റാരെങ്കിലും വരാറുണ്ടോ?"

"ഉണ്ട് സാർ."

"അയാൾക്കെന്താ ജോലി?"

"സർ, ടൗണിൽ ഒരു സൂപ്പർ മാർക്കറ്റ് നടത്തുകയാണ്. ഇയാ ളുടെ വാപ്പയാണ് നടത്തുന്നത്. ഇയാളുംകൂടെ അവിടെ ചെന്നിരി ക്കാറുണ്ടെന്നു മാത്രം."

“അയാളുടെ കൂടെ വന്ന സ്ത്രീ എവിടത്തുകാരിയാണെന്നറിയാമോ?”

“സർ, അത് ചാലക്കുടിക്കാരിയാണെന്ന് പറഞ്ഞുകേട്ടു. പേര് കോമളം എന്നു വിളിക്കുന്നതു കേട്ടിട്ടുണ്ടെന്നു മാത്രം.”

പലതവണ അവിടെ വന്നിട്ടുണ്ട് എങ്കിലും അവളുടെ പേര് ഒരിക്കലും രേഖപ്പെടുത്തിയിട്ടുണ്ടായിരുന്നില്ല.

“താൻ ഉടനെ പൊലീസ് സ്റ്റേഷൻ വരെ വരണം.”

അയാളേയും കൂട്ടി സ്റ്റേഷനിലെത്തി മരണപ്പെട്ട സ്ത്രീ ധരിച്ചിരുന്ന വസ്ത്രങ്ങൾ ഇതുതന്നെയാണെന്ന് തിരിച്ചറിഞ്ഞു. അയാളുടെ സ്റ്റേറ്റ്മെന്റ് രേഖപ്പെടുത്തുന്ന സമയം ചാലക്കുടിക്കാരിയെ കൂട്ടിക്കൊണ്ടുപോയ ആളുടെ പേരറിയില്ലെന്നും കണ്ടിട്ടുള്ള ആളാണെന്നും പറഞ്ഞതു രേഖപ്പെടുത്തിയശേഷം പറഞ്ഞയച്ചു.

കബീറിനെക്കുറിച്ചു നടത്തിയ അന്വേഷണങ്ങളിൽ അയാൾ വിവാഹിതനും ഒരു മകനുണ്ടെന്നും പഠിക്കുന്നകാലത്തുതന്നെ കൂട്ടുകൂടി പഠനമെല്ലാം ഉപേക്ഷിച്ചു എന്നും അയാളുടെ വാപ്പ അദ്ധ്വാനിയാണെന്നും ഒരു ചെറിയ പലചരക്കുകടയിൽനിന്നും ടൗണിലെ ഒരു വലിയ സൂപ്പർമാർക്കറ്റിന്റെ ഉടമയായത് സ്വന്തം അദ്ധ്വാനം കൊണ്ടാണെന്നും ധൂർത്തടിച്ചു നടക്കുന്ന മകനെ നിയന്ത്രിക്കാൻ കഴിഞ്ഞില്ലെന്നും ഒടുവിൽ ഒരു വിവാഹം കഴിപ്പിച്ചു സൂപ്പർമാർക്കറ്റിന്റെ ചുമതല നൽകിയെങ്കിലും സ്വഭാവത്തിൽ ഒരു മാറ്റവും വരാത്തതിനാൽ സൂപ്പർ മാർക്കറ്റിന്റെ ചുമതലയിൽനിന്നും മാറ്റി.

സ്ഥാപനത്തിൽ വന്നാൽ ഇരിക്കാൻ ഒരു കസേര മാത്രം നൽകാറുണ്ടെന്നും സ്ഥാപനത്തിൽനിന്നും എടുക്കുന്ന പണം തികയാതെ വരുമ്പോൾ ഭാര്യയുടെ ആഭരണങ്ങൾ വിറ്റ് ചെലവാക്കാറുണ്ടെന്നും വിവരങ്ങൾ ലഭിച്ചു.

റസ്റ്റ്ഹൗസിൽനിന്നും ഇറക്കിവിട്ട സ്ത്രീയാണോ ഈ ഈ കൊല്ലപ്പെട്ടത് എന്നറിയണം. അതിന് കബീറിനെ കണ്ടു ചോദിക്കണം. കബീറിന്റെ വീട്ടിലെത്തുമ്പോൾ കബീർ അവിടെയില്ലയെന്ന വിവരമാണ് ലഭ്യമായത്. കബീറിന്റെ ഭാര്യയാണ് അത് പറഞ്ഞത്. അതേസമയത്ത് ഒപ്പമുണ്ടായിരുന്ന കുഞ്ഞ്, വാപ്പാ എന്നു വിളിച്ചതും ബാപ്പ പോയത് നീ കണ്ടില്ലേടായെന്നു പറഞ്ഞ് കുട്ടിയെ വഴക്കു പറഞ്ഞതും ഒരുമിച്ചായിരുന്നു. ഒന്നും പ്രതികരിക്കാതെ തിരിഞ്ഞുനടന്നു. ഓഫീസിലെത്തുമ്പോൾ സുരേന്ദ്രൻ എന്ന യുവാവ് കാത്തുനിൽക്കുന്നു. പിന്നാലെ വരാൻ ആംഗ്യം കാട്ടി. കസേരയിലിരുന്നിട്ട് ചോദിച്ചു, “ആരാ, എന്താ പറയാനുള്ളത്?”

“സർ, എന്റെ പേര് സുരേന്ദ്രൻ എന്നാണ്. ചാലക്കുടിയിലാണ് താമസം. കൊല്ലപ്പെട്ട സ്ത്രീ എന്റെ നാട്ടുകാരിയാണ്. പേര് വത്സല.

ചെറുപ്പത്തിലേതന്നെ പ്രായമായ അച്ഛനമ്മമാരെ പോറ്റാനായി ശരീരം വിൽക്കാൻ വിധിക്കപ്പെട്ടവളാണ്. എന്നേക്കാൾ മൂന്നുനാല് വയസ്സ് പ്രായക്കൂടുതലുള്ള അവരെ ചേച്ചിയെന്നാണ് ആദ്യം വിളിച്ചിരുന്നത്. അവർക്കെന്നോട് ഒരു പ്രത്യേക മമത തോന്നി അപരിചിതരായ ആളുകൾ വിളിക്കുന്നിടത്തേക്ക് പോകുമ്പോഴെല്ലാം എന്നെയും കൂട്ടിനായി കൊണ്ടുപോകും. ചെല്ലുന്നിടത്തെല്ലാം അനുജനാണെന്ന് എന്നെ പരിചയപ്പെടുത്തുമെങ്കിലും അതല്ല എന്ന് പറയുന്നവർക്കും കേൾക്കുന്നവർക്കും മനസ്സിലാകുമായിരുന്നു.

സ്വന്തമായൊരു വരുമാനമില്ലാത്ത എനിക്ക് വയറുനിറച്ച് ആഹാരവും അല്പം മദ്യവും ലഭിക്കുമെന്നുള്ളതാണ് എന്റെ നേട്ടം. അതാണ് ഏതോ ദുഷ്ടന്മാർ അവസാനിപ്പിച്ചത്."

"വത്സലയെ അവസാനമായി കണ്ടതെപ്പോഴാണ്?"

"മൂന്നു ദിവസം മുമ്പ്."

"അന്ന് എവിടേക്ക് പോകുന്നു എന്നു പറഞ്ഞിരുന്നോ?"

"പറഞ്ഞിരുന്നു. കബീർചേട്ടനെ കാണാൻ പോകുന്നു എന്ന്."

"താൻ എന്താ കൂടെ വരാഞ്ഞത്?"

"സർ, കബീർ വത്സലയുടെ സ്ഥിരം കസ്റ്റമർ ആണ്. അയാൾ എത്രയോ വട്ടം വത്സലയെ കൂട്ടിക്കൊണ്ടുപോയിട്ടുണ്ട്. പോയാൽ പിന്നെ മൂന്നുംനാലും ദിവസം കഴിഞ്ഞായിരിക്കും മടങ്ങിവരിക."

"കബീറിനെ തനിക്കു പരിചയമുണ്ടോ?"

"ഉണ്ട്. നാലഞ്ചുവട്ടം ഞാനും അവരോടൊപ്പം പോയിട്ടുണ്ട്. എന്നെ അയാൾക്കു വലിയ കാര്യമാണ്. ചിലപ്പോൾ കാശും തരും."

"വത്സലയെ കൊലപ്പെടുത്തിയത് ആരാണെന്നറിയാമോ?"

"പണത്തെച്ചൊല്ലി ചിലയാളുകളുമായി വഴക്കുണ്ടായിട്ടുണ്ട്. അവർക്ക് ആർക്കും വത്സലയെ കൊലപ്പെടുത്താൻതക്ക വിരോധം ഉണ്ടാവാൻ വഴിയില്ല. പിന്നെ പെട്ടെന്നുള്ള പ്രകോപനംകൊണ്ട് ആരെങ്കിലും അതു ചെയ്തോ എന്നെനിക്കറിയില്ല. കബീറിന്റെ വാപ്പയ്ക്ക് കബീറിന്റെ വഴിവിട്ട ബന്ധങ്ങളെക്കുറിച്ചൊക്കെ അറിയാമായിരുന്നു. അതുവഴി എന്തെങ്കിലും..."

വത്സലയുടെ മൃതശരീരം സ്വീകരിക്കാൻ ആരെങ്കിലും എത്തുമോ?"

"വരും സർ. അവളുടെ ബന്ധുക്കളിൽ ചിലർ ആശുപത്രിയിലേക്ക് പോയിട്ടുണ്ട്. ഞാൻ എനിക്കറിയാവുന്ന കാര്യങ്ങൾ സാറിനെ അറിയിക്കാൻ വന്നതാണ്."

അയാൾ പറഞ്ഞ കാര്യങ്ങൾ രേഖപ്പെടുത്തിയശേഷം വിട്ടയച്ചു.

അന്വേഷണങ്ങളിൽ ഒരു വെള്ള മാരുതി കാർ അന്നേദിവസം രാത്രി രണ്ടുമണിക്ക് വല്ലച്ചിറ ഭാഗത്തുവെച്ച് കണ്ടതായി ബെന്നി എന്നയാൾ പറഞ്ഞു. അയാൾ അന്ന് അല്പം കൂടുതൽ മദ്യം കഴിച്ചു എന്നും സ്കൂട്ടർ ഓടിച്ചുപോകാൻ പറ്റാത്തതിനാൽ ബാറിനുള്ളിൽതന്നെ കിടന്ന് ഉറങ്ങിപ്പോയിയെന്നും ബോധം തെളിഞ്ഞു നോക്കുമ്പോൾ രണ്ടുമണി ആയെന്നും മുഖം കഴുകി അല്പം തണുത്ത വെള്ളം കുടിച്ചപ്പോൾ വണ്ടിയോടിക്കാനുള്ള ധൈര്യം ലഭിച്ചു എന്നും അങ്ങനെ സ്കൂട്ടർ എടുത്തു മുന്നോട്ടു വന്നപ്പോഴാണ് വെള്ള മാരുതി കാറിൽനിന്നും ഇറങ്ങിയ രണ്ടുപേർ മൂത്രമൊഴിച്ചു കൊണ്ടു നിൽക്കുന്നതു കണ്ടത്. അതു കണ്ടിട്ട് താൻ പോവുകയും ചെയ്തു. കാറിന്റെ നമ്പർ നോക്കിയില്ല. പക്ഷേ, അതിൽ ലയൺസ് ക്ലബ്ബിന്റെ സ്റ്റിക്കർ ഒട്ടിച്ചിട്ടുണ്ടായിരുന്നതു ശ്രദ്ധിച്ചു.

ബെന്നിച്ചൻ നൽകിയത് നല്ലൊരു സൂചനയായിരുന്നു. മാളയിൽ ലയൺസ് ക്ലബ്ബിന്റെ സിംബൽ ഒട്ടിച്ച മാരുതി വെള്ള കാറുള്ളത് കബീറിനാണ്. കബീർ വീട്ടിലില്ലയെന്നു പറഞ്ഞതും കാർ അവിടെ കാണാത്തതും അവർ പറഞ്ഞതു ശരിയായിരിക്കാം എന്നു തോന്നിയെങ്കിലും ആ കാർ കൊടുങ്ങല്ലൂർ ഒരു വീട്ടിൽ കിടക്കുന്നതായി ഒരു വിവരം ലഭിച്ചു. അന്വേഷണത്തിൽ അത് കബീറിന്റെ വാപ്പ മൊയ്തീൻ മുതലാളിയുടെ അനുജന്റെ വീടാണെന്നു മനസ്സിലായി. ആ വീട്ടിലെത്തി അന്വേഷിച്ചതിൽ മൊയ്തീന്റെ ഡ്രൈവർ സുലൈമാൻ അവിടെ കൊണ്ടിട്ടതാണെന്നും ബാറ്ററി ഡൗൺ ആയതിനാൽ പുതിയ ബാറ്ററി വാങ്ങിക്കൊണ്ടുവന്ന് ഇട്ട് സ്റ്റാർട്ടാക്കി കൊണ്ടു പോകാം എന്നു പറഞ്ഞതായും രണ്ടു ദിവസമായി ഇവിടെ കിടക്കുകയാണെന്നും പറഞ്ഞു.

സംശയനിവർത്തിക്കായി കബീറിന്റെ വീട്ടിലെത്തി. അവിടെയെത്തുമ്പോൾ കുഞ്ഞ് വാപ്പാ... വാപ്പായെന്നു വിളിച്ചുകൊണ്ട് അകത്തേക്കോടി. കബീറിന്റെ ഭാര്യ ഷീജ പുറത്തേക്ക് വന്നു.

"കബീർ വീട്ടിനുള്ളിലുണ്ടെന്ന് ഞങ്ങൾ അറിഞ്ഞിട്ടാണ് വന്നത്. മര്യാദയ്ക്ക് സത്യം പറയണം. അല്ലെങ്കിൽ വീട്ടിനുള്ളിൽ കയറി പരിശോധിക്കേണ്ടി വരും."

ഒന്നും ശബ്ദിക്കാനാവാതെ നിന്നുപോയ ഷീജ അകത്തേക്കു നോക്കി വാപ്പായെന്നു വിളിച്ചു. മൊയ്തീൻ പുറത്തേക്കു വന്നു.

"എന്താ സാർ?"

"കബീറിന്റെ മാരുതി കാറ് കൊടുങ്ങല്ലൂർ കൊണ്ടിട്ടിരിക്കുന്നത് എന്തിനാണ്?"

"അത് ആ ഡ്രൈവർ സുലൈമാൻ കൊണ്ടിട്ടതാണ്."

"എന്താ കാര്യം?"

"അയാൾക്ക് ഒരു കല്യാണത്തിന് പോകണം എന്നു പറഞ്ഞ് കൊണ്ടുപോയതാണ്."

"കബീർ എവിടെ? കള്ളം പറയാൻ ശ്രമിക്കേണ്ട. സെർച്ച് വാറണ്ടുമായാണ് വന്നിരിക്കുന്നത്. ഒരു സീനുണ്ടാക്കാൻ ശ്രമിക്ക രുത്."

"സാർ, അവൻ ഇവിടെയുണ്ട്. ഞാൻ പൂട്ടിയിട്ടിരിക്കുകയാണ്."

"എന്തിന്?"

"അവന്റെ പോക്ക് ശരിയല്ലയെന്നതുകൊണ്ടാണ്."

"അയാളെ പുറത്ത് കൊണ്ടുവരൂ. കൊലക്കേസ് പ്രതിയാണ് അയാൾ."

ഷീജയാണ് അത് പറഞ്ഞത്. "സാർ, ഇക്ക ഒരു പെണ്ണിനെ റെസ്റ്റ് ഹൗസിൽ ആക്കീരിക്കുകയാണെന്ന വിവരം അറിഞ്ഞ ഉടനെ അന്നു പുറത്തു പോകാതിരിക്കാൻ ഞങ്ങളെല്ലാവരുംകൂടെയാണ് മുറി ക്കകത്ത് പൂട്ടിയിട്ടത്. അന്നു പുറത്തുവിട്ടില്ല. പിന്നീടാണ് ഒരു സ്ത്രീ കൊല്ലപ്പെട്ടു എന്നറിഞ്ഞത്. ഇക്ക അന്നു പുറത്തുപോയിട്ടേയില്ല. ഈ മോനാണേ സത്യം."

"അത് കബീർ പറയട്ടെ."

കബീർ പുറത്തേക്കു വന്നു.

"തനിക്ക് വത്സലയെന്ന സ്ത്രീയെ അറിയാമോ?"

"അറിയാം സാർ."

"അവൾക്ക് റസ്റ്റ് ഹൗസിൽ മുറിയെടുത്തു കൊടുത്തതാരാണ്?"

"ഞാനാണ്."

"ഇനി ബാക്കി കാര്യങ്ങൾ സ്റ്റേഷനിൽ ചെന്നിട്ട് പറയാം. വരൂ."

കബീറിനേയുംകൊണ്ട് ഗേറ്റ് കടക്കുമ്പോൾ കുട്ടിയുടെ കരച്ചിൽ ഉയർന്നു കേട്ടു. ഒപ്പം ഷീജയുടെയും.

സ്റ്റേഷനിലെത്തിയ ഉടൻ ചോദിച്ചു. "തനിക്ക് സുരേന്ദ്രനെ അറി യുമോ?"

"അറിയാം സാർ."

അയാൾ എല്ലാ കാര്യങ്ങളും പറഞ്ഞു.

"ഇനി അറിയേണ്ടത് വത്സലയെ കൊലപ്പെടുത്തിയത് എന്തി നാണ് എന്നാണ്. സാർ, അന്നു രാവിലെ ഞാൻ റെസ്റ്റ് ഹൗസി ലെത്തി റൂം ബുക്ക് ചെയ്തിട്ട് താക്കോൽ അവിടെ ഏല്പിച്ചിട്ട് ഒരാൾ വരുമ്പോൾ ആ റൂം തുറന്നുകൊടുക്കണം എന്നു പറഞ്ഞിട്ട് ഞാൻ വീട്ടിൽ പോയതാണ്. വീട്ടിലെത്തി അല്പസമയം കഴിഞ്ഞ പ്പോൾ വാപ്പ വീട്ടിലെത്തി വഴക്കുപറഞ്ഞ് എന്നെ മുറിക്കുള്ളിൽ

പൂട്ടിയിട്ടു. പിന്നീട് പുറത്തു നടന്ന കാര്യങ്ങളൊന്നും ഞാനറിഞ്ഞില്ല. ഇതു സത്യമാണ്. വാപ്പ എന്റെ പ്രവൃത്തികളെല്ലാം അറിയുന്നുണ്ടായിരുന്നു. അതിന് തടയിടാനാണ് എന്നെ പൂട്ടിയിട്ടത്. എന്റെ എല്ലാ കാര്യങ്ങളും വാപ്പയെ അറിയിച്ചിരുന്നത് വാപ്പയുടെ ഡ്രൈവർ സുലൈമാനാണ്."

അയാളുടെ സ്റ്റേറ്റ്മെന്റ് എഴുതിയെടുത്ത് സുലൈമാനെ കൂട്ടിക്കൊണ്ടുവരാൻ എസ്.ഐയെ അയച്ചു. സുലൈമാൻ സ്റ്റേഷനിലെത്തുംമുമ്പുതന്നെ പല ഭാഗത്തുനിന്നും ഫോൺ കോളുകളുമെത്തി. സ്റ്റേഷനിലെത്തിയ സുലൈമാനെ അല്പം ഭീഷണിയുടെ സ്വരത്തിൽതന്നെ ചോദ്യം ചെയ്തതിൽ അയാൾ എല്ലാം തുറന്നു പറഞ്ഞു. മൊയ്തീൻ മുതലാളിയുടെ നിർദ്ദേശപ്രകാരമാണ് റെസ്റ്റ് ഹൗസിലെത്തിയത്. അവിടെയുണ്ടായിരുന്ന സ്ത്രീയെ അവിടെ നിന്നും കൂട്ടിക്കൊണ്ടുപോയി മാളയിലുള്ള ഗോഡൗണിലെത്തിച്ചു. രാത്രിയോടെ വാച്ച്മാൻ മജീദുമായി ചേർന്ന് കഴുത്തിൽ ഒരു പ്ലാസ്റ്റിക് കയർ വരിഞ്ഞുമുറുക്കി കൊലപ്പെടുത്തി കബീറിന്റെ കാറിൽ മൃതശരീരം കയറ്റി ബാറിന്റെ സമീപമെത്തി കാർ നിർത്തിയിട്ടു. ബോഡി ഞങ്ങൾ രണ്ടാളുംകൂടെ തൂക്കിയെടുത്ത് ഏലായുടെ സമീപത്തുകൊണ്ടിട്ട് ബാഗും അവിടെ വലിച്ചെറിഞ്ഞു. അതിനു ശേഷം കാറ് കൊടുങ്ങല്ലൂരുള്ള മുതലാളിയുടെ അനുജന്റെ വീട്ടിൽ കൊണ്ടിട്ടശേഷം അവിടെനിന്നും പോയി."

പൊലീസുകാരെ അയച്ച് ഗോഡൗണിലെ വാച്ചുമാൻ മജീദിനെ കൊണ്ടുവന്നു. അയാളും കുറ്റസമ്മതം നടത്തിയതോടെ രണ്ടാളുടേയും അറസ്റ്റ് രേഖപ്പെടുത്തി തെളിവുകൾ ശേഖരിച്ചശേഷം റിമാന്റപേക്ഷ സഹിതം കോടതിയിൽ ഹാജരാക്കി റിമാന്റ് ചെയ്യിച്ചു.

രണ്ടുനാൾ കഴിഞ്ഞാണ് വെളുപ്പിനെ മൊയ്തീന്റെ വീട്ടിലെത്തിയത്. ഏതു നിമിഷവും പൊലീസ് എത്തുമെന്ന പ്രതീക്ഷയിൽ ആയിരുന്നു അയാൾ. യാത്ര പറയാൻ നേരം മകനോട് ഇങ്ങനെ പറഞ്ഞു. "നീ നന്നാവാൻ വേണ്ടിയാണ് ഞാനിതെല്ലാം ചെയ്തത്. ഇനി മോൻതന്നെ ഈ വീടും കടയും എല്ലാം നോക്കി നടത്തണം. ഞാൻ പോകുന്നു."

അതു പറയുമ്പോൾ വീട്ടിനുള്ളിൽനിന്നും തേങ്ങലുകൾ ഉയർന്നു. കണ്ണുനീരോടെ നോക്കിനിന്ന കബീറിന്റെ മുഖമാണ് മനസ്സിൽ പതിഞ്ഞത്.

വർഷങ്ങൾ കഴിഞ്ഞു. ഇന്നും മക്കളെ നന്നാക്കാനായി മാതാപിതാക്കൾ അനുഷ്ഠിക്കുന്ന ത്യാഗത്തിന്റെ ഓർമ്മകൾ മനസ്സിൽ തികട്ടിവരും.

■

കാരണമില്ലാത്ത സ്വയംഹത്യകൾ

തിരുവനന്തപുരം പൂജപ്പുര പൊലീസ് സ്റ്റേഷൻ പരിധിയിലുള്ള പാങ്ങോട് എന്ന സ്ഥലത്ത് പകൽസമയത്ത് രാജീവനെന്നയാൾ വീടിനുള്ളിൽ കൊല്ലപ്പെട്ട നിലയിൽ കാണപ്പെട്ടു. മെക്കാനിക്കൽ എൻജിനീയറിംഗ് ബിരുദധാരിയായ ഇയാൾ ടെക്നോ പാർക്കിൽ ഒരു കമ്പനിയിൽ ജോലി ചെയ്യുന്നു.

പാങ്ങോട് പാലത്തിൽനിന്നും ഇടത്തോട്ടു തിരിയുന്ന റോഡിൽ 100 മീറ്റർ മാറിയുള്ള ഇരുനില വീട്ടിലെ മുകൾനിലയിലാണ് താമസം. അവിവാഹിതൻ. താഴത്തെ നിലയിൽ വീട്ടുടമയും സ്നേഹിതനുമായ പ്രദീപ് ആണ് താമസം. പ്രദീപിനും ടെക്നോപാർക്കിലാണ് ജോലി. വിവാഹിതനും മൂന്നു വയസ്സുള്ള ഒരു കുട്ടിയുടെ പിതാവുമാണ്. ഭാര്യ വീണ.

സ്റ്റേഷനിൽ മൊഴി നൽകാനെത്തിയ ശ്രീധറിന്റേതാണീ വാക്കുകൾ. മരണകാര്യത്തിൽ സംശയമുണ്ട് എന്നു പറഞ്ഞതിനാൽ പൂജപ്പുര എസ്.ഐയും പാർട്ടിയും അന്വേഷണങ്ങൾക്കായി പുറപ്പെട്ടു. അവിടെയെത്തി നടത്തിയ അന്വേഷണങ്ങളിൽ മുകളിലത്തെ നിലയിലെ ഹാളിലാണ് മൃതശരീരം കാണപ്പെട്ടത്. ലുങ്കിയും ഷർട്ടുമാണ് വേഷം. പ്രത്യക്ഷത്തിൽ വലിയ മുറിവോ ചോരക്കറകളോ ഒന്നും കാണാനായില്ലെങ്കിലും കഴുത്തിൽ ഇടതുഭാഗത്തായി ഒരു ചെറിയ മുറിവ് മാത്രം. പക്ഷേ, അതുണ്ടാക്കാനുപയോഗിച്ച ആയുധങ്ങളൊന്നും കാണപ്പെട്ടില്ല. ശരീരത്തിന്റെ മറ്റൊരിടത്തും മുറിവുകളോ ചതവുകളോ ഒന്നും കാണാനുമില്ല.

എന്താണുണ്ടായതെന്ന് ഒരു നിഗമനത്തിലെത്താനാവുന്നില്ല. താഴത്തെ നിലയിൽ താമസക്കാരിയായ വീണയോടു ചോദിച്ചതിൽ ഭർത്താവ് പ്രദീപ് എട്ടുമണിയോടെ ഓഫീസിൽ പോയിയെന്നും സാധാരണ രണ്ടുപേരും ഒരുമിച്ചാണ് ജോലിക്കു പോകുന്നതെങ്കിലും ഇന്ന് രാജീവ് ലീവിലാണെന്നു പറഞ്ഞതിനാൽ ചേട്ടൻ

പോയിക്കഴിഞ്ഞ ഉടനെ മുൻവശത്തെ വാതിൽ അടച്ചിട്ട് അകത്തിരിക്കുകയായിരുന്നു എന്നും മുകളിലേക്ക് പോകാനും വരാനും സൈഡിലെ സ്റ്റെപ്പാണ് ഉപയോഗിക്കുന്നതെന്നും പ്രത്യേകിച്ച് ശബ്ദമോ ബഹളമോ എന്നും കേട്ടില്ല എന്നും പറഞ്ഞതിനാൽ മ്യൂസിയം സി.ഐയ്ക്ക് വിവരം നൽകി. അദ്ദേഹം വന്നതിനുശേഷം മറ്റു നടപടികളിലേക്ക് കടക്കാം എന്നു കരുതി. എസ്.ഐ. ജനത്തെ നിയന്ത്രിക്കുന്ന തിരക്കിലാണ്.

ഏറെ താമസിയാതെ അവിടെയെത്തുമ്പോൾ വലിയൊരു ജനക്കൂട്ടം തിങ്ങിക്കൂടിയിരുന്നു. ഒരുവിധം ജീപ്പ് മെയിൻ റോഡിൽ നിന്നും അമ്പതുമീറ്റർ മുന്നോട്ടു പോകാനേ കഴിഞ്ഞുള്ളൂ. ജീപ്പിൽനിന്നും ഇറങ്ങി നോക്കുമ്പോൾ കണ്ണിൽപെട്ടത് ഒരു നെയിം ബോർഡാണ്. പ്രൊഫ. അരുമാനൂർ നിർമ്മലാനന്ദൻ. ഒരു നിമിഷം അവിടെ നോക്കി നിന്നുപോയി. കോളേജ് വിദ്യാർത്ഥികളുടെ പ്രിയപ്പെട്ട അദ്ധ്യാപകൻ, വാഗ്മി, എഴുത്തുകാരൻ. എത്രയെത്ര വിശേഷണങ്ങളാണ് അദ്ദേഹത്തെ വാഴ്ത്താനുണ്ടായിരുന്നത്. സർവ്വോപരി ഒരു നല്ല മനുഷ്യസ്നേഹിയും. അദ്ദേഹത്തിന്റെ വാക്കുകളാണോ പുസ്തകങ്ങളാണോ എന്നെ അദ്ദേഹത്തോട് അടുപ്പിച്ചത് എന്നു പറയാനാവില്ല. വിടചൊല്ലി പോയെങ്കിലും അദ്ദേഹം സമ്മാനിച്ച പുസ്തകങ്ങൾ ഇന്നും അമൂല്യമായി സൂക്ഷിക്കുന്നു.

പൊലീസുകാർ ഒരുക്കിത്തന്ന വഴിയിലൂടെ മുന്നോട്ടു നീങ്ങി. മനോഹരമായൊരു ഇരുനിലമന്ദിരം അതിന്റെ തെക്കുഭാഗത്തുകൂടി സ്റ്റെപ്പുകൾ താണ്ടി മുകളിലെത്തി. സീൻ ടാമ്പർ ചെയ്യാതിരിക്കാനായി പൊലീസുകാർ കാവൽ നിന്നു. ഒറ്റയ്ക്കു വസിക്കുന്നൊരാളുടെ വാസസ്ഥലം. നല്ലൊരു വായനക്കാരനാണെന്നുള്ളതിന് തെളിവായെന്നോണം കുറച്ചു പുസ്തകങ്ങൾ അടുക്കിവെച്ചിട്ടുണ്ട്. ഒരു സെറ്റി, ഒരു ടി.വി., ഒരു റേഡിയോ. അത്രമാത്രമാണ് ആ മുറിയിലുള്ളത്. സെറ്റിയിൽ ചാരിയിരിക്കുന്ന മാതിരിയാണ് മൃതശരീരം കാണപ്പെട്ടത്. അടുത്തുചെന്നു സൂക്ഷിച്ചുനോക്കി. കഴുത്തിൽ ഇടതുഭാഗത്ത് ഒരു ചെറിയ മുറിവ്. അതല്ലാതെ, ശരീരത്തിൽ മറ്റു മുറിവോ ചതവോ ഒന്നും കാണാനുമില്ല. ഇനി വിഷം ഉള്ളിൽ ചെന്നിട്ടോ മറ്റോ ആണോ മരണം സംഭവിച്ചത്?

കഴുത്തിലെ മുറിവ് ഒരു വെപ്പൺകൊണ്ടുണ്ടായിട്ടുള്ളതാണെന്നും മനസ്സിലാക്കാൻ കഴിയും. എങ്കിൽ ആ ആയുധം എവിടെ? അതിനുവേണ്ടിയുള്ള തെരച്ചിൽ വിഫലമായി. ഒരുപക്ഷേ ആത്മഹത്യ ചെയ്തതാണെങ്കിൽ ആത്മഹത്യാക്കുറിപ്പുകൾ കാണേണ്ടതാണ്. മുറിയിലെ പുസ്തകങ്ങളും നോട്ടുബുക്കുകളും പരതി. കുറിപ്പുകൾ ഒന്നും കണ്ടെത്താനായില്ല.

എന്തായാലും ഫിംഗർ പ്രിന്റ് ബ്യൂറോക്കാരും ഫോട്ടോഗ്രാഫറും എത്തിയതോടെ അവർക്ക് സിറ്റുവേഷൻ വിവരിച്ചുകൊടുത്തു. മൃത ശരീരത്തിന്റെ നിരവധി ഫോട്ടോകൾ എടുത്തു. സെറ്റിയിലും ടീപ്പോയിയിലും പ്രിന്റുകൾ ലഭിക്കാൻ സാധ്യതയുള്ളിടത്തെല്ലാം അവർ പരിശോധന നടത്തി. സംഭവസ്ഥലത്തുനിന്നും വ്യക്തമായ തെളിവുകൾ ശേഖരിക്കാനായില്ല.

ഇൻക്വസ്റ്റ് നടപടികൾ ആരംഭിച്ചു. മൃതശരീരം തറയിൽ കിടത്തി യാണ് എഴുതിത്തുടങ്ങിയത്. തൊട്ടടുത്തുള്ള ജനാലയുടെ കമ്പി കളിൽ ചോരയുടെ സാന്നിധ്യം കണ്ടെത്തി ഒപ്പം ജനൽപടിയിലും. പക്ഷേ, അത് തുടച്ചുമാറ്റിയ നിലയിലായിരുന്നു. അതാരായിരിക്കാം ചെയ്തത്. പുറത്ത് ഇറങ്ങി സൺഷെയ്ഡിലൂടെ നടന്ന് ജനാലയുടെ അടുത്തുവന്നുനിന്ന് നോക്കുമ്പോൾ അവിടെ വെച്ചിരുന്ന രണ്ടു ചെടിച്ചട്ടികൾക്കുള്ളിൽനിന്നും ഒരു കത്തി കണ്ടെത്തി. അതിൽ ചോര പുരണ്ടിരുന്നു. അത് പ്രത്യേകം മഹസ്സറിൽ വിവരിച്ച് ബന്ത വസ്സിലെടുത്തു.

ആ കത്തി അവിടെ വരാനുള്ള സാധ്യതകളെക്കുറിച്ച് ഒരു നിമിഷം ചിന്തിച്ചു. ഒരുപക്ഷേ, ജനാലയ്ക്കരികിൽനിന്നിട്ടാവണം രാജീവ് കഴുത്ത് മുറിക്കാൻ ശ്രമിച്ചത്. വേദനിച്ചപ്പോൾ ജനാലയിൽ പിടിച്ചു നിൽക്കുമ്പോൾ കത്തി കൈയിൽനിന്നു വീണിട്ടുണ്ടാവണം. അത ല്ലെങ്കിൽ മറ്റാരെങ്കിലും ജനാലയ്ക്കരികിൽ വെച്ച് ബലമായി കഴു ത്തിൽ മുറിവേല്പിക്കാൻ ശ്രമിച്ചപ്പോൾ രാജീവ് കൈ തട്ടിമാറ്റീട്ടു ണ്ടാവും. അപ്പോൾ കത്തി ജനാലയിലൂടെ തെറിച്ചു താഴെ വീണതു മാവാം. ഏതാണ് ശരി, ഏതാണ് തെറ്റ് എന്ന് കണ്ടെത്താനാവുന്നില്ല.

പഴയ ഫോട്ടോഗ്രാഫർ ചന്ദ്രൻ ഉണ്ടായിരുന്നെങ്കിൽ എന്തെ ങ്കിലും കഥകളുണ്ടാക്കി നമ്മളെ തെറ്റായൊരു തീരുമാനത്തിൽ കൊണ്ടെത്തിക്കുമായിരുന്നു. പുള്ളിക്കാരൻ മാറിപ്പോയില്ലേ.

ഗ്രൗണ്ട് ഫ്ളോറിലേക്ക് നടന്നു. അവിടെയെത്തുമ്പോൾ കരഞ്ഞു വീർത്ത കണ്ണുകളും തളർന്ന മനസ്സുമായി നിന്ന ആളിനോട് ചോദിച്ചു.

"പ്രദീപ് അല്ലേ?"

"അതെ സർ."

"രാജീവുമായി അടുപ്പമുള്ള ആളാണെന്നറിയാം. അതിന്റെ ഡെപ്ത് എത്രത്തോളമുണ്ടെന്നറിയില്ല. പറയൂ. രാജീവിന്റെ മരണ ത്തെക്കുറിച്ച് എന്തറിയാം?"

"സർ, ഞങ്ങൾ തമ്മിലുള്ള സ്നേഹബന്ധത്തിന് വർഷങ്ങളുടെ പഴക്കമുണ്ട്. എൻജിനീയറിംഗിന് ഫസ്റ്റ് ഇയറിന് പഠിക്കുമ്പോൾ

പരിചയപ്പെട്ട ഞങ്ങൾ ഹോസ്റ്റൽ മുറിയിലെ താമസവും ഒരുമിച്ചായിരുന്നു. സുഖദുഃഖങ്ങൾ പരസ്പരം പങ്കിട്ടുകഴിഞ്ഞ കാലം അഞ്ചാംവർഷം വിജയത്തോടെ പാസ്ഔട്ട് ആകുമ്പോഴും ഒരുമിച്ചായിരുന്നു. ഫസ്റ്റ് ക്ലാസ് മാർക്ക് രണ്ടാൾക്കുമുള്ളതിനാൽ ജോലിക്കായുള്ള അന്വേഷണവും ഒരുമിച്ചുതന്നെ ആയിരുന്നു.

തൃശ്ശൂർക്കാരനായിരുന്നെങ്കിലും തിരുവനന്തപുരത്ത് എന്നോടൊപ്പം ജോലി ചെയ്യാനായി ടെക്നോപാർക്കിൽ രണ്ടാൾക്കും ജോലി സമ്പാദിച്ചു എങ്കിലും ഒരു മത്സരത്തിന്റെ ഭാഗമായി രണ്ടു കമ്പനികളിലായി ജോലി ചെയ്യാൻ തീരുമാനിച്ചു. ഒപ്പം ജോലി ചെയ്യുന്നവരോടൊപ്പം ഒരു ഫ്ളാറ്റ് വാടകയ്ക്ക് എടുത്ത് അവൻ അവരോടൊപ്പം കൂടി. ഞാൻ എന്റെ വീട്ടിലും. ആ വർഷംതന്നെ എന്റെ വിവാഹവും ഒപ്പം പുതിയ വീട്ടിലേക്കുള്ള താമസവും നടന്നു.

എന്തുകൊണ്ടോ സഹമുറിയന്മാരോട് പൊരുത്തപ്പെടാൻ അവനു കഴിഞ്ഞില്ല. മദ്യവും മയക്കുമരുന്നും സഹപ്രവർത്തകരുമായുള്ള അതിർവരമ്പുകൾ ഭേദിച്ചുള്ള ഒത്തുചേരലുമൊന്നും അവനു പൊരുത്തപ്പെടാനാവാതെ വന്നപ്പോഴാണ് അവനെ എന്റെ വീടിന്റെ മുകളിലത്തെ നിലയിലെ വാടകക്കാരനാക്കിയത്. അവനതൊരു ആശ്വാസമായിരുന്നു. മിക്കവാറും ദിവസങ്ങളിൽ ഡിന്നർ ഞങ്ങളൊരുമിച്ചായിരുന്നു. ഞങ്ങളുടെ സ്നേഹബന്ധത്തിന്റെ ആഴം കൂടിക്കൂടി വന്നു.

അവന്റെ മനസ്സിന് കനത്ത ആഘാതമേല്പിച്ചുകൊണ്ടായിരുന്നു അവനുമായി എൻഗേജ്ഡ് ആയിരുന്ന പെൺകുട്ടി മറ്റൊരാളോടൊപ്പം ഓടിപ്പോയത്. അവന്റെ കണക്കുകൂട്ടലുകൾ എല്ലാം തെറ്റി. അവന്റെ മനസ്സിന് ആശ്വാസം നൽകാനായി ഞങ്ങളുടെ യാത്രകളിലും സിനിമകാണാനുമെല്ലാം അവനേം ഒപ്പം കൂട്ടി. ഞങ്ങളുടെ ആ ജീവിതം ചിലരുടെ കണ്ണിലെങ്കിലും ദോഷം കണ്ടെത്താനിടയായി. അത്തരം ആരോപണങ്ങൾ ഞങ്ങൾ അവജ്ഞയോടെ പുറംതള്ളി. അവന് എന്റെ അറിവിൽ ശത്രുക്കളുണ്ടായിരുന്നതായി അറിവില്ല. ഇനി അവന്റെ കമ്പനിയിൽ പ്രൊഫഷണൽ ജലസിയുള്ള ആരെങ്കിലുമുണ്ടായിരുന്നുവോ എന്നും എനിക്കറിയില്ല."

"ഒന്നു ചോദിക്കട്ടെ. നിങ്ങളുടെ കുടുംബത്തിൽ അയാൾക്കുള്ള അമിതസ്വാധീനം നിങ്ങളുടെയുള്ളിൽ എന്തെങ്കിലും ഇരുൾ വീഴ്ത്തിയോ എന്ന് സംശയിച്ചാൽ തെറ്റുണ്ടോ? അക്കാരണം കൊണ്ടുതന്നെ നിങ്ങൾക്കയാളെ ഇല്ലാതാക്കണം എന്ന ചിന്തയുടെ ഫലമാണീ ദുരന്തം എന്നു സംശയിച്ചാൽ? ആ വസ്തുതയെ പല ആളുകൾ പല രീതിയിൽ വ്യാഖ്യാനിക്കുമല്ലോ?"

"സർ, എന്റെ മനസ്സ് ശുദ്ധമാണ്. എന്റെ ജീവിതപങ്കാളിയെ വിശ്വാസവുമാണ്."

പുറത്ത് ആംബുലൻസ് വന്നുനിന്നപ്പോഴാണ് ഡെഡ്ബോഡി പോസ്റ്റുമോർട്ടം പരിശോധനയ്ക്ക് അയയ്ക്കുന്ന കാര്യം ഓർമ്മിച്ചത്. വേഗം മുകളിലേക്കു കയറി. പൊലീസ് സർജനുള്ള റിക്വസ്റ്റിൽ ഒപ്പു വെച്ചു. ഒരു പൊലീസുകാരൻ ഡെഡ്ബോഡി കയറ്റിയ ആംബുലൻസുമായി മെഡിക്കൽ കോളേജിലേക്ക് പുറപ്പെട്ടു. മരണകാരണം എന്താണെന്ന് നിശ്ചയമില്ലാതെ അന്നത്തെ അന്വേഷണം അവസാനിപ്പിച്ചു.

അടുത്ത ദിവസം പോസ്റ്റുമോർട്ടം കഴിഞ്ഞ് മൃതശരീരവും വഹിച്ചുകൊണ്ട് യാത്രയായി. ആംബുലൻസിനെ പ്രദീപും കുടുംബവും അനുഗമിച്ചു. മനസ്സ് ആകെ അസ്വസ്ഥമായിരുന്നു. രാജീവന്റെ മരണത്തിലെ ദുരൂഹത അകറ്റാനാവുന്നില്ല. സത്സ്വഭാവിയും ബുദ്ധിയും വിവേകവുമുള്ള ഒരു മനുഷ്യൻ ഒരുനാൾ ഒരു കാരണവുമില്ലാതെ ഭൂമിയിലെ വാസം അവസാനിപ്പിച്ച് ഒരു മിന്നായം പോലെ മാഞ്ഞുപോകുമോ?

ഒരിക്കൽ കമ്പനി മേധാവികൾ സ്റ്റാഫിന്റെ താമസസ്ഥലത്തും കമ്പനിയിലും നടത്തിയ വ്യാപക പരിശോധനയിൽ ലഹരിവസ്തുക്കളും കോണ്ടംസും കണ്ടെത്തിയതിനു പിന്നിൽ രാജീവാണെന്ന ധാരണ പരന്നതോടെ രാജീവിന് ശത്രുക്കളുടെ ഭീഷണിയുണ്ടായിരുന്നു.

ഒരിക്കൽകൂടി രാജീവിന്റെ വീട്ടിലെത്തി എല്ലായിടത്തും പരതി. വായിച്ചുമടക്കിവെച്ച പുസ്തകറാക്കിലെ ഒരു കുഞ്ഞുപുസ്തകത്തിൽ മടക്കി സൂക്ഷിച്ചിരുന്ന കടലാസ് എടുത്തു നിവർത്തി. അതിലെ വരികൾ വായിച്ചു.

"വെറുതെ ഒരു പെണ്ണ് ചതിച്ചു എന്നതിന്റെ പേരിൽ ജീവിതം വ്യർത്ഥമായിയെന്നു കരുതാൻതക്ക വിഡ്ഢിയൊന്നുമല്ല ഞാൻ. പക്ഷേ, ജീവിതത്തിന്റെ ഒരു ഘട്ടത്തിൽ എന്നിലേക്കു കടന്നുവന്ന് സ്നേഹം പകർന്നു നൽകി ഹൃദയം കവർന്ന എന്റെ പ്രിയപ്പെട്ട കൂട്ടുകാരൻ, അവനെ ഒരു നോട്ടംകൊണ്ടുപോലും വഞ്ചിക്കാൻ എനിക്കാവില്ല. ഞങ്ങളുടെ ഹൃദയബന്ധത്തിന്റെ ആഴമറിയാത്ത ഒരു വ്യക്തി എന്നോട് ശരീരം പങ്കിടാനാവശ്യപ്പെട്ടപ്പോൾ സഹിക്കാനായില്ലെനിക്ക്. നിസ്സാരമായൊരു വാക്കുകൊണ്ടുപോലും ഞങ്ങളുടെ സ്നേഹബന്ധത്തെ കളങ്കപ്പെടുത്താൻ ഞാനാഗ്രഹിക്കുന്നില്ല. മറ്റൊരിക്കലാവാം എന്നു പറഞ്ഞ് പിന്മാറുമ്പോൾ ഞാനൊരു

പുരുഷനല്ലെന്നും മുറിവേറ്റ മനസ്സുമായി മടങ്ങിപ്പോകുമ്പോൾ ആ വ്യക്തി കരുതിക്കാണും. ഇക്കാര്യം വെളിപ്പെടുത്തി കുടുംബം തകർക്കണമെന്നും ഇല്ല. അവനെ നൊമ്പരപ്പെടുത്തുന്ന ഒരു പ്രവൃത്തിയും എന്നിൽനിന്നുണ്ടാവുകയില്ല. ഇനിയും ഇത്തരം ഒരു സന്ദർഭം ഉണ്ടാവാതിരിക്കാനായി ഞാൻ തോൽക്കുന്നു. എന്റെ പ്രിയപ്പെട്ട പ്രദീപിന് എന്നും നന്മയുണ്ടാവട്ടെ."

ആ കത്ത് ആരും കാണാതിരിക്കാനായി ആരും വായിക്കാനിഷ്ടപ്പെടാത്ത ഒരു പുസ്തകത്തിനുള്ളിൽ ഒളിപ്പിച്ചുവയ്ക്കുമ്പോൾ ഒരിക്കലും പ്രദീപ് ഇക്കാര്യം അറിയാനിടവരരുതേയെന്ന് പ്രാർത്ഥിച്ചിട്ടുണ്ടാവണം. എന്നെങ്കിലുമൊരിക്കൽ ഈ കത്ത് കണ്ടെടുക്കുന്നവരെങ്കിലും അറിയണം, ഒരു കാര്യവുമില്ലാതെ ജീവിതമവസാനിപ്പിച്ചുപോയ ഒരു ഭീരു അല്ലായിരുന്നു ഞാൻ എന്നും ആ കത്ത് മടക്കി പുസ്തകത്തിൽ തിരികെ വെയ്ക്കുമ്പോൾ ആലോചിച്ചു. പാടില്ല, ഒരുപക്ഷേ, ഈ കടലാസ് പ്രദീപിന്റെ കൈയിലാണ് കിട്ടുന്നതെങ്കിൽ അതപകടമാണ്. ഒരുപക്ഷേ, വലിയ ദുരന്തങ്ങൾക്ക് അത് വഴിവെച്ചേക്കാം. പാടില്ല. കത്ത് അവിടെയിരിക്കാൻ പാടില്ല. അത് രഹസ്യമായി പോക്കറ്റിലിടുമ്പോൾ ഈ കടലാസ് എന്നോടൊപ്പം ഒടുങ്ങട്ടെയെന്ന തീരുമാനമായിരുന്നു മനസ്സിൽ. ആ വീടിന്റെ പടിയിറങ്ങി നേരേ മെഡിക്കൽ കോളേജിലെത്തി പൊലീസ് സർജനോട് വിവരങ്ങളാരാഞ്ഞു. അദ്ദേഹം പറഞ്ഞ വാക്കുകൾ ശ്രദ്ധയോടെ കേട്ടിരുന്നു.

"എന്റെ സർവ്വീസിൽ ആദ്യമായാണ് ഇത്തരമൊരു കേസ് കൈകാര്യം ചെയ്യാനിട വന്നത്. മനുഷ്യന്റെ മരണത്തിന്റെ വിവിധ രീതികളെപ്പറ്റി ക്ലാസെടുത്ത അദ്ധ്യാപകൻപോലും പറഞ്ഞുതരാത്ത കാര്യം ഫോറൻസിക് മെഡിസിന്റെ ക്ലാസെടുത്ത മേധാവി പറഞ്ഞു തന്നതാണ് മനസ്സിൽ പതിഞ്ഞു കിടന്നത്. ഇന്ന് അത് പ്രയോജനമായി. കഴുത്തിൽ സ്വയം മുറിവേല്പിക്കുമ്പോൾ ചിലപ്പോൾ അതിനുപയോഗിച്ച ആയുധത്തിന്റെ പരിമിതികൊണ്ടോ അല്ലെങ്കിൽ മനസ്സിന്റെ ധൈര്യക്കുറവുമൂലമോ ചിലപ്പോൾ അത് ചോര വാർന്നു മരിക്കാൻ പര്യാപ്തമാവണമെന്നില്ല. പക്ഷേ, കഴുത്തിലെ ജുഗുലാർ സിരയ്ക്ക് മുറിവേറ്റാൽ വായു അകത്തു കടക്കും. അതിനെ എയർ എംബോളിസം എന്നു പറയും. അതിന്റെ ഫലമായി രക്തധമനിയിൽ എയർബബിൾസുണ്ടാക്കി ഹൃദയത്തിലേക്കുള്ള രക്തപ്രവാഹം നിലയ്ക്കും. അതുവഴി മരണം സംഭവിക്കും. അതാണിവിടെ സംഭവിച്ചത്. രാജീവിന്റെ മരണകാരണം 'എയർ എംബോളിസം' (due to cut hole at jugular vein) എന്നു മാത്രം രേഖപ്പെടുത്തുകയുള്ളൂ.

ഡോക്ടറുടെ സ്റ്റേറ്റ്മെന്റും വാങ്ങി മടങ്ങി. ഓഫീസിലെത്തി. അന്നുപിന്നെ ഒന്നും എഴുതാനായില്ല. ചിന്താഭരിതമായ മനസ്സുമായി ഏറെനേരം കസേരയിൽതന്നെയിരുന്നു. രാജീവിന്റെ ഡെത്ത് സർട്ടിഫിക്കറ്റ് അയച്ചുകിട്ടിയ മുറയ്ക്ക് സി.ഡി. ഫയലിൽ ചേർത്തുവെച്ച് എഴുതി.

"അജ്ഞാതമായ ഏതോ മനോവിഷമം നിമിത്തം രാജീവ് കഴുത്തിലെ ഞരമ്പ് മുറിച്ച് ആത്മഹത്യ ചെയ്തു."

ഫയൽ ക്ലോസ് ചെയ്തെങ്കിലും ക്ലോസ് ചെയ്യപ്പെടാത്തൊരു രഹസ്യം എന്റെ പേഴ്സണൽ ഫയലിൽ ഇപ്പോഴുമുറങ്ങുന്നു.

■

ഒരു ചതിയുടെ കഥ

ഡിറ്റക്ടീവ് ഡിസൂസയുടെ ഡയറിയിലെ അടുത്ത പേജിലെ തുടക്കം ഇങ്ങനെയായിരുന്നു. വാടിത്തളർന്ന മുഖവുമായാണ് അയാൾ മുറിയിലേക്കു കയറിവന്നത്. ഒരു കേസ് ഫയൽ കണ്ണോടിച്ചിരിക്കുകയായിരുന്നു ഞാൻ.

"ഇരിക്കൂ."

ഒരു നിമിഷം മടിച്ചുനിന്നിട്ട് അയാൾ ഇരുന്നു.

"എന്താ പറയാനുള്ളത്?"

"സർ, ഒരു വർഷം മുമ്പ് ഏഴു പെൺകുട്ടികൾ പൊന്മുടിയിലേക്ക് വിനോദയാത്രയ്ക്കു വന്നു. പൊന്മുടിയിലെത്തും മുമ്പ് തുള്ളിച്ചാടി ഒഴുകുന്ന പുഴ കണ്ടപ്പോൾ അവർക്ക് കുളിക്കണമെന്നു തോന്നി. എല്ലാവരും വാഹനത്തിനുള്ളിൽ വെച്ചുതന്നെ അതിനുള്ള തയ്യാറെടുപ്പുകളെടുത്തശേഷം പാറക്കല്ലുകൾ നിറഞ്ഞ പുഴയിലേക്കിറങ്ങി. കുളിക്കാനിറങ്ങുംമുമ്പുതന്നെ ഡ്രൈവർ മുന്നറിയിപ്പ് നൽകി.

"ചതിക്കുഴികൾ നിറഞ്ഞ നദിയാണ്. സൂക്ഷിക്കണം."

മഴ കണ്ട വേഴാമ്പലിനെപ്പോലെ അവർ ആഹ്ലാദിച്ചു. മുങ്ങിയും പൊങ്ങിയും നീന്തിക്കുളിച്ചു. പെട്ടെന്നാണ് മഴവെള്ളം കുതിച്ചെത്തിയത്. ഒരാൾ വെള്ളത്തിലേക്കു താഴ്ന്നുപോയി. എത്തിപ്പിടിക്കും മുമ്പ് അവൾ ആഴങ്ങളിലേക്ക് മുങ്ങി. മറ്റുള്ളവരുടെ നിലവിളി കേട്ടാണ് ആളുകൾ ഓടിയെത്തിയത്. ശക്തമായ ഒഴുക്കും മലവെള്ളവും ഒഴുകിയെത്തിയതും തെരച്ചിൽകാരെ ബുദ്ധിമുട്ടിലാക്കി.

ഇതിനിടയിൽ ആരോ ഫോൺ ചെയ്തതനുസരിച്ച് പൊലീസും ഫയർഫോഴ്സുമെത്തി. മൂന്നുമണിക്കൂർ നീണ്ട പരിശ്രമത്തിനൊടുവിൽ വിറങ്ങലിച്ച ശരീരം കണ്ടെത്തി. കൂട്ടുകാരികളും കണ്ടുനിന്നവർപോലും പൊട്ടിക്കരഞ്ഞുപോയി. അത്രയ്ക്ക് സുന്ദരിയായിരുന്നു

അവൾ. വെളുത്തു കൊലുന്ന ആ സുന്ദരിക്കുട്ടി ഉറങ്ങുകയാണെന്നേ തോന്നൂ. പൊന്മുടി പൊലീസ് ഇൻക്വസ്റ്റ് നടപടികൾ നടത്തി പോസ്റ്റു മോർട്ടം പരിശോധനയ്ക്കായി മെഡിക്കൽ കോളേജിലേക്ക് കൊണ്ടു പോയി. രാത്രിയോടെയാണ് ഞാൻ വിവരമറിഞ്ഞത്. ഉടൻ മെഡി ക്കൽ കോളേജിലെത്തിയെങ്കിലും രാത്രി മോർച്ചറി തുറക്കില്ലെന്ന അധികൃതരുടെ നിർബന്ധത്തിനു മുന്നിൽ നിസ്സഹായനായി നിന്നു കണ്ണീർ വാർക്കാനേ കഴിഞ്ഞുള്ളൂ.

കാത്തിരിപ്പുകേന്ദ്രത്തിലെ പലകബഞ്ചിൽ എന്റെ പ്രിയപ്പെട്ട അനഘയുടെ ബന്ധുക്കളോടൊപ്പം പുലരുവോളം കാത്തിരുന്നു. അനഘയുടെ ഒരു പരിചയക്കാരൻ എന്നു മാത്രമേ വീട്ടുകാർക്കറി യാവൂ. പക്ഷേ, ആ പരിചയക്കാരൻ അനഘയുടെ ഹൃദയത്തിനുട മയാണെന്നവർക്കറിയില്ലല്ലോ? എട്ടുമണിയോടെയാണ് മോർച്ചറി യുടെ വാതിൽ തുറന്നത്. ഒരു നോക്കു കാണാനുള്ള ഊഴം കാത്തി രുന്ന അടുത്ത ബന്ധുക്കൾക്ക് അവസരം നൽകിയശേഷമാണ് കർക്കശക്കാരനായ മോർച്ചറി സൂക്ഷിപ്പുകാരന്റെ മനസ്സലിഞ്ഞത്. വെളുത്ത തുണി പുതച്ചു കിടന്ന മൃതശരീരത്തിന്റെ മുഖം ഒരു നോക്കുകാണാൻ കഴിഞ്ഞു. എല്ലാവരും പുറത്താക്കപ്പെട്ടു. ഇനി യൊരു രണ്ടു മണിക്കൂറെങ്കിലും കഴിയണം തുന്നിക്കെട്ടിയ മൃത ശരീരം പുറത്തുകൊണ്ടുവരാൻ. വേഗം പുറപ്പെട്ടു. സ്നേഹിതന്റെ മുറിയിലെത്തി ഒന്നു ഫ്രഷ് ആയി. ഒരു ചായ മാത്രം കുടിച്ചു. വേഗം മെഡിക്കൽ കോളേജിലെത്തി. ധാരാളം ആൾക്കാർ കൂടിയിട്ടുണ്ട്. അനഘയുടെ ഒപ്പം ജോലി ചെയ്യുന്നവരും എത്തിയിട്ടുണ്ട്. എല്ലാ കണ്ണുകളും ഈറനണിഞ്ഞിരുന്നു.

ഞാനവിടെ എത്തിയതോടെ എല്ലാവരുടെയും ശ്രദ്ധ എന്റെ നേർക്കായി. അവർക്കെല്ലാം അറിയാമായിരുന്നു. രഘുനാഥ് എന്ന കാമുകൻ ആൾക്കൂട്ടത്തിൽനിന്നും മാറിനിന്ന് ആരും കാണാതെ കണ്ണുനീർ വാർത്തു. എത്ര ശ്രമിച്ചിട്ടും ദുഃഖം അടക്കാനാവുന്നില്ല. തുന്നിക്കെട്ടിയ മൃതദേഹവും വഹിച്ചുകൊണ്ട് മുന്നോട്ടു നീങ്ങിയ ആംബുലൻസിന്റെ പിന്നാലെ നീങ്ങുന്ന കാറുകളുടെ ഏറ്റവും പിന്നി ലായി സഞ്ചരിച്ചു. വീടിനു മുന്നിലിട്ട ചെറിയ ഓലപ്പന്തലിലെ കട്ടി ലിൽ പുത്തൻ വേഷങ്ങളണിഞ്ഞ് ഒരു മണവാട്ടിയെപ്പോലെ കിടന്ന ആ മാലാഖയുടെ നെറ്റിയിൽ ഒരു ചുംബനം നൽകാൻ കൊതിയാ യെങ്കിലും കഴിഞ്ഞില്ല. കണ്ണീരടക്കി അവളെത്തന്നെ നോക്കി നിൽക്കുമ്പോൾ സ്നേഹിതർ പലരും ആശ്വസിപ്പിക്കാൻ ശ്രമിച്ചു.

ഒരിക്കൽ എന്റെ പെണ്ണിന്റെ കരം പിടിച്ച് ആ വീടിന്റെ പടി ചവിട്ടണം എന്നു തീരുമാനിച്ചതാണ്. പക്ഷേ, ആ കൈകൾ ഒളിപ്പിച്ചു

വെച്ച് ഒന്നുമറിയാത്തപോലെ അവൾ കിടക്കുന്നു. ഉച്ചത്തിലുള്ള നിലവിളികൾക്കിടയിൽ ആരൊക്കെയോ ചേർന്ന് അവളെ തോളിലേറ്റി നടന്നു. അന്നോളം അവളുടെ കിളിക്കൊഞ്ചലും പൊട്ടിച്ചിരിയും നിറഞ്ഞുനിന്നിടത്തുനിന്നും ഇനിയൊരിക്കലും മടങ്ങിവരാത്തവണ്ണം യാത്രയാവുന്നു. പൂക്കൾ മൂടിയ ശവമഞ്ചവും പേറി വീണ്ടും ആംബുലൻസ് മുന്നോട്ടു നീങ്ങി.

ചുട്ടുപഴുത്ത കോയിലുകളുടെ ചുവന്ന വെളിച്ചത്തിലേക്ക് നീങ്ങിയ അവളുടെ തളിർമേനി ആർത്തിയോടെ അവ വിഴുങ്ങി. അടഞ്ഞുപോയ ആ കിളിവാതിലിൽ ഒരുവട്ടംകൂടി നോക്കിനിന്ന ശേഷം പിന്നോട്ടു നടന്നു. വീണുപോകുമെന്നു തോന്നി. പക്ഷേ, ആരോ താങ്ങി നടത്തി. ശാന്തികവാടത്തിന്റെ പുറത്തിറങ്ങി. എങ്ങോട്ടു പോകണം? യാന്ത്രികമായി നടന്നു. വാഹനത്തിൽ കയറി. കാറ് ഓടിക്കാൻ ആവുമെന്നു തോന്നുന്നില്ല. മറ്റു വാഹനങ്ങളെല്ലാം പോയിക്കഴിഞ്ഞശേഷമാണ് സ്ഥലകാലബോധമുണ്ടായത്. കാറ് സ്റ്റാർട്ട് ചെയ്തു ലക്ഷ്യമില്ലാതെ മുന്നോട്ടു നീങ്ങി.

എല്ലാം നിശ്ശബ്ദനായി കേട്ടിരുന്നശേഷം ചോദിച്ചു, “സ്നേഹിതാ, നിങ്ങൾ ഇത്രയും നേരം പറഞ്ഞതെല്ലാം ഞാൻ കേട്ടിരുന്നു. എന്നോടിതെല്ലാം ഇപ്പോൾ പറയാൻ എന്തെങ്കിലും കാര്യമുണ്ടോ?”

“ഉണ്ട് സാർ. അനഘയുടെ മരണം ഒരപകടമരണമല്ല. ആസൂത്രിതമായൊരു കൊലപാതകമായിരുന്നു.”

“ഇപ്പോൾ എങ്ങനെ അറിവുലഭിച്ചു?”

“സാർ, അനഘയ്ക്ക് ഏറ്റവും അടുത്ത രണ്ട് സ്നേഹിതകളുണ്ടായിരുന്നു. ദീപയും കനകയും. എനിക്കാണ് ആദ്യം ടെക്നോപാർക്കിലെ അമേരിക്കൻ കമ്പനിയിൽ ജോലി ലഭിച്ചത്. ഞാൻ ജോലി ചെയ്ത് ഒരു വർഷംകൂടെ കഴിഞ്ഞാണ് അനഘയും ദീപയും കനകയും ജോയിൻ ചെയ്തത്. എല്ലാവരും ബ്രില്യന്റ് ആയിരുന്നു. ഞാനായിരുന്നു ടീം ലീഡർ.

കമ്പനിയിലെ സ്റ്റാഫ് എല്ലാവരും ചേർന്ന് ഒരു ക്ലബ്ബ് ഉണ്ടാക്കി. ആഴ്ചയിലൊരിക്കൽ ഒരു കൂട്ടായ്മ. അന്ന് എല്ലാവരും എൻജോയ് ചെയ്യും. പാട്ടും കൂത്തും എല്ലാം ഒത്തുചേർന്നൊരു കൂട്ടായ്മ. എല്ലാവരും അവരവരുടെ കഴിവുകൾ പ്രകടമാക്കുമെങ്കിലും ഞാനും അനഘയും ചേരുമ്പോഴുണ്ടാകുന്ന ഒരു കെമിസ്ട്രി. അത് മറ്റുള്ളവരിൽ അത്ഭുതമുളവാക്കുംവിധം മെച്ചപ്പെട്ടതായിരിക്കും. മിക്കവാറും ഞങ്ങൾക്കുതന്നെയാകും ബെസ്റ്റ് പെർഫോർമൻസിനുള്ള സമ്മാനം

ലഭിക്കുക. സ്വാഭാവികമായും എല്ലാവരും ഞങ്ങളുടെ ചേർച്ച അംഗീകരിച്ചു. ഞങ്ങൾ ഒത്തുചേരേണ്ടവരാണെന്ന് വിധിയെഴുതു കയും ചെയ്തു. പക്ഷേ, ഈ ലോകത്തോട് വിടപറഞ്ഞ് അവൾ പോയി.

അതിനുശേഷം കൂട്ടുകാരികൾക്കിടയിൽ എന്തോ ഒരു പ്രശ്നം നടക്കുന്നതായി എനിക്കൊരു സംശയമുണ്ടായി. അത് മനസ്സിലാ വാൻ അല്പം വൈകി. ടീം ലീഡറെ സ്വന്തമാക്കാനുള്ള മത്സര മായിരുന്നു അവർക്കിടയിൽ. അതിനായി അവസരങ്ങൾ സൃഷ്ടിച്ച് എന്നോടൊപ്പം കൂടുതൽ അടുക്കാൻ അവർ ശ്രമിച്ചു. മാത്രമല്ല, പ്രണയം നടിക്കാനും കെട്ടിപ്പുണരാനും ചുംബിക്കാനുംവരെ ശ്രമിച്ചു. അനഘ ചെയ്യാൻ മടിക്കുന്ന കാര്യങ്ങൾപോലും ചെയ്യാൻ രണ്ടുപേരും മത്സരിക്കുന്നുണ്ടെന്നു മനസ്സിലായെങ്കിലും ഒന്നും മനസ്സിലാകാത്തപോലെ പെരുമാറി.

നീന്തലറിയാത്ത അനഘയെ പ്രലോഭിപ്പിച്ച് ആറ്റിന്റെ നടുവി ലേക്കു കൊണ്ടുപോയി. മലവെള്ളം വരുന്നേയെന്ന വിളി കേട്ട യുടനെ അവർ രണ്ടാളും കരയിലേക്ക് നീന്തി. വെള്ളത്തിൽ മുങ്ങി ത്താഴുന്ന അനഘയെ കണ്ടില്ലെന്നു നടിച്ചു. പിന്നീടുള്ള മത്സരം അവർ രണ്ടുപേരും തമ്മിലായിരുന്നു. ദീപ നാട്ടിൽ പോയ ദിവസ മാണ് കനക ദീപയുടെ മേൽ ആ കുറ്റം ആരോപിച്ചത്. എല്ലാം ദീപ യുടെ പദ്ധതിയായിരുന്നു എന്നും താൻ നിരപരാധിയാണെന്നും കനക സ്ഥാപിച്ചെടുത്തു. ഇക്കാര്യം താൻ പറഞ്ഞതാണെന്ന് ദീപ അറിയരുതെന്നും എന്നെക്കൊണ്ട് സത്യം ചെയ്യിക്കുകകൂടി ചെയ്ത പ്പോൾ എന്റെയുള്ളിൽ ഒരു സംശയം ഉടലെടുത്തു. എങ്കിലും ഒന്നു മറിയാത്തപോലെ അഭിനയിച്ചു.

കനക വീട്ടിൽ പോയ ദിവസമാണ് ദീപ ആ രഹസ്യം എന്നോടു പറഞ്ഞത്. എല്ലാം കനകയുടെ പദ്ധതി ആയിരുന്നു എന്നും താൻ നിരപരാധിയാണെന്നും പറഞ്ഞതുകൂടാതെ ശരീരം പങ്കിടാൻ അവസരമൊരുക്കുകകൂടി ചെയ്തു. സർ, ടെക്കികൾക്കിടയിൽ ലഹരി ഉപയോഗിക്കുന്നതും ശരീരം പങ്കിടുന്നതുമൊക്കെ സ്ഥിരം ഏർപ്പാടാണ്. അതിൽ ഒരു തെറ്റും അവർ കാണുന്നുമില്ല. പക്ഷേ, ഞാൻ വളർന്ന ചുറ്റുപാടുകളും രീതിയും നോക്കുമ്പോൾ അത്തരം കാര്യങ്ങളിലേർപ്പെടുന്നതു തെറ്റാണെന്ന് കരുതാനേ കഴിയുന്നുള്ളൂ. രണ്ടുപേരോടും എനിക്കു വെറുപ്പാണ്.

അനഘയുടെ മരണത്തോടെ ആ കമ്പനിയിൽ തുടരാൻ മനസ്സു വന്നില്ല. ഞാൻ റിസൈൻ ചെയ്തു. മറ്റൊരു കമ്പനിയിൽ ജോയിൻ

ചെയ്തു. പക്ഷേ, എന്നെ വിടാൻ രണ്ടാളും ഒരുക്കമല്ലായിരുന്നു. ഒറ്റപ്പെട്ട എന്റെ താമസസ്ഥലത്ത് അവർ സ്ഥിരസാന്നിധ്യമായി. ഏതു വിധേനയും എന്നിൽനിന്നും ഗർഭം ധരിക്കണം എന്നതായിരുന്നു അവരുടെ ഉദ്ദേശ്യം എന്ന് മനസ്സിലാക്കാൻ ബുദ്ധിമുട്ടുണ്ടായില്ല. ഞാനറിയാതെ എല്ലാം മൊബൈലിൽ റിക്കാർഡ് ചെയ്യുകയും അവർ അറിയാതെ ഞാൻ എല്ലാം ഡിലീറ്റ് ചെയ്യുന്നതും പതിവായി. ഒറ്റയ്ക്ക് ഒറ്റയ്ക്കല്ലാതെ രണ്ടാളും ഒരുമിച്ച് വരാത്തതിന്റെ കാരണം ആലോചിച്ചപ്പോഴാണ് അതൊരു ട്രാപ്പാണെന്നു മനസ്സിലായത്. ഒന്നുമറിയാത്തപോലെ ഇടപഴകുമ്പോഴും എന്റെയുള്ളിൽ എന്റെ പ്രിയപ്പെട്ടവളെ ഇല്ലാതാക്കിയവരോടുള്ള പക ജ്വലിച്ചുകൊണ്ടേയിരുന്നു. പകരം വീട്ടാനൊരുമ്പെട്ടാൽ തകരുന്നത് എന്റെ ജീവിതമാണെന്നെനിക്കറിയാമായിരുന്നു. അവസരം കാത്തിരുന്നു.

ഒരു ദിവസം അപ്രതീക്ഷിതമായി കമ്പനിയിൽ രണ്ടു വിസിറ്റേഴ്സുണ്ടെന്നറിഞ്ഞ് അവിടെയെത്തുമ്പോൾ പ്രായമായ ഒരു പുരുഷനും സ്ത്രീയും എഴുന്നേറ്റു. സ്വയം പരിചയപ്പെടുത്തി.

"ഞാൻ ദീപയുടെ അച്ഛൻ. ഇത് ദീപയുടെ അമ്മ. ഞങ്ങൾ ഏറെ സ്നേഹിച്ചാണ് അവളെ വളർത്തിയത്. ജോലി ലഭിച്ചതോടെ വിവാഹാലോചനകൾ വന്നതെല്ലാം അവൾ ഓരോ കാരണങ്ങൾ പറഞ്ഞ് ഒഴിവാക്കി. ഒടുവിൽ ഞങ്ങൾ നിർബന്ധിച്ചപ്പോഴാണ് അവൾ മനസ്സു തുറന്നത്. അവൾക്ക് ഒരാളെ മാത്രമേ വിവാഹം കഴിക്കാനാവൂ എന്നും അത് രഘുനാഥ് ആണെന്നും നിങ്ങൾ തമ്മിലുള്ള അടുപ്പത്തെക്കുറിച്ചും അവൾ പറഞ്ഞു. ഞങ്ങൾക്കിനിയൊന്നും ആലോചിക്കാനില്ല. ഞങ്ങളിന്നോളം സമ്പാദിച്ചതെല്ലാം അവൾക്കുള്ളതാണ്. ഞങ്ങളുടെ ആഗ്രഹം തുറന്നുപറയാനാണ് ഇത്രടം വന്നത്. ശരിയായ രീതി ഇതല്ലെന്ന് അറിയാം. തെറ്റാണെങ്കിൽ ഞങ്ങളോടു ദേഷ്യമൊന്നും തോന്നരുത്. അധികം വൈകാതെ എല്ലാം നടത്തണം എന്നാണ് ഞങ്ങളുടെ തീരുമാനം."

ഒരു ഉറപ്പും പറയാതെ വീട്ടുകാരുമായി സംസാരിച്ച് അറിയിക്കാം എന്നുമാത്രം പറഞ്ഞ് യാത്രയാക്കി.

ഒരാഴ്ച കഴിഞ്ഞില്ല. കമ്പനിയുടെ വിസിറ്റേഴ്സ് റൂമിൽ മറ്റൊരു നാടകം അരങ്ങേറി. അതിലെ കഥാപാത്രങ്ങൾ കനകയുടെ അച്ഛനും അമ്മയുമെന്നു മാത്രം. അവരോടും മറുപടി അറിയിക്കാം എന്നു മാത്രം പറഞ്ഞ് യാത്രയാക്കി. നിറഞ്ഞ മനസ്സോടെ നടന്നുനീങ്ങിയ ആ മനുഷ്യരെ നോക്കിനിൽക്കുമ്പോൾ തോന്നി പഴയ മനുഷ്യർ എത്ര നിഷ്കളങ്കരാണെന്ന്. നന്മ മാത്രം ചിന്തിക്കുന്നവർ. ഈ മനുഷ്യരുടെ പിൻതലമുറക്കാർ എന്തേ ഇങ്ങനെയായി? പാശ്ചാത്യ

സംസ്കാരത്തിന്റെ കടന്നുകയറ്റമാണോ? അല്ല, ഇതൊരു ശാപമാണ്. അടഞ്ഞുപോകുന്ന ഡ്രെയിനേജ് കുഴലുകൾ ശുചിയാക്കാനെത്തുന്ന തൊഴിലാളികൾ വാരിക്കൂട്ടുന്ന കോണ്ടത്തിന്റെ എണ്ണക്കൂടുതൽ മനുഷ്യമനസ്സുകളെ ഞെട്ടിക്കുന്നില്ലേ? ഉണ്ട്. പക്ഷേ, പുറത്തു കാണിക്കാനാവാതെ എല്ലാം കടിച്ചമർത്തുന്നു. കാരണം ആ കൂട്ടത്തിൽ നമ്മുടെയാരോ ഉണ്ടെന്നുള്ള തിരിച്ചറിവുതന്നെ.

സർ, എനിക്കു പറയാനുള്ളതെല്ലാം പറഞ്ഞുകഴിഞ്ഞു. ഇനി ഞാനെന്തു ചെയ്യണം എന്ന് സാറ് പറഞ്ഞുതരണം."

അല്പനേരത്തെ നിശ്ശബ്ദതയ്ക്കുശേഷം ചോദിച്ചു.

"നിങ്ങൾ എന്തു സഹായമാണ് പ്രതീക്ഷിക്കുന്നത്?"

"സർ, എന്റെ പ്രിയപ്പെട്ടവളുടെ ജീവൻ അപഹരിച്ചവർക്കെതിരെ നടപടിയെടുക്കണം."

"ഓകെ. എന്തു കുറ്റത്തിന്?"

"അവർ ശിക്ഷിക്കപ്പെടണം."

ഒരു വർഷത്തിനുമുമ്പ് ആറ്റിൽ മലവെള്ളപ്പാച്ചിലിൽപെട്ട് ഒരു പെൺകുട്ടി മരണപ്പെടുന്നു. അക്കാര്യത്തിന് ഒരു കേസ് രജിസ്റ്റർ ചെയ്ത് അന്വേഷണങ്ങൾക്കൊടുവിൽ ആ കേസ് അവസാനിപ്പിച്ചതുമാണ്. പുതുതായി നിങ്ങൾ പറയുന്നത് കൂട്ടുകാരികൾ നിർബന്ധിച്ച് ആറ്റിൽ ഇറക്കിയെന്നാണ്. അതിനെന്തു തെളിവാണുള്ളത്? നിങ്ങൾ പറഞ്ഞ കാര്യങ്ങൾ സത്യമാണെങ്കിൽ നിങ്ങളുടെ പേരിൽ വേണമെങ്കിൽ ഒരു കേസ് രജിസ്റ്റർ ചെയ്യാം."

"എനിക്കെതിരെയോ?"

അതെ. നിങ്ങൾ വിവാഹം കഴിക്കാനാഗ്രഹിച്ചിരുന്ന പെൺകുട്ടി മരണമടഞ്ഞു. അതിനുശേഷം നിങ്ങളുടെ ഭാര്യാപദം കാംക്ഷിച്ച രണ്ടു പെൺകുട്ടികൾ അതിനുവേണ്ടി പ്രയത്നിച്ചു. നിങ്ങൾ രണ്ടാളേയും പിണക്കിയില്ല. പകരം നിങ്ങളുടെ താമസസ്ഥലത്ത് വരുന്ന പെൺകുട്ടികളെ അതിന്റെ പേരിൽ ശാരീരികമായി ചൂഷണം ചെയ്തു, അതിനായി അവർ ഉണ്ടാക്കിയ തെളിവുകളും നിങ്ങൾ നശിപ്പിച്ചു. അവരുടെ പാവം മാതാപിതാക്കളേയും നിങ്ങൾ വഞ്ചിച്ചു. അവരുടെ മൊഴികൾ രേഖപ്പെടുത്തി. എനിക്ക് ഐ.പി.സി 420 വകുപ്പ് പ്രകാരം ഒരു കേസ് രജിസ്റ്റർ ചെയ്യാം.

പിന്നെ നിങ്ങൾ പറഞ്ഞില്ലേ? പുത്തൻ തലമുറ ചാരിത്ര്യശുദ്ധി കാത്തുസൂക്ഷിക്കുന്നില്ലെന്ന്. അതിനുത്തരവാദികൾ അവരല്ല. മുതലാളിത്ത വ്യവസ്ഥിതി അടിച്ചേല്പിക്കുന്നതിന്റെ ഭാഗമാണ്.

സമർത്ഥരും കഠിനാധ്വാനികളുമായ യുവത്വത്തെ സ്വന്തം കമ്പനികളിൽ നിലനിർത്താനായി ആഴ്ചയിലൊരിക്കൽ എല്ലാം മറന്ന് ആസ്വദിക്കാനുള്ള സൗകര്യങ്ങൾ അവർതന്നെ ഒരുക്കിക്കൊടുക്കുന്നു. അതു മനസ്സിലാക്കാത്ത പുത്തൻ യുവത്വം ചതിക്കുഴികളിൽ വീഴുന്നു. ഫലമോ? വേസ്റ്റ് വാട്ടർ പൈപ്പുകളിൽ കുമിഞ്ഞുകൂടുന്ന ഗർഭനിരോധന ഉറകൾ. താനും അതിൽനിന്നു വിഭിന്നമല്ല. വിശുദ്ധിയുടെ പേരു പറഞ്ഞ് നിങ്ങളെന്തേ മാറിനിന്നില്ല. മറ്റുള്ളവർ ചെയ്യുമ്പോഴാണ് കുറ്റമാകുന്നത്. നമ്മൾ ചെയ്യുമ്പോൾ അത് ശരിയും അല്ലേ മിസ്റ്റർ രഘുനാഥ്? നിങ്ങൾ ബുദ്ധിമാനാണ്. രണ്ടു പെൺകുട്ടികളെയും കേസ്സിൽ പെടുത്തി നിങ്ങൾക്ക് രക്ഷപ്പെടണം. അറിഞ്ഞോ അറിയാതെയോ ചെയ്ത തെറ്റിന്റെ പേരിൽ അവർ രണ്ടാളും അഴിയെണ്ണണം, ആ സമയം ഒരു മാലാഖയെപ്പോലെ നിങ്ങൾക്ക് വിദേശത്തേക്ക് പറക്കാം. അവിടെ ചെന്ന് മാന്യതയുടെ കുപ്പായവും പേറി സുഖജീവിതം ആരംഭിക്കാം. അതായിരുന്നില്ലേ ഉദ്ദേശ്യം?"

"സാർ, വിദേശത്തേക്ക് പോകാനുള്ള ശ്രമം നേരത്തേ ആരംഭിച്ചതാണ്. ഇതുമായി യാതൊരു ബന്ധവുമില്ല."

"എന്റെ ഊഹം തെറ്റിയില്ല. അതിനു തടയിടാനും എനിക്കു കഴിയും എന്ന് അറിയാമോ?"

"സാർ, ക്ഷമിക്കണം."

"ക്ഷമിക്കേണ്ടത് ഞാനല്ല. നിങ്ങൾ ചതിച്ച ആ പെൺകുട്ടികളാണ്. എന്റെ നിലപാട് അവരോടൊപ്പമാണ്. ഈ സമസ്യയ്ക്ക് രഘുനാഥാ, താൻ ഒരു പരിഹാരമുണ്ടാക്കണം. ഒളിച്ചോടാൻ അനുവദിക്കില്ല. പറയൂ, എന്താ തീരുമാനം?"

"സർ, കനകയെന്ന പെൺകുട്ടി സമ്പന്ന കുടുംബത്തിലെയാണ്. അവളെ എത്ര പണം ചെലവാക്കിയും വിവാഹം കഴിപ്പിച്ചയയ്ക്കാൻ അവർക്കു കഴിയും. ദീപ ഒരു പാവപ്പെട്ട കുടുംബത്തിലെയാണ്. അവളെ ഒരു വിവാഹത്തിലൂടെ ഞാൻ സ്വീകരിക്കാം. ഈ തീരുമാനം നടപ്പിലാക്കിത്തരാനുള്ള ചുമതല അങ്ങേയ്ക്കാണ്."

"ഓകെ. തന്റെ ഹാൻഡ്ബേഗിൽ എന്താണുള്ളത്? മൊബൈൽ ഫോണും പാസ്പോർട്ടും പിന്നെ കുറെ ബില്ലുകളും."

"ശരി. ആദ്യം ആ പാസ്പോർട്ട് എന്റെ മേശപ്പുറത്തു വെക്കണം. പിന്നീട് മടക്കിത്തരും."

"ശരി സർ."

"അടുത്ത ആഴ്ച എല്ലാവരേയും എന്റെ ഓഫീസിൽ വരുത്തും. അന്നു തീരുമാനിക്കാം എന്താ വേണ്ടതെന്ന്."

നിശ്ചയിച്ചപ്രകാരം എല്ലാവരും എന്റെ ഓഫീസിലെത്തി. എല്ലാവർക്കും അവരവരുടെ ഭാഗം പറയാൻ അവസരം നൽകി. എല്ലാം കേട്ടിരുന്നു. ഒരു തീരുമാനം പറയാൻ രഘുനാഥിന് അവസരം നൽകി. നേരത്തെ പറഞ്ഞ തീരുമാനം ആവർത്തിച്ചു. അല്പ നേരത്തെ നിശ്ശബ്ദതയ്ക്കൊടുവിൽ രണ്ടു പെൺകുട്ടികളും ഒരേ സ്വരത്തിൽ പറഞ്ഞു, "ഞങ്ങൾക്കയാളെ വേണ്ട. കമ്പനിയിലെ ജോലിയും വേണ്ട. രാജിക്കത്തുകൾ സമർപ്പിച്ച് ഇന്നുതന്നെ വീടുകളിലേക്ക് മടങ്ങും. നന്ദിയുണ്ട് സാർ. ആ നികൃഷ്ടജന്തുവിന്റെ യഥാർത്ഥ മുഖം കാട്ടിത്തന്നതിന്."

"നിങ്ങൾക്ക് നന്മവരട്ടെ." മനസ്സുകൊണ്ട് എല്ലാവർക്കും നന്മ നേരുന്നു.

ഡിസൂസ സാറിന്റെ ആ അനുഭവക്കുറിപ്പ് വായിച്ചുതീർന്നപ്പോൾ ഉള്ളിൽനിന്ന് ആശ്വാസത്തിന്റെ നെടുവീർപ്പുകളുയർന്നു. ഡയറി മടക്കിവെച്ചു.

■

ഒരു കൊലയാളിയുടെ കഥ

ഡിറ്റക്ടീവ് ഡിസൂസയുടെ ഡയറിക്കുറിപ്പുകൾ വായിക്കാൻ അഭിനിവേശം വർദ്ധിച്ചുകൊണ്ടിരുന്നു. അടുത്ത കഥ തുടങ്ങിയിരിക്കുന്നത് ഇങ്ങനെയാണ്.

അവിടത്തെ പ്രമുഖമായ ബാർ ഹോട്ടലിലാണ് സംഭവം നടന്നത്. വിവരം ലഭിച്ച് അവിടെയെത്തുമ്പോൾ എസ്.ഐയും സംഘവും ജനക്കൂട്ടത്തെ നിയന്ത്രിക്കാനുള്ള ബദ്ധപ്പാടിലായിരുന്നു. ഒരുവിധം ഹോട്ടലിന്റെ പോർട്ടിക്കോയിലെത്തി വാഹനം സൈഡിലിട്ട് മാറ്റി പാർക്കുചെയ്യാൻ നിർദ്ദേശം നൽകിയശേഷം മുകളിലേക്കു കയറി. രണ്ടാംനിലയിലെ തെക്കുഭാഗത്തുള്ള ഓഫീസ് മുറിയിലാണ് നെഞ്ചിൽ മുറിവേറ്റ് റിവോൾവിംഗ് ചെയറിൽ ഇടത്തേയ്ക്ക് അല്പം ചെരിഞ്ഞ നിലയിൽ ഉടമയുടെ മൃതശരീരം കാണപ്പെട്ടത്. സ്യൂട്ട് ധരിച്ച മാനേജർ അരികിലെത്തി കാര്യങ്ങൾ വിശദീകരിച്ചു.

"സാർ, ഈ മരിച്ചുകിടക്കുന്നതാണ് ഇതിന്റെ ഉടമ മിസ്റ്റർ ജോസഫ്. ഇന്നു രാവിലെ 11 മണിയോടെ ഇദ്ദേഹത്തോട് ഒരു കാര്യം പറയണം എന്ന ആവശ്യവുമായി ജെയ്സൺ എന്ന യുവാവ് സെക്യൂരിറ്റിക്കാരന്റെ അനുവാദം വാങ്ങി മുകളിലേക്ക് കയറിവന്നു. ഇവർ സംസാരിച്ചിരിക്കുന്നതു കണ്ടിട്ടാണ് ഞാൻ കിച്ചണിലേക്ക് പോയത്. ഒരു മണിക്കൂർ കഴിഞ്ഞ് മടങ്ങിയെത്തുമ്പോഴാണ് ചോരവാർന്ന് ചലനമില്ലാതെയിരിക്കുന്ന സാറിനെ കണ്ടത്.

ഞാൻ വേഗം താഴേക്ക് ഓടി സെക്യൂരിറ്റിക്കാരനോട് ഇവിടെ നിന്നും ഇറങ്ങിവന്ന ചെറുപ്പക്കാരൻ എവിടേക്ക് പോയിയെന്നു ചോദിച്ചു. ഒരു പത്തു മിനിറ്റ് മുമ്പ് അയാൾ വന്നു പോട്ടെയെന്ന് ചോദിച്ചിട്ട് പുറത്തേക്ക് പോയിയെന്നു പറഞ്ഞ ഉടനെ മറ്റു ജീവനക്കാരോട് വേഗം പുറത്തേക്ക് പോയി നീല ഷർട്ടും കറുത്ത പാന്റും ധരിച്ച ആളെ നോക്കാനായി പറഞ്ഞയച്ചു.

വീണ്ടും മുകളിലെത്തി സാറിന് ജീവൻ ഉണ്ടോയെന്ന് പരിശോധിച്ചു. ജീവന്റെ തുടിപ്പുകൾ ഒന്നും അവശേഷിക്കുന്നില്ലെന്നു മനസ്സിലായ ഉടനെ പൊലീസ് സ്റ്റേഷനിൽ വിവരമറിയിച്ചു. അശ്രദ്ധ കാട്ടിയ സെക്യൂരിറ്റിക്കാരെ ശാസിച്ചു. മുകളിലേക്ക് മറ്റാരെയും കടത്തിവിടരുത് എന്ന നിർദ്ദേശം നൽകി. അപ്പോഴാണ് എസ്. ഐയും പൊലീസുകാരുമെത്തിയത്."

എസ്.ഐയെ അരികിൽ വിളിച്ച് എഫ്.ഐ.ആർ. രജിസ്റ്റർ ചെയ്യാനായി മാനേജരുടെ മൊഴി വാങ്ങാനും അയാളെ പ്രത്യേകം നിരീക്ഷിക്കാനും നിർദ്ദേശം നൽകി. മൃതശരീരത്തിനടുത്തു ചെന്നു പരിശോധിച്ചു. ഇടതു നെഞ്ചിൽ ആഴത്തിലുള്ള ഒരു കുത്തിമുറിവും മുഖത്ത് മൂക്കിൽ തിണർപ്പും വലതുകവിളിൽ നഖത്തിന്റെ പാടുകളും കാണപ്പെട്ടതിൽനിന്ന് ഉദ്ദേശം അഞ്ചടിയിൽ അധികം ഉയരമുള്ള ഒരാളായിരിക്കണം കൊലയാളിയെന്നു തോന്നി.

പിന്നിലൂടെ വന്നു കസേരയുടെ മുകളിലൂടെ ഇടതുകൈകൊണ്ട് മൂക്കും വായയും പൊത്തിപ്പിടിച്ച് വലതുകൈകൊണ്ടാവണം കൃത്യമായി നെഞ്ചിൽ ആഞ്ഞുകുത്തിയത്. ആദ്യത്തെ നിഗമനം അങ്ങനെയാണ്. മറ്റാരുടെയെങ്കിലും സഹായം ഉണ്ടായിരുന്നോ എന്ന കാര്യവും അന്വേഷിക്കണം.

അന്ന് അവിടെ ഡ്യൂട്ടിയിലുണ്ടായിരുന്നവരെ ഓരോരുത്തരെയായി വിളിച്ചു വിവരങ്ങളാരാഞ്ഞു. ജേക്കബ്ബ് മുതലാളിയാണ് ഈ ബാർ ഹോട്ടൽ ആരംഭിച്ചതെന്നും അദ്ദേഹത്തിന്റെ മകളെ വിവാഹം കഴിച്ചതിനുശേഷമാണ് ജോസഫ് സാർ ഇതിന്റെ ചുമതല ഏറ്റെടുത്തതെന്നും ജേക്കബ്ബ് മുതലാളി എല്ലാവരോടും നല്ല സ്നേഹത്തിലാണ് പെരുമാറിയിരുന്നതെന്നും ജോസഫ് സാർ ജോലിക്കാരോടെല്ലാം ദേഷ്യത്തോടെയാണ് പെരുമാറുന്നതെന്നും മാനേജർ കുര്യൻ സാറാണ് ഇതെല്ലാം നടത്തിക്കൊണ്ടുപോകുന്നതെന്നും മറ്റുമുള്ള വിവരങ്ങൾ ലഭ്യമായി.

എ.എസ്.ഐയോട് ഇൻക്വസ്റ്റ് നടപടികൾ ആരംഭിക്കാൻ നിർദ്ദേശം നൽകി. ആവശ്യമുള്ള ഫോട്ടോകൾ എടുത്തശേഷം മൃതശരീരം തറയിൽ ഒരു ഷീറ്റ് വിരിച്ച് അതിൽ കിടത്തി. പഞ്ചായത്ത് പ്രസിഡണ്ട് അടക്കം അഞ്ചുപേരെ സാക്ഷി നിർത്തി എഴുതിത്തുടങ്ങി. മുൻവിരോധം നിമിത്തം ആരോ ഇതിനുള്ളിൽ കടന്ന് കൊലപ്പെടുത്തിയെന്ന അവരുടെ അഭിപ്രായങ്ങളും രേഖപ്പെടുത്തി എഴുതിക്കൊണ്ടിരുന്നതിനിടയിൽ ഡോഗ് സ്ക്വാഡും ഫിംഗർ പ്രിന്റ് ബ്യൂറോക്കാരുമെത്തി പരിശോധനകൾ ആരംഭിച്ചു.

സ്റ്റേഷനിൽനിന്നും മടങ്ങിയെത്തിയ മാനേജർ കുര്യനെ പ്രത്യേകം മാറ്റിനിർത്തി കാര്യങ്ങൾ കൂടുതലായി ചോദിച്ചു മനസ്സിലാക്കി.

"ജേക്കബ്ബ് മുതലാളി ഈ സ്ഥാപനം ആരംഭിച്ചിട്ട് വർഷങ്ങളേറെയായി. പാരമ്പര്യമായി സമ്പത്തുള്ള തറവാട്ടിലെയായിരുന്നു മുതലാളി. നാലുപേർ ചേർന്ന് പാർട്ണർഷിപ്പിലാണ് ബാർ ആരംഭിച്ചതെങ്കിലും ക്രമേണ മറ്റുള്ളവരുടെ ഷെയർ തിരിച്ചുനൽകി മുതലാളി ഇത് സ്വന്തമാക്കി. പ്രത്യേകിച്ച് ആരെയും പിണക്കാതെ കാര്യങ്ങൾ നടത്തിക്കൊണ്ടുപോകാനുള്ള മുതലാളിയുടെ കഴിവ് അപാരം തന്നെയാണ്. താൻ ഇവിടെ ജോലിക്കായി വന്നിട്ട് പതിനഞ്ച് വർഷത്തിലേറെയായി. ജേക്കബ്ബ് മുതലാളിയുടെ മകളെ വിവാഹം കഴിച്ചതിലൂടെയാണ് ജോസഫ് സാർ ഇവിടെ ചുമതലക്കാരനായെത്തിയത്. ഏതാണ്ട് രണ്ടു വർഷം ആയിട്ടുണ്ടാവണം. ഒന്നും അറിയില്ലെങ്കിലും എല്ലാം അറിയാമെന്ന ഭാവത്തിൽ എന്തെങ്കിലും കുഴപ്പങ്ങളൊക്കെ വരുത്തിവെക്കുന്ന പ്രകൃതമാണ്. സാറിന്റെ വീട്ടുകാരെക്കുറിച്ചോ ബന്ധുക്കളെക്കുറിച്ചോ ഒന്നും ആർക്കുമറിയില്ല. പാലക്കാട്ടുകാരനാണെന്നു മാത്രം അറിയാം. അത്രയേ പറയാറുള്ളൂ. സാറിന് ശത്രുക്കളാരെങ്കിലുമുണ്ടോ സ്നേഹിതന്മാർ ആരെങ്കിലുമുണ്ടോയെന്ന കാര്യം ആർക്കും അറിയില്ല."

നടപടിക്രമങ്ങൾ പൂർത്തിയാക്കി മൃതശരീരം പോസ്റ്റുമോർട്ടം പരിശോധനയ്ക്ക് അയച്ചു.

തുടർന്നു നടത്തിയ അന്വേഷണങ്ങളുടെ ഭാഗമായി ജേക്കബ്ബിനെ കണ്ടു ചോദിച്ചു മൊഴി രേഖപ്പെടുത്തി. അദ്ദേഹത്തിന്റെ മൊഴിയിൽ തനിക്കോ ബാറിനെതിരെയോ ശത്രുതയുള്ള ആരുമുണ്ടായിരുന്നില്ലെന്നും പാലക്കാട് ജില്ലയിലെ കുഴൽമന്ദത്തിനു സമീപമാണ് ജോസഫിന്റെ കുടുംബമെന്നും ധാരാളം കൃഷിഭൂമി സ്വന്തമായുണ്ടെന്നും ഒരു സ്കൂൾ മാഷിന്റെ മകനാണ് ജോസഫ് എന്നും നല്ല വിദ്യാഭ്യാസയോഗ്യതയും നല്ല കുടുംബത്തിലെ പയ്യനാണെന്നറിഞ്ഞതിനാലാണ് മകളെ വിവാഹം കഴിപ്പിച്ചു കൊടുത്തതെന്നും ബാറിന്റെ ചുമതല നൽകിയതല്ലാതെ അത് ആർക്കും എഴുതി നൽകിയിട്ടില്ലെന്നും ആദ്യം അതൊക്കെ ഒന്നു പഠിക്കട്ടെയെന്നാണ് കരുതിയതെന്നും വിവാഹത്തിനുശേഷം ഇല്ലാത്ത കഥകൾ പറഞ്ഞുകേട്ട കൂട്ടത്തിൽ ഇയാളുടെ അടുത്ത സ്നേഹിതനെ ഇയാൾ ചതിച്ചു എന്നും അയാൾ ഇപ്പോൾ ജയിലിലാണ് എന്നുമൊക്കെ പറഞ്ഞു കേട്ടു. ഞങ്ങൾ അതൊന്നും കാര്യമാക്കിയില്ല എന്നും മറ്റും മൊഴി നൽകിയത് രേഖപ്പെടുത്തി മടങ്ങി.

ബാറിലെത്തി ജോസഫിനെ കൊലപ്പെടുത്തിയതല്ലാതെ പണം എടുക്കാനോ മറ്റോ ശ്രമിക്കാത്തതിൽനിന്നും മോഷണമല്ല ഉദ്ദേശം എന്നു മനസ്സിലായി. അപ്പോൾ മറ്റെന്തോ ആയിരിക്കണം. പ്രാദേശികമായി സ്ഥിരം കുറ്റവാളികളെക്കുറിച്ചും മറ്റും നടത്തിയ അന്വേഷണങ്ങളിലൊന്നും ഉപയോഗപ്രദമായ വിവരങ്ങളൊന്നും ലഭ്യമായില്ല. സെക്യൂരിറ്റിക്കാരൻ നൽകിയ വിവരണങ്ങൾവെച്ച് ഒരു രേഖാചിത്രം വരപ്പിച്ചും മറ്റും നടത്തിയ അന്വേഷങ്ങളിലും ആളെക്കുറിച്ച് ഒരു സൂചനയും ലഭ്യമാകാത്തതിനാൽ ജോസഫിന്റെ നാട്ടിലെത്തി അന്വേഷണങ്ങൾ നടത്താൻ തീരുമാനിച്ചു.

തൃശ്ശൂർ എസ്.പിയുടെ അനുവാദത്തോടെ പാലക്കാട് കുഴൽമന്ദത്ത് എത്തി. പൊലീസ് സ്റ്റേഷനിൽ നടത്തിയ അന്വേഷണത്തിൽ സി.ഐ. ചില വിലപ്പെട്ട സൂചനകൾ നൽകി. ജോസഫിന്റേത് ഒരു സാധാരണ കുടുംബമായിരുന്നു. ഒരു പ്രൈമറി സ്കൂൾ മാഷിന്റെ മൂന്നു മക്കളിൽ ഒരാളാണ് ജോസഫ്. അയാളുടെ മൂത്ത രണ്ടു സഹോദരിമാർക്ക് വിവാഹപ്രായമെത്തിയിട്ടും വിവാഹം കഴിപ്പിക്കാനുള്ള ശ്രമത്തിന് സാമ്പത്തിക ബുദ്ധിമുട്ടുകൾ തടസ്സം നിന്നു. അതേസമയം ജോസഫിന്റെ അമ്മയുടെ അമ്മ വലിയ സ്വത്തിനുടമയായിരുന്നിട്ടും അവരുടെ ഏകമകളായ മോളിക്ക് സഹായമൊന്നും ചെയ്തില്ല. വീട്ടുകാരെ ധിക്കരിച്ച് ഒരു സ്കൂൾമാഷിനോടൊപ്പം ഇറങ്ങിപ്പോയതിലുള്ള വിരോധമായിരുന്നു കാരണം.

പെൺകുട്ടികളെ കെട്ടിക്കാനായി പണത്തിനുവേണ്ടി എന്തൊക്കെയോ പദ്ധതികൾ തയ്യാറാക്കിക്കൊണ്ടിരുന്നു. ഇതിനിടെ ആ സ്ത്രീയുടെ വീട്ടിൽ വലിയ മോഷണം നടന്നു. അവരെ കെട്ടിയിട്ട ശേഷം പണമെല്ലാം കവർന്നുകൊണ്ടുപോയി. അന്നുതന്നെ ഒരു പ്രതിയെ കിട്ടി. പണമെല്ലാം റിക്കവറി കാണിച്ച് അയാളെ അറസ്റ്റു ചെയ്ത് ജയിലിലടച്ചു. പക്ഷേ, അയാൾ ജോസഫിന്റെ സ്നേഹിതനാണെന്ന കാര്യം ചർച്ചയായില്ല. എന്തായാലും ജോസഫിന്റെ രണ്ടു സഹോദരിമാരെയും നല്ല നിലയിൽ കെട്ടിച്ചയച്ചു. പണം പോയതിന്റെ ഷോക്കിൽ വൈകാതെ ആ സ്ത്രീയും മരണമടഞ്ഞു. അതോടെ സ്വത്തുക്കളുടെ ഏക അവകാശി മാഷും ഭാര്യയുമായി. കണ്ടമാനം കൃഷിഭൂമി സ്വന്തമായി. സാമ്പത്തികനില മെച്ചപ്പെട്ടു.

തൃശ്ശൂർ ഭാഗത്തുള്ള ഒരു കോടീശ്വരന്റെ മകളെ വിവാഹം ചെയ്ത് ജോസഫ് അവിടേയ്ക്കു താമസം മാറ്റി ഇപ്പോൾ അവിടെയാണ്. അന്നു കേസ്സിൽപെട്ട് അറസ്റ്റിലായ ജെയ്സൻ എന്നയാളുടെ ശിക്ഷ കഴിയാറായിക്കാണണം. അയാളുടെ അമ്മ താമസിക്കുന്നത് പൊഴുതനയെന്ന സ്ഥലത്താണ്. ആ വീട്ടുകാരെ ഒന്നു കാണണം. വീട്

അറിയാവുന്ന ഒരു പൊലീസുകാരനെ സഹായത്തിനായി സി.ഐ. അയച്ചുതന്നു. വീട് കാട്ടിത്തന്ന ഉടനെ പൊലീസുകാരനെ മടക്കി അയച്ചു.

ആ വീട്ടിൽ കട്ടിലിൽ കിടക്കുന്ന ഒരു സ്ത്രീ. സമീപം ഒരു വീൽചെയറുണ്ട്. വീടിനുള്ളിൽനിന്നും ശാലീനയായൊരു പെൺകുട്ടി പുറത്തേക്കു വന്നു.

"ഞങ്ങൾ തൃശ്ശൂരിൽനിന്നും വരികയാണ്. പൊലീസാണ്. ജെയ്സന്റെ വീടല്ലേയിത്?"

"അതെ സർ."

"ജെയ്സണിന്റെ ആരാ?"

"ആരുമല്ല. അടുത്ത വീട്ടിലെയാ."

"എന്താ പേര്?"

"അലീന."

"ജെയ്സന്റെ അമ്മ?"

"കിടപ്പാണ്. വിളിക്കാം സർ."

"വേണ്ട. ഞങ്ങൾ അകത്തു വരാം."

അലീന അകത്തേക്ക് ഓടി വേഗം കിടക്കയിൽനിന്നും അമ്മയെ എഴുന്നേല്പിച്ചു വീൽച്ചെയറിലിരുത്തി. ഞങ്ങളെ കണ്ടപാടേ അവർ കൈകൂപ്പി. തിരികെ കൈ കൂപ്പിയശേഷം ആ കട്ടിലിൽ ഇരുന്നു.

"ജെയ്സൻ ഇല്ലേ?"

"ഇല്ല സാർ."

"എവിടെപ്പോയി?"

"ആരെയോ കാണാനുണ്ടെന്നു പറഞ്ഞു പോയതാ."

"എന്നാ വന്നത്?"

"മൂന്നു ദിവസം മുമ്പ്."

"ചെയ്യാത്ത തെറ്റിനാണ് ജെയ്സൻ ശിക്ഷ അനുഭവിച്ചത് എന്നു പറഞ്ഞുകേട്ടിട്ടുണ്ട്. അതിന്റെ സത്യാവസ്ഥ അമ്മയ്ക്കറിയാമോ?"

"ഇനി അറിഞ്ഞിട്ട് എന്തു കാര്യം? എന്റെ മോൻ അനുഭവിച്ചതിന്റെ വേദനകൾ അതിന് ഒരു പരിഹാരം ഉണ്ടാവില്ലല്ലോ?"

"അറിയാനുള്ള ആഗ്രഹംകൊണ്ട് ചോദിച്ചതാണ്. ബുദ്ധിമുട്ടാവില്ലെങ്കിൽ..."

"പറയാം മോനേ. എന്റെ മോനും ജോസഫും ഒരേ സ്കൂളിലാണ് പഠിച്ചത്. അന്നു മുതലേ അവർ കൂട്ടുകാരായിരുന്നു. കോളേജിലായപ്പോഴും ഒരുമിച്ചുതന്നെയായിരുന്നു നടപ്പും കിടപ്പും എല്ലാം. ഞാൻ

കിടപ്പിലായശേഷമാണ് ഇവിടെനിന്നും ആഹാരം കഴിക്കാതായത്. എങ്കിലും അവന്റെ സങ്കടങ്ങളെല്ലാം ഞങ്ങളോട് പങ്കുവെക്കുമായിരുന്നു. അവന്റെ പെങ്ങന്മാരുടെ വിവാഹം നടക്കാത്തതും ഭാരിച്ച സ്വത്തുകാരിയായ അമ്മാമ്മയുടെ ദയയില്ലാത്ത പെരുമാറ്റവും എല്ലാം. അമ്മ ചെന്ന് യാചിച്ചിട്ടുപോലും കരുണ കാട്ടാത്ത അമ്മാമ്മയെക്കുറിച്ചായിരുന്നു അവന്റെ ദേഷ്യം. വളരെ വൈകിയാണ് ഞങ്ങളാ വിവരമറിഞ്ഞത്. ജെയ്സനും ജോസഫുംകൂടെ അമ്മാമ്മയുടെ വീട്ടിലെത്തി അവരെ കെട്ടിയിട്ടശേഷം പണം എടുത്തു. പണവുമായി ആദ്യം ജോസഫ് പുറത്തിറങ്ങിയശേഷമാണ് ജെയ്സൻ പുറത്തിറങ്ങിയത്. അതിനിടെ പട്ടിയുടെ കുര കേട്ട് ആൾക്കാർ ഓടിയെത്തി ജെയ്സനെ പിടികൂടി. എല്ലാ കുറ്റവും അവന്റെ മേലായി. അപ്പോഴും അവൻ ജോസഫിന്റെ പേർ പറഞ്ഞില്ല. കുറ്റം ഏറ്റെടുത്തു. സ്വയം ശിക്ഷ ഏറ്റുവാങ്ങി. നാലു വർഷത്തെ ജയിൽ വാസം. എന്റെ മോന് എല്ലാം നഷ്ടമായി. കള്ളനെന്ന പേരു മാത്രം ബാക്കിയായി. അതേസമയം ആ പണംകൊണ്ട് അവൻ രണ്ടു സഹോദരിമാരുടെയും വിവാഹം നടത്തി. ആ അമ്മാമ്മയുടെ മരണത്തോടെ ഏക്കർകണക്കിന് നെൽപാടങ്ങളും മറ്റു സ്വത്തുക്കളുമെല്ലാം ഏകമകളായ അവന്റെ അമ്മയ്ക്കു ലഭിച്ചു. വലിയ സമ്പത്തിനുടമയായി. പക്ഷേ, ഒരു ദിവസംപോലും ഇവിടേക്ക് തിരിഞ്ഞു നോക്കിയില്ല.

അവനുവേണ്ടി കുറ്റം ഏറ്റെടുത്ത് ശിക്ഷ ഏറ്റുവാങ്ങിയ ജെയ്സനെ മറന്നു. പട്ടിണിയിലും കിടക്കിയിലുമായ എന്നെ സഹായിക്കാൻ ദൈവം തന്നതാണീ മകളെ. അമ്മയും അച്ഛനും നഷ്ടപ്പെട്ട ഇവൾക്കും കൂട്ടായി ഇപ്പോൾ ഞാൻ മാത്രം. എന്റെ മോന് നൽകാൻ കഴിയാത്ത സ്നേഹം ഇന്ന് ഇവളിലൂടെ ഞാൻ അനുഭവിക്കുന്നു. എന്റെ മോൻ ശിക്ഷ കഴിഞ്ഞു വന്നപ്പോൾ എന്റെ ആഗ്രഹം ഞാൻ അവനോട് പറഞ്ഞു. അവൻ തിരിച്ചൊരു ചോദ്യം ചോദിച്ചു.

“പട്ടിണിയിൽ കഴിയേണ്ട നമ്മൾ ഒരു പാവം പെണ്ണിനെക്കൂടെ വഞ്ചിക്കണോ? വേണ്ടമ്മേ. ആദ്യം ഒരു ജോലി കണ്ടെത്തട്ടെ. അതു കഴിഞ്ഞുമതി മറ്റെല്ലാം.”

“മോനേ, നീ കാരണം സമ്പന്നനായ ജോസഫിനെ ഒന്നുപോയി കണ്ടുകൂടേ എന്നു ചോദിച്ചപ്പോഴാണ് അവൻ വിങ്ങിപ്പൊട്ടിയത്. അമ്മേ, നാലു വർഷം ജയിലറയിൽ കിടന്നു നരകിക്കുമ്പോഴും വല്ലാതെ ആഗ്രഹിച്ചിരുന്നു. ഒരു ദിവസമെങ്കിലും അവൻ എന്നെ കാണാൻ വരുമെന്ന്. അവൻ നമ്മുടെ പഴയ ജോസഫ് അല്ലമ്മേ.

വരട്ടെ ഞാൻ ശിക്ഷ കഴിഞ്ഞു പുറത്തിറങ്ങിയതറിഞ്ഞ് ഇവിടേക്ക് വരുമോയെന്നു നോക്കട്ടെയെന്നാണ് എന്റെ മോൻ പറഞ്ഞത്."

"എവിടേക്കാണ് പോകുന്നതെന്നു പറഞ്ഞിരുന്നോ?"

"ഇല്ല സാർ. എന്തായാലും ജോസഫിന്റെ അടുത്തേക്ക് പോകില്ല. എന്നോടു പറഞ്ഞതാണവൻ. സർട്ടിഫിക്കറ്റുകളുമായാണവൻ ഇവിടെ നിന്നും പോയത്. എവിടെയെങ്കിലും ജോലി തേടി പോയ താവണം."

"എങ്ങനെയാണ് നിങ്ങളുടെ ചെലവുകൾക്കുള്ള പണം ലഭി ക്കുന്നത്?"

"എന്റെ മോളുടെ അച്ഛന്റെ പെൻഷൻ അവൾക്ക് ജീവിക്കാനായി കിട്ടുന്നുണ്ട്. അതിൽ ഞാനും പങ്കുപറ്റും."

അവർ കണ്ണീരടക്കാൻ ബുദ്ധിമുട്ടി. യാത്ര പറഞ്ഞിറങ്ങുമ്പോൾ ആശ്വസിപ്പിച്ചു.

"സാരമില്ല. എല്ലാം നേരെയാവും."

കള്ളം പറയുകയാണെന്നറിയാതിരിക്കാൻ മുഖം തിരിച്ചുനിന്നാ ണത് പറഞ്ഞത്.

ജീപ്പ് ഇരുളിൽ മറച്ചിട്ടശേഷം വഴിയിൽ കാത്തുനിന്നു. കണക്കു കൂട്ടലുകൾ തെറ്റിയില്ല. രാത്രി 12 മണി കഴിഞ്ഞ സമയത്താണ് അവൻ ഞങ്ങളുടെ മുന്നിലെത്തിയത്. അപ്രതീക്ഷിതമായി ഞങ്ങളെ കണ്ട പ്പോൾ ഭയന്നുപോയെങ്കിലും രക്ഷപ്പെടാനൊന്നും മുതിർന്നില്ല. തൊഴുകൈയോടെ അയാൾ യാചിച്ചു.

"സാർ, ഒരല്പസമയം എനിക്കു തരണം. എന്നെത്തേടി പൊലീസ് എത്തുമെന്ന് എനിക്കറിയാമായിരുന്നു. എല്ലാം അറിഞ്ഞുകൊണ്ടു തന്നെ ചെയ്തതാണ്. ഒരുപക്ഷേ അങ്ങനെ ചെയ്യേണ്ടിവരുമായിരു ന്നില്ല. അവൻ എന്നോടു സൗമ്യമായി ഒരു വാക്കു പറഞ്ഞിരുന്നെ ങ്കിൽ. കുറ്റബോധംകൊണ്ട് തലകുനിച്ചെങ്കിൽ പകരം എന്നോട് അവിടെനിന്നും ഇറങ്ങിപ്പോകാൻ ആജ്ഞാപിക്കുകകൂടി ചെയ്ത പ്പോൾ എനിക്കു പിടിച്ചുനിൽക്കാനായില്ല സാർ. എല്ലാം വേഗത്തി ലായിരുന്നു. അവന്റെ പിന്നിലെത്തി വായ പൊത്തി കത്തികൊണ്ട് ഒറ്റ കുത്ത്. അത്രയേ വേണ്ടിവന്നുള്ളൂ ആ ജീവൻ അവസാനിപ്പി ക്കാൻ. സാർ, എന്റെ അമ്മയോട് യാത്ര ചോദിക്കണം. ഇങ്ങനെ യൊരു മകനെ പ്രസവിക്കേണ്ടിവന്നതിന് ദുഃഖിക്കുന്ന അമ്മയോട്. പിന്നെ അമ്മയെ പരിചരിച്ചു കഴിയുന്ന ആ പാവം പെണ്ണിനോട് മാപ്പപേക്ഷിക്കാൻ. അതിന് എന്നെ അനുവദിക്കണം."

മറുപടിയൊന്നും പറയാതെ അയാളെയും കൂട്ടി ആ വീട്ടിലെത്തി. ഞങ്ങൾ ഇരുളിൽ മറഞ്ഞുനിന്നു. “ഞാൻ അവനെ കൊന്നു അമ്മേ” എന്നു പറഞ്ഞതും മൂന്നുപേരും കെട്ടിപ്പുണർന്ന് പൊട്ടിക്കരയുന്ന രംഗം എന്റെയുള്ളിൽ ആഴത്തിൽ മുറിവേല്പിച്ചു. കുറ്റവാളിയെ കണ്ടെത്തിയില്ലെന്നു പറഞ്ഞു മടങ്ങാൻപോലും തോന്നിപ്പോയ നിമിഷം. അവസാനം അവൻ ഇത്രയുംകൂടെ പറഞ്ഞു.

“അമ്മേ, എന്നെ കൊണ്ടുപോകാൻ അവർ എത്തിയിട്ടുണ്ട്. എന്നെ കോടതീൽ ഹാജരാക്കും. തൂക്കുകയർ വിധിച്ചാൽ ലോകം മുഴുവൻ എന്നെ വെറുത്താലും നിങ്ങൾ രണ്ടാളും മാത്രം എന്നെ ശപിക്കല്ലേ.”

തിരിഞ്ഞുനടന്ന ജെയ്സൻ നേരേ ജീപ്പിൽ കയറിയിരുന്നു. തൃശ്ശൂരിലെത്തുവോളം ആർക്കും ഒന്നും ശബ്ദിക്കാനായില്ല. പൊലീസ് സ്റ്റേഷനിലെത്തി കൊലയാളിയെ അറസ്റ്റു ചെയ്ത വിവരമറിഞ്ഞ് എല്ലാവരും സന്തോഷിച്ചെങ്കിലും ഞങ്ങൾക്കുമാത്രം സന്തോഷിക്കാനായില്ല. ഞങ്ങളുടെ മനസ്സ് മരവിച്ചുപോയിരുന്നു.

തെളിവുകളെല്ലാം ശേഖരിച്ച് ജെയ്സനെ റിമാന്റപേക്ഷ സഹിതം കോടതിയിലെത്തിച്ചു. ഇതുകൊണ്ടൊന്നും മനസ്സിന് ആശ്വാസം കണ്ടെത്താനായില്ല. ആരുടെ പ്രേരണയാലെന്നറിയില്ല നേരേ ജേക്കബ്ബിന്റെ വീട്ടിലെത്തി. മകളുടെ ഭർത്താവിന്റെ ചെയ്തികളെല്ലാം അതേപടി തുറന്നുപറഞ്ഞു. എല്ലാം കേട്ടിരുന്നശേഷം അദ്ദേഹം പറഞ്ഞു, “ഒരുപക്ഷേ ജെയ്സൻ എന്നേയും എന്റെ കുടുംബത്തേയും രക്ഷിക്കുകയായിരുന്നു അല്ലേ സാർ.”

മറുപടിയൊന്നും പറയാനായില്ല. ജേക്കബ്ബ് എഴുന്നേറ്റ് ഫോണിനടുത്തെത്തി ഡയൽ ചെയ്തിട്ട് പറഞ്ഞു, “മാനേജരല്ലേ, ബാറിലെ കളക്ഷനിൽനിന്നും അഞ്ചു ലക്ഷം രൂപ എടുത്ത് ഇന്നുതന്നെ പാലക്കാടെത്തി ജെയ്സന്റെ വീട്ടിലെത്തിക്കണം. അവിടെ സുഖമില്ലാതെ കിടക്കുന്ന ഒരു അമ്മയുണ്ട്. അവരോടു പറയണം, അവരുടെ മകന്റെ നന്മയുള്ള പ്രവർത്തിക്കുള്ള പ്രതിഫലമാണെന്നും ഇനിയും എന്നും കൂടെയുണ്ടാവും എന്നും.”

ഫോൺ വെച്ചശേഷം പറഞ്ഞു, “സാർ, ഇനിയവർ ദുഃഖിക്കാൻ ഞാനിടവരുത്തില്ല. എന്നും അവരുടെ സംരക്ഷണത്തിനായി കൂടെയുണ്ടാവും.”

ഞാൻ മനസ്സുകൊണ്ട് ആഗ്രഹിച്ചതിനപ്പുറം പ്രവർത്തിച്ച ആ മനുഷ്യനോട് നന്ദി എന്നു മാത്രം പറഞ്ഞ് അവിടെ നിന്നിറങ്ങുമ്പോൾ മനസ്സിന് വല്ലാത്തൊരു ആശ്വാസം തോന്നി.

ഏതാണ്ട് രണ്ടു വർഷത്തിനുശേഷമാണ് ആ കേസിനോടനു ബന്ധിച്ചുണ്ടായ മാറ്റങ്ങളെക്കുറിച്ചറിഞ്ഞത്. ജെയ്സന്റെ മാതാവി നോടൊപ്പമുണ്ടായിരുന്ന പെൺകുട്ടിയെ ബന്ധുക്കൾ വന്ന് ബല മായി കൂട്ടിക്കൊണ്ടുപോയി. അമ്മയെ പരിചരിക്കാൻ രണ്ടു ജോലി ക്കാരുണ്ടായി. ഒരു വർഷം കഴിഞ്ഞതോടെ ജെയ്സന് സുപ്രീം കോടതിയിൽനിന്നും ജാമ്യം ലഭിച്ചു. പ്രശസ്തരായ അഭിഭാഷകൻ കോടതിയിൽ ഹാജരായി. ബാറിലെ സാക്ഷികളെല്ലാം കൂറുമാറി. ജെയ്സൻ കുറ്റവിമുക്തനായി. ഇപ്പോൾ ആ ബാർ ഹോട്ടലിന്റെ ഉടമയാണ്. മകളെ സ്വീകരിച്ചതിനുള്ള പ്രതിഫലം. അവിശ്വസനീയ മാറ്റങ്ങൾ കൺമുന്നിൽ കണ്ട കാര്യങ്ങൾ വിശ്വസിക്കാതിരിക്കാനാ യില്ല. എല്ലാവർക്കും നന്മ വരട്ടെ.

അവസാനത്തെ അക്ഷരംവരെ വായിച്ച് അവസാനിപ്പിച്ചു. ഡയറി മടക്കിവെച്ചു.

■

പൊരുത്തമില്ലായ്മകൾ

മാട്രിമോണിയൽ സൈറ്റിലൂടെയാണവർ പരിചയപ്പെട്ടത്. ധാരാളം ആലോചനകൾ വന്നെങ്കിലും വയനാട് ജില്ലയിൽ വൈത്തിരിക്കു സമീപം ഒരു ആയുർവ്വേദ റിസോർട്ടിന്റെ ഉടമ ബി.എ.എം. എസ്സുകാരൻ സിബിയുടെ ആലോചനയിലാണ് എം.ബി.ബി.എസ്. എം.എസ്കാരിയായ ക്രിസ്റ്റീനയ്ക്ക് പൊരുത്തപ്പെടാനായത്. അതിനൊരു പ്രത്യേക കാരണവുമുണ്ട്. പ്രകൃതിഭംഗി ഏറെ ഇഷ്ടപ്പെടുന്ന മലകളും മഞ്ഞും കുളിരിനേയും സ്നേഹിക്കുന്ന ക്രിസ്റ്റീനയ്ക്ക് വയനാട് എന്ന പ്രദേശത്തെ അത്ര ഇഷ്ടമായതുകൊണ്ടാണ്.

അന്വേഷണത്തിൽ അച്ഛൻ ഒരു ആയുർവ്വേദ ചികിത്സ നടത്തുന്നയാളും. അതുകൊണ്ട് അച്ഛന്റെ ആഗ്രഹപ്രകാരം ബി.എ. എം.എസ്. പഠിച്ചതെന്നും തരക്കേടില്ലാത്ത പ്രാക്ടീസ് ഉള്ള ഡോക്ടറാണെന്നും മനസ്സിലാക്കിയതിനാലാണ്. മാത്രമല്ല തന്റെ അമ്മ മിഡ്‌വൈഫറി കോഴ്സ് പഠിച്ചശേഷം ഒരു ഡിസ്പെൻസറി ആരംഭിച്ചതിൽ പെട്ടെന്ന് വളർച്ച പ്രാപിച്ചെങ്കിലും അവിടത്തെ ചികിത്സ കൂടുതലും അവിഹിതഗർഭം ഇല്ലാതാക്കുന്നതായിരുന്നു. സാമ്പത്തിക വളർച്ചയോടൊപ്പം കണ്ടമാനം പണം മുടക്കി വലിയ കോട്ട മതിൽ കെട്ടി കാവൽക്കാരെ നിയമിച്ചും മറ്റും നടത്തുന്ന ഈ ഇടപാടുകളോട് പൊരുത്തപ്പെടാൻ ക്രിസ്റ്റീനയ്ക്കായില്ല. മാസ്റ്റേഴ്സ് ഡിഗ്രി കരസ്ഥമായപ്പോഴേ അമ്മയുടെയുള്ളിൽ മകൾക്ക് സ്ഥാപനത്തിന്റെ ചുമതല നൽകി സ്ഥാപനം വലുതാക്കണം എന്നതായിരുന്നെങ്കിലും അമ്മയുടെ ആഗ്രഹത്തോട് മകൾക്ക് യോജിക്കാനായില്ല.

ഭൂമിയിൽ പിറക്കാൻ വെമ്പുന്ന കുരുന്നുകളെ കൊന്നുകളയുക. എന്തു കാരണത്തിന്റെ പേരിലായാലും ക്രിസ്റ്റീനയ്ക്ക് പൊരുത്തപ്പെടാനായില്ല. സ്വന്തം തീരുമാനപ്രകാരമാണ് വയനാട്ടുകാരൻ ആയുർവ്വേദക്കാരനുമായി ജീവിതം തുടങ്ങാൻ തീരുമാനിച്ചത്.

നഗരജീവിതം അവസാനിപ്പിച്ചു വനവാസംപോലൊരു ജീവിതമല്ല ആഗ്രഹിച്ചതെങ്കിലും വളരെ വേഗം ആ ജീവിതവുമായി ഇണങ്ങിച്ചേരാൻ അവൾക്കു കഴിഞ്ഞു. ഒരു ആൺകുഞ്ഞിന് ജന്മം നൽകിയ ശേഷമാണ് അവനുവേണ്ടി ജീവിക്കണം എന്ന ചിന്ത ഉടലെടുത്തത്. സാമ്പത്തിക അടിത്തറയില്ലാതെ നല്ലൊരു ജീവിതം സ്വപ്നം കാണാനാവില്ലെന്ന തിരിച്ചറിവും പാവം ജനങ്ങൾക്ക് സേവന താല്പര്യം മുൻനിർത്തിയുള്ള ജീവിതം നയിക്കുക അവളുടെ ചിന്തകൾക്കുമപ്പുറമായിരുന്നു. മാത്രമല്ല, അമ്മയോട് വാശിപിടിച്ച് സ്വന്തം ആഗ്രഹത്തിനനുസരിച്ച് ജീവിക്കാൻ തുടങ്ങിയത് അമ്മയടക്കമുള്ളവരുടെ കുറ്റപ്പെടുത്തലുകൾക്ക് പാത്രമാവാനും അവൾക്കിഷ്ടമില്ലായിരുന്നു.

പ്ലെയിനിൽ അല്ലെങ്കിൽ നല്ല ഒരു കാറിലെങ്കിലും അവരുടെ മുന്നിൽ ചെല്ലണ്ടേ? ആരുടെ മുന്നിലും തോൽക്കാനിഷ്ടപ്പെടാത്ത അന്യായമാർഗ്ഗത്തിലൂടെ പണമുണ്ടാക്കാനിഷ്ടപ്പെടാത്ത, ക്രിസ്റ്റീന തന്റെ ആഗ്രഹം ഭർത്താവുമായി ചർച്ച ചെയ്തു. ക്രിസ്റ്റീനയുടെ ഭാഗത്താണ് ശരിയെങ്കിലും അപ്പന്റെ മുന്നിൽ തല ഉയർത്തി നിന്ന് സംസാരിക്കാൻപോലും ഭയമായിരുന്ന സിബിക്ക് മറുഭാഗത്ത് നിൽക്കേണ്ടിവന്നു. അവർ താൽക്കാലികമായി അകന്നു താമസിക്കാൻ നിർബന്ധിതരായി. എവിടെയെങ്കിലും ഒന്നു സെറ്റിൽ ആവുന്നവരെ മൂന്നുവയസ്സുകാരൻ അച്ഛനോടൊപ്പം വളരട്ടെയെന്നും തീരുമാനിച്ചു.

കോഴിക്കോട് മീഞ്ചന്തയ്ക്ക് സമീപം ഒരു പഴയ ക്ലിനിക് വാടകയ്ക്ക് എടുത്ത് ചെറിയ നേഴ്സിംഗ് ഹോം തുടങ്ങാൻ തീരുമാനിച്ച് ലോക്കറിലുണ്ടായിരുന്ന ആഭരണങ്ങളെല്ലാം വിറ്റ് പണി തുടങ്ങി. ഒപ്പം പഠിച്ചിരുന്നവരുടെയും മറ്റ് അഭ്യുദയകാംക്ഷികളുടെയും സഹായത്തോടെ ഉദ്ഘാടനത്തിന്റെ വക്കോളമെത്തിച്ചു. സിബിയുടെ അച്ഛനെക്കൊണ്ടുതന്നെ ഉദ്ഘാടനം ചെയ്യിച്ചു. തുടക്കത്തിലെ പ്രയാസങ്ങളെ അതിജീവിക്കാനായെങ്കിലും പ്രാദേശിക നേതാക്കന്മാരെ പൂർണ്ണമായും ഒഴിവാക്കിക്കൊണ്ട് മുന്നോട്ടു പോവാനാവില്ലെന്ന സ്ഥിതി വന്നതോടെ മനസ്സോടെയല്ലെങ്കിലും അവരുടെ നിർദ്ദേശങ്ങൾക്ക് വഴങ്ങേണ്ടിവന്നു.

രാഷ്ട്രീയക്കാർക്ക് പരിക്കുപറ്റി വന്നാൽ രഹസ്യമായി ചികിത്സ നൽകണം, പൊലീസിൽ റിപ്പോർട്ട് ചെയ്യാൻ പാടില്ല. അതൊക്കെ സഹിക്കാം. ഇടയ്ക്കിടെയുള്ള പിരിവ്. അതും അസഹ്യമായതോടെ ഒപ്പം പഠിച്ച ഡോക്ടറുടെ സഹായം തേടി. ആ ഡോക്ടറുടെ ഇടപെടലുകൾ അല്പം ആശ്വാസം നൽകി.

ഡോക്ടറുടെ ബന്ധുവിനെ ജോലി നൽകി അവിടെ നിയമിച്ച തോടെ പുറത്തുനിന്നുള്ളവരുടെ ആക്രമണങ്ങൾക്ക് ശമനമുണ്ടായി. പക്ഷേ, നേഴ്സുമാരുടെയും മറ്റും പരാതികൾ ഏറിവന്നു. ഒരുവിധം രക്ഷപ്പെടുമെന്ന അവസ്ഥയിലെത്തിയപ്പോഴാണ് ഒരശനിപാതം പോലെ അയാളുടെ രംഗപ്രവേശനം. അയാളുടെ വരവോടെ ആശു പത്രി വരുമാനത്തിലും കുറവുണ്ടായി. ഒന്നുരണ്ടു നഴ്സുമാർ മേലിൽ ജോലിക്കു വരാനാവില്ലെന്ന് അറിയിച്ചതോടെ സഹപാഠി യായ ഡോക്ടറോട് സഹായം അഭ്യർത്ഥിച്ചു.

ഡോക്ടർ തന്റെ നിസ്സാഹായാവസ്ഥ പറഞ്ഞ് മാപ്പപേക്ഷിച്ചു. തന്റെ സഹോദരിയുടെ കുടുംബവും തകരുമത്രേ. അയാൾ മൂല മുണ്ടാകുന്ന നഷ്ടങ്ങളെല്ലാം ഡോക്ടർ നികത്താമെന്നും ഒരിക്കലും അയാളെ പിരിച്ചയയ്ക്കരുതെന്നും അപേക്ഷിച്ചു. തീരെ സഹിക്കാ നാവാത്ത അവസ്ഥയിലെത്തിയപ്പോഴാണ് വീണ്ടും രാഷ്ട്രീയ ക്കാരുടെ സഹായം തേടിയത്. അത് വിജയം കണ്ടു.

ഡോക്ടറുടെ ബന്ധു, സുഹൈൽ ജോലി സ്വയം ഉപേക്ഷിച്ചു പോയി. പക്ഷേ, സുഹൈലിനെ ബീച്ചിൽ കൊല്ലപ്പെട്ട നിലയിൽ കണ്ടതോടെ കേസ് അന്വേഷണം നേഴ്സിംഗ് ഹോമിലേക്കും നീണ്ടു വന്നു. സഹപാഠി ഡോക്ടറടക്കം അനേകം പേർ ശത്രുപക്ഷത്തായി. കേസിൽനിന്ന് ഒരുവിധം രക്ഷപ്പെട്ടു. യഥാർത്ഥ പ്രതി അറസ്റ്റിലായി.

കേസന്വേഷണത്തോടനുബന്ധിച്ചാണ് അന്ന് അവിടെ പോകേണ്ടിവന്നത്. ഡോ. ക്രിസ്റ്റീനയുടെ പ്രേരണയിലാണ് സുഹൈ ലിന്റെ വധം നടന്നത് എന്ന വാർത്തകൾ വന്നു എങ്കിലും അതി നൊന്നും തെളിവുകൾ കണ്ടെത്താനാവാത്തതിനാൽ സംശയ ത്തിന്റെ നിഴലിൽനിന്നും മുക്തമായി. സ്ത്രീകൾ മാത്രമാണ് ചികി ത്സയ്ക്ക് നേതൃത്വം നൽകാനുള്ളത് എന്ന കുറവ് പരിഹരിക്കാനായി എം.ബി.ബി.എസ്. കഴിഞ്ഞ ഡേവിഡിനെ ജൂനിയർ ഡോക്ടറായി നിയമിച്ചു. അതൊരു മാറ്റത്തിന്റെ തുടക്കമായി. പുരുഷന്മാരായ രോഗികളുടെ വരവും വർദ്ധിച്ചു. ഏതു കാര്യത്തിനും സംശയവു മായി വരുന്ന ഡേവിഡിനെ ഒരു കുഞ്ഞനുജനോടെന്നപോലെ എല്ലാ സംശയങ്ങൾക്കും കൃത്യമായ ഉത്തരങ്ങൾ കണ്ടെത്തി നൽകു മായിരുന്നു.

കുറേ നാളുകൾ കഴിഞ്ഞപ്പോഴാണ് ആ ബന്ധത്തിന് പുതിയ മാനങ്ങൾ കൈവന്നത്. സുമുഖനും യുവാവുമായ ഡോക്ടറുടെ വശ്യമായ നോട്ടവും പെരുമാറ്റവും ഡോക്ടർ ക്രിസ്റ്റീനയുടെ ഉറച്ച മനസ്സിനുള്ളിൽ ചില ചലനങ്ങളുണ്ടാക്കി. സഹോദരനോടുള്ള

സ്നേഹം മൂത്ത് ഒരു നേരം കാണാതിരിക്കാൻ പറ്റാത്ത തലത്തിലെത്തി. പറയാതെ കേൾക്കുകയും കേൾക്കാതെ കാണുകയും കാണാതെ മനസ്സിലാവുകയും ചെയ്യുന്ന ഒരു പ്രത്യേക അവസ്ഥയിലായി. അത് ശരീരം പങ്കിടൽവരെ എത്തിയതോടെ സംപൂർണമായി. ആ ബന്ധം തുടരുമ്പോഴും ഒരു കുറ്റബോധം ക്രിസ്റ്റീനയുടെ മനസ്സിനെ അലട്ടിക്കൊണ്ടിരുന്നു. തനിക്ക് പ്രായം മുപ്പത്തിയഞ്ച്. ഡേവിഡിന്റേത് കഷ്ടിച്ച് ഇരുപത്തിയാറ്. അവരുടെ അടുപ്പം ആശുപത്രിയിൽ പ്രസക്തിയുണ്ടായില്ലെങ്കിലും മറ്റുള്ളവരുടെ കണ്ണിൽ സംശയത്തിനിടവരുത്തി. അപ്രതീക്ഷിതമായാണ് ആ ചോദ്യം ക്രിസ്റ്റീനയുടെ നേർക്കു വന്നത്. ഇനിയുള്ള ജീവിതം നമുക്ക് ഒരുമിച്ചായിക്കൂടേ? ഉത്തരം നൽകാനാവാതെ നിന്നു പോയ ക്രിസ്റ്റീന വിളിച്ചു പറഞ്ഞു. "നോ... നോ... എനിക്കൊരു ഭർത്താവുണ്ട്. ഒരു കുഞ്ഞുണ്ട്. അതെല്ലാമുപേക്ഷിച്ച് ഒരു ജീവിതം എനിക്കാവില്ല."

അവളുടെ എതിർവാദങ്ങളൊന്നും അംഗീകരിക്കാൻ ഡേവിഡ് തയ്യാറായിരുന്നില്ല. തന്റെ വഴികാട്ടിയും ഊർജ്ജദായകിയുമായ ആ വെളിച്ചം കെടുത്തിക്കളയാൻ അയാൾ ഒരുക്കമല്ലായിരുന്നു. നിർബന്ധം സഹിക്കാനാവാതെ വന്നപ്പോൾ ക്രിസ്റ്റീന ഒരു നിബന്ധന വെച്ചു. ഒരുമിച്ചു ജീവിക്കാം. ഒരു കുടുംബം വേണമെന്ന തോന്നൽ ഉണ്ടാകുന്നതുവരെ. അതിനാരും തടസ്സം നിൽക്കാനും പാടില്ല. അതിന്റെ അർത്ഥം ആരും ആർക്കും ഒരു ബാധ്യതയാ വരുന്നത്. ഇരുവരും സമ്മതിച്ചു.

പെട്ടെന്നൊരു ദിവസം ഒരു മുന്നറിയിപ്പുമില്ലാതെ ഡേവിഡിന്റെ പപ്പയും ബന്ധുക്കളുമെത്തി. ഒന്നു സംസാരിക്കാൻപോലും അവസരം നൽകാതെ കാറിൽ കയറ്റിക്കൊണ്ടുപോയി. പരസ്പരം സന്ദേശങ്ങളൊന്നും കൈമാറാനാവാതെ നാളുകൾ കഴിഞ്ഞുപോയി. ക്രിസ്റ്റീന കാരണമൊന്നും പറയാതെ ആശുപത്രി ജീവനക്കാരോടുപോലും ഒന്നും പറയാതെ എവിടേക്കോ പോയി.

ഡോ. ക്രിസ്റ്റീനയെ രണ്ടു ദിവസമായി കാണാനില്ലായെന്നും ആരോ അപകടപ്പെടുത്തിയതാണ് എന്ന് സംശയിക്കുന്നു എന്നും സിസ്റ്റർ സിസിലിയുടെ പരാതിയുടെ അടിസ്ഥാനത്തിൽ ഒരു കേസ് രജിസ്റ്റർ ചെയ്ത ശേഷമാണ് അന്വേഷണങ്ങൾക്കായി അവിടെയെത്തിയത്. സ്റ്റാഫിന്റെ സ്റ്റേറ്റ്മെന്റുകൾ രേഖപ്പെടുത്തി. ആകെ രണ്ടു സിസ്റ്റർമാരും ഒരു നേഴ്സിംഗ് അസിസ്റ്റന്റും ഒരു വാച്ച്മാനും മാത്രമാണ് അവിടെയുള്ളത്. ഏഴെട്ടു വർഷമായി നേഴ്സിംഗ് ഹോം ചെറുതായി ആരംഭിച്ചിട്ട് ഇപ്പോൾ എക്സ്റേ, സ്കാനിംഗ് തുടങ്ങിയ മിക്കവാറും ഉപകരണങ്ങളുള്ള ഒരു ചെറിയ ആശുപത്രിപോലെ

ആയെന്നും രോഗികൾ കൂടുതലായി വന്നതോടെ ഒരു മെയിൽ ഡോക്ടറെ കൂടെ നിയമിച്ചുകൂടെ എന്നും ഒന്നു രണ്ടു വർഷം ഇവിടെ ജോലി ചെയ്തിരുന്ന ഡേവിഡ് ഡോക്ടറെ വീട്ടുകാർ വന്നു ബലമായി പിടിച്ചുകൊണ്ടുപോയെന്നും. അതു കഴിഞ്ഞ ശേഷമാണ് ക്രിസ്റ്റീന ഡോക്ടറെ കാണാതായതെന്നും. ക്രിസ്റ്റീന ഡോക്ടർക്ക് ഭർത്താവും ഒരു കുഞ്ഞും ഉണ്ടെന്നും വയനാട്ടിലാണ് താമസം എന്നറിയാമെന്നും മറ്റുമുള്ള വിവരങ്ങൾ നൽകി.

വാച്ച്മാൻ ഗോവിന്ദ് ആണ് തുടക്കം മുതൽ ഇവിടെ ഉണ്ടായിരുന്നത്. അയാളാണ് തുടക്കം മുതലുള്ള എല്ലാ കാര്യങ്ങളും വിവരിച്ചുതന്നത്. ഇവിടെത്തന്നെയാണ് കിടപ്പ് എന്നും അതിനായി ഗേറ്റിനടുത്തുള്ള ഒരു മുറി തന്നിട്ടുണ്ട് എന്നും സ്ഥിരമായി സിസ്റ്റർമാരിൽ ഒരാൾ രാത്രിയിൽ ഉണ്ടാവും. അവർക്ക് താമസിക്കാൻ പിന്നിൽ രണ്ടു മുറികൾ കെട്ടിയിട്ടുണ്ടെന്നും ഒരെണ്ണത്തിൽ ഭക്ഷണം പാചകം ചെയ്യും. അതിനായി ഒരു സ്ത്രീ പകൽ വന്നിട്ട് നാലുമണിയോടെ മടങ്ങിപ്പോകുമെന്നും അറിയാൻ കഴിഞ്ഞു.

മൂന്നു ദിവസം മുമ്പ് ഒരു കാറിൽ മൂന്ന് ആളുകൾ വന്നിട്ട് ഡോക്ടറെ കാണണം എന്നു പറഞ്ഞു. അകത്ത് കയറിപ്പോയി. കുറേ നേരം കഴിഞ്ഞ് അവർ മടങ്ങിപ്പോവുകയും ചെയ്തു. ഞാൻ ഗേറ്റും പൂട്ടി കിടന്നു. അപ്പോൾ ഒരു പത്തുമണി ആയിക്കാണും. അതിനടുത്ത ദിവസം മുതലാണ് ഡോക്ടറെ കാണാതായത്. രാത്രി വന്ന കാറ് ഗേറ്റിനു പുറത്താണിട്ടിരുന്നത്. ഡ്രൈവർ കാറിൽത്തന്നെ ഇരുന്നു. ഒരു കറുത്ത കാർ എന്നു മാത്രമേ അറിയാവൂ. കാറിന്റെ കമ്പനിയോ നമ്പറോ ഞാൻ നോക്കിയില്ല. ഡോക്ടർ പുറത്തു പോകുമ്പോൾ സാധാരണ പറഞ്ഞിട്ടാണ് പോകാറ്. ആശുപത്രിയുടെ മഹസ്സർ തയ്യാറാക്കുന്ന സമയം ഒരു ചെറിയ മുറി അടച്ചിട്ടിരിക്കുന്നത് എന്തിനാണ് എന്ന ചോദിച്ചതിൽ സിസ്റ്റർ വിമല പറഞ്ഞു, ഇത് എക്സ്റേ റൂം ആണ്. മെഷീൻ കേടായതുകൊണ്ട് ആ റൂം തുറക്കാറില്ല. അതാണ് ലോക്ക് ചെയ്തിരിക്കുന്നത്."

ഡോക്ടറുടെ കൺസൾട്ടിംഗ് റൂം പരിശോധിച്ചതിൽ മേശ ഡ്രോയിൽ കുറച്ചു രൂപ കിടക്കുന്നത് എണ്ണി തിട്ടപ്പെടുത്തി. രണ്ടായിരം. കൂടാതെ അതിനോടു ചേർന്ന ബെഡ്റൂമിൽ ഡോക്ടറുടെ പെട്ടിയും. അത് തുറന്ന് പരിശോധിച്ചതിൽ കുറേ സ്വർണ്ണാഭരണങ്ങളും കാണപ്പെട്ടു. പൂട്ടി താക്കോൽ കൈയിലെടുത്തു. മുറിയുടെ മറ്റു വിവരണങ്ങളും എഴുതിക്കൊണ്ടിരുന്നപ്പോഴാണ് അന്നു രാത്രിയിൽ ഡ്യൂട്ടിയിലുണ്ടായിരുന്ന സിസ്റ്റർ വിമല എത്തിയത്. വിമലയാണ് അക്കാര്യം വെളിപ്പെടുത്തിയത്.

“അന്ന് പേഷ്യന്റ്സ് കുറവായിരുന്നു. രാത്രി ഒമ്പതരമണിയോടെ ഞാൻ റൂമിലേക്ക് പോകാൻ തുടങ്ങുമ്പോൾ മൂന്ന് ആളുകൾ വന്ന് ഡോക്ടറുണ്ടോ എന്നു ചോദിച്ചു. ഉണ്ട് എന്നു പറഞ്ഞപ്പോൾ ഞങ്ങൾ കുടുംബക്കാരാണെന്നും ചില കാര്യങ്ങൾ സംസാരിക്കാനുണ്ടെന്നും പറഞ്ഞതിനാൽ ഞാൻ എന്റെ റൂമിലേക്കു പോയി. ഗേറ്റിൽ വാച്ച്മാൻ ഉണ്ടായിരുന്നു. രാവിലെ വന്നു നോക്കിയപ്പോൾ ഡോക്ടറെ കാണാത്തതുകൊണ്ട് ബന്ധുക്കളോടൊപ്പം പോയിക്കാണും എന്നു കരുതി. പ്രത്യേകിച്ച് ശബ്ദങ്ങളൊന്നും കേട്ടിരുന്നില്ല.”

തിരിച്ചുപോരുംമുമ്പ് എക്സ്റേ റൂമിന്റെ താക്കോൽ വാങ്ങി തുറന്നുനോക്കണം എന്നു തോന്നി. റൂം തുറന്നപ്പോൾ ഒരു ദുർഗന്ധം അനുഭവപ്പെട്ടു. ലൈറ്റ് തെളിച്ച് നോക്കിയപ്പോൾ ഒരു വലിയ പെട്ടി കാണപ്പെട്ടു. ഫിലിം വെക്കാനുള്ളതാണ് എന്നു പറഞ്ഞെങ്കിലും ഒന്നു തുറന്നുനോക്കി. അടുത്തുനിന്ന സിസ്റ്റർ ഉറക്കെ നിലവിളിച്ചുകൊണ്ട് പുറത്തേക്കോടി. കടുത്ത ദുർഗന്ധം മുറിയാകെ നിറഞ്ഞു. ഡോ. ക്രിസ്റ്റീന ചോരയിൽ കുളിച്ചു ചലനമറ്റു കിടക്കുന്നു.

എല്ലാവരുംകൂടി പെട്ടി പൊക്കിയെടുത്ത് പുറത്തേക്ക് കൊണ്ടുവന്നു. അവിടമാകെ ദുർഗന്ധം പരന്നു. ആരൊക്കെയോ ചേർന്ന് കുറേ ചന്ദനത്തിരികളും കുന്തിരിക്കവും പുകച്ചു. പുകയും ദുർഗന്ധവും ആകെ അസഹ്യതയുളവാക്കി. കുറേ സമയമെടുത്തു എന്തെങ്കിലും പ്രവർത്തിക്കാനുള്ള സാഹചര്യം ഉണ്ടാവാൻ.

സ്റ്റേഷനിൽനിന്നും കൂടുതലാളുകളെ വരുത്തി ഫിംഗർ പ്രിന്റ് ബ്യൂറോയ്ക്കും ഡോഗ് സ്ക്വാഡിനും സന്ദേശങ്ങളയച്ചു. നിമിഷങ്ങൾക്കകം അവിടം ഒരു ജനസമുദ്രംതന്നെയായി. ഏറെ പണിപ്പെട്ട് ജനത്തെ നിയന്ത്രിച്ചു. അല്പം അകലെ നിന്നു കാണാനുള്ള സൗകര്യമുണ്ടാക്കിക്കൊടുത്തു. പലവിധത്തിലുള്ള അഭിപ്രായങ്ങൾ അവിടെയാകെ മുഴങ്ങി. ഭർത്താവുമായി പിണങ്ങിക്കഴിഞ്ഞ ഡോക്ടറുടെ ഭർത്താവും കൂട്ടരുമായിരിക്കണം ഇതു ചെയ്തത്. കൊള്ളയടിക്കാൻ വന്ന ഏതെങ്കിലും കൊള്ളസംഘമായിരിക്കാം ഇതിനു പിന്നിൽ. മനസ്സിൽ തികട്ടിവന്ന ഒരു കാര്യം കറുത്ത കാറിൽ വന്ന മൂന്നംഗസംഘം. മലയാളികളാണ്. അവരല്ലേ നേഴ്സിനോട് മലയാളത്തിൽ സംസാരിച്ചത്. അവർ ആരാണ്? എന്താണവരുടെ ഉദ്ദേശ്യം?

മൃതശരീരം ഹാൾമുറിയിൽ നേരെ കിടത്തി ഇൻക്വസ്റ്റ് എഴുതിത്തുടങ്ങി. കഴുത്തിൽ ഇടതുഭാഗത്ത് ആഴത്തിലുള്ള ഒരു മുറിവ് മൂന്നിഞ്ച് ആഴവും ഒന്നര ഇഞ്ച് നീളത്തിലും കാണപ്പെട്ടതുകൂടാതെ നെഞ്ചിൽ ഇടതുഭാഗത്തും അതേ മാതിരിയുള്ള മുറിവ്. സാരിയിലും

ബ്ലൗസിലും ചോര കട്ടപിടിച്ചിരിക്കുന്നു. കൂടാതെ ഇരുകൈത്തണ്ട കളിലും നഖംകൊണ്ടുള്ള ക്ഷതങ്ങൾ. മേശയ്ക്കുള്ളിൽ പണമുണ്ടായിരുന്നതും പെട്ടിയിൽ കുറച്ച് ആഭരണങ്ങൾ കണ്ടെത്തിയതിനാലും കൊലയ്ക്കു കാരണം പണത്തിനുവേണ്ടിയല്ലെന്നു മനസ്സിലായി. പിന്നെന്തിനായിരുന്നു ഈ കൊല?

ഫിംഗർപ്രിന്റുകാരും ഡോഗ് സ്ക്വാഡുമെത്തി പരിശോധനകൾ ആരംഭിച്ചു. സംഭവസമയം ഡോക്ടർ ഇരുന്ന കസേരയിൽനിന്നും മേശമേൽനിന്നുമുള്ള പ്രിന്റുകൾ ശേഖരിച്ചു. അത് കൊലയാളിയുടേതാണെന്നു പറയാനാവില്ല. കാരണം പലരും വരുന്ന ഇടമാണ്. ഇൻക്വസ്റ്റ് പൂർത്തിയാകുംമുമ്പുതന്നെ കോഴിക്കോട് മെഡിക്കൽ കോളേജിലെ ഫോറൻസിക് വിഭാഗം ഡോക്ടർക്ക് ആ റിക്വസ്റ്റ് എസ്.ഐ. വഴി കൊടുത്തയച്ചു. ജീർണിച്ച് ദുർഗന്ധം വമിക്കുന്ന മൃതശരീരം അവിടെ കൊണ്ടുവരാനാവാത്ത സാഹചര്യത്തിൽ സ്ഥലത്തുവന്ന് പോസ്റ്റുമോർട്ടം പരിശോധനകൾ നടത്തണം.

കൊലപാതകത്തിന്റെ പിന്നിലെ കാരണങ്ങളെന്തെങ്കിലും കണ്ടെത്താനാവുമോ എന്ന ശ്രമത്തിലായി പിന്നീട്. വാച്ച്മാൻ പറഞ്ഞ കറുത്ത കാറിനെക്കുറിച്ച് അന്വേഷണത്തിനായി സമീപത്തെ കടകളിലെല്ലാം നടത്തിയ അന്വേഷണങ്ങളിൽ ഉപകാരപ്രദമായ വിവരങ്ങളൊന്നും ലഭ്യമായില്ല. പക്ഷേ, ആറേഴുമാസങ്ങൾക്കു മുമ്പ് ഒരു കറുത്ത സ്വിഫ്റ്റ് കാറിൽ മൂന്നുനാലുപേർ ഇവിടത്തെ ഒരു ഡോക്ടറെ ബലമായി പിടിച്ചുകൊണ്ടുപോയ സംഭവം ഉണ്ടായി എന്നും ആ കാറിന്റെ നമ്പർ ഞാൻ കുറിച്ചുവെച്ചിട്ടുണ്ട് എന്നും വാച്ച്മാൻ പറഞ്ഞത് ശ്രദ്ധേയമായി.

അന്ന് സ്ഥലത്തുണ്ടായിരുന്ന നഴ്സ് വിമല കുറച്ചുകൂടി വ്യക്തമായി കാര്യങ്ങൾ പറഞ്ഞു. ഡേവിഡ് എന്ന ഡോക്ടർ ഇവിടെ ഏതാണ്ട് രണ്ടു വർഷത്തോളം ജോലി ചെയ്തിരുന്നതായും ഡോക്ടർ വിവാഹത്തിനു സമ്മതിക്കില്ലെന്നും ക്രിസ്റ്റീന ഡോക്ടറാണ് അയാളെ പോകാൻ അനുവദിക്കാതെ തടഞ്ഞുവെച്ചിരിക്കുകയാണെന്നും മറ്റും പറഞ്ഞ് ക്രിസ്റ്റീന ഡോക്ടറെ ചീത്ത പറഞ്ഞശേഷം കൈയും കാലും കെട്ടി കാറിൽ കയറ്റി കൊണ്ടുപോയതെന്നും ഡേവിഡ് ഡോക്ടർ അതിനുശേഷം ഇങ്ങോട്ടു വന്നിട്ടേയില്ലെന്നും ആ സംഭവത്തോടെ ക്രിസ്റ്റീന ഡോക്ടർ ആകെ വിഷമത്തിലായിരുന്നു എന്നും വിവരിച്ചു.

ഡോക്ടർ സ്ഥലത്ത് എത്തി പോസ്റ്റുമോർട്ടം പരിശോധന നടത്തി.

ഇതിനിടെ ക്രിസ്റ്റീന ഡോക്ടറുടെ ഭർതൃവീട്ടുകാരെത്തി മൃതശരീരം വിട്ടുകൊടുക്കണമെന്ന് ആവശ്യപ്പെട്ടു. സിബിയോട് ചോദിച്ചതിൽ ഞങ്ങൾ തമ്മിൽ പിണക്കത്തിലായിരുന്നില്ലെന്നും പൊരുത്തപ്പെടാത്ത രണ്ടു വൈദ്യശാസ്ത്രങ്ങളുടെ ഉപാസകരായി തൽക്കാലം അകന്നുകഴിയേണ്ടി വന്നതാണെന്നും ഞങ്ങളുടെ മകൻ എന്നോടൊപ്പമുണ്ട് എന്നും ക്രിസ്റ്റീനയെ കണ്ടിട്ട് ഏതാണ്ട് ഒരു വർഷത്തോളമാവുന്നു എന്നും പറഞ്ഞു. എന്റെ അച്ഛനെ ധിക്കരിക്കാനുള്ള ശക്തിയില്ലായ്മയാണ് ഞങ്ങളുടെ സംഗമത്തിന് തടസ്സമായി നിന്നതെന്ന് പറയുമ്പോൾ അയാൾ തേങ്ങിപ്പോയി. മൃതശരീരം വിട്ടുനൽകാനുള്ള ഏർപ്പാടുണ്ടാക്കി അവരെ യാത്രയാക്കി.

അന്നേ ദിവസത്തെ അന്വേഷണം പ്രത്യേകിച്ചൊരു സൂചനയും നൽകാതെ അവസാനിപ്പിച്ചു. ഇത്രയും ക്രൂരമായി കൊല ചെയ്യപ്പെടാൻതക്ക കുറ്റം എന്താണ് ക്രിസ്റ്റീന ചെയ്തത്. പെട്ടെന്ന് മനസ്സിൽ ഓടിയെത്തിയത് സിസ്റ്റർ വിമല പറഞ്ഞ വാക്കുകളിലാണ്. ഡോ. ഡേവിഡിന്റെ വിവാഹത്തിന് തടസ്സമായി നിൽക്കുന്നത് ഡോ. ക്രിസ്റ്റീനയാണെന്ന് അന്നു വന്ന ആളുകൾ പറഞ്ഞു. ആ ഭാഗം ഒന്നു ക്ലിയർ ചെയ്യണമെന്നു തോന്നി. എ.എസ്.ഐയെ വിളിച്ച് കാറിന്റെ നമ്പറിന്റെ ആർ.സി. ഓണറെ കണ്ടെത്താനായി ആർ.ടി.ഒ. ഓഫീസിലേക്കയച്ചു. മേലുദ്യോഗസ്ഥരുടെ ചോദ്യങ്ങൾക്കെല്ലാം അതുവരെയുള്ള അന്വേഷണവിവരങ്ങൾ പറഞ്ഞ് ബോധ്യപ്പെടുത്തി.

ആർ.സി. ഓണറുടെ അഡ്രസ്സുമായാണ് എ.എസ്.ഐ മടങ്ങിയെത്തിയത്. തൃശ്ശൂർ മാള സ്വദേശി വെളുത്തേരി വീട്ടിൽ ദേവസ്സി മകൻ കൊച്ചുതോമ. പിന്നെ വൈകിപ്പിച്ചില്ല. തൃശ്ശൂരിലേക്ക് തിരിച്ചു. ഇരിങ്ങാലക്കുടവഴി മാളയിലെത്തി വെളുത്തേരി വീട്ടിലെത്തുമ്പോൾ ഒരു വലിയ ഇരുനിലമന്ദിരം. ഉയർത്തിക്കെട്ടിയ ചുറ്റുമതിൽ. രണ്ടുമൂന്നു കാറുകൾ പാർക്ക് ചെയ്യാൻ പാകത്തിലുള്ള ഒരു കാർ ഷെഡ്ഡ് വലതുഭാഗത്ത്. അവിടെ കിടക്കുന്നു അതേ നമ്പറുള്ള കറുത്ത സ്വിഫ്റ്റ് കാർ. വാതിൽക്കലെത്തി ബെല്ലമർത്തിയപ്പോൾ ഡോർ തുറന്ന ആളോട് കൊച്ചുതോമ ആണോയെന്നു ചോദിച്ചു.

“അത് എന്റെ ജ്യേഷ്ഠനാണ്.”

“നിങ്ങളുടെ പേര്?”

“എന്റെ പേര് വറീത്.”

“ഡോ. ഡേവിഡ് നിങ്ങളുടെ ആരാണ്?”

“അനുജന്റെ മകൻ.”

"ഡോക്ടർ ഇപ്പോൾ എവിടെയുണ്ട്?"

"എന്താ സാർ കാര്യം?"

"കാര്യം പറയാം. ഞങ്ങൾ കോഴിക്കോട് നിന്നു വരികയാണ്. മീഞ്ചന്ത സർക്കിൾ ഇൻസ്പെക്ടറാണ്. പറയൂ. ഡോക്ടർ എവിടെയുണ്ട്?"

"അയാൾ ദുബായിലാണ്. വിസിറ്റിംഗ് വിസയിൽ പോയതാണ്."

"എത്ര നാളായി?"

"ഇരുപത് ദിവസമായി."

"എന്നാ തിരിച്ചുവരുന്നത്?"

"അടുത്താഴ്ച."

"ഓകെ. ഈ കാർ ഏഴു ദിവസം മുമ്പ് കോഴിക്കോട് പോയിട്ടുണ്ടായിരുന്നോ?"

"അറിയില്ല."

"ആരാണ് ഇത് ഓടിക്കുന്നത്?"

"ഡ്രൈവർ സ്റ്റീഫൻ."

"സ്റ്റീഫൻ ഇപ്പോൾ എവിടെയുണ്ട്?"

"അവൻ ഇപ്പോൾ വരും."

"നിങ്ങൾ ഒരു ആറുമാസം മുമ്പ് കോഴിക്കോട് പോയിരുന്നോ?"

"അറിയില്ല സർ."

"അതിനൊക്കെയുള്ള തെളിവുകൾ ഞങ്ങളുടെ പക്കലുണ്ട്."

"എനിക്കറിയില്ല സാർ."

ഡ്രൈവർ സ്റ്റീഫനാണെന്നു തോന്നിക്കുന്ന ഒരാൾ പൊലീസ് ജീപ്പ് കണ്ട ഉടൻ തിരിഞ്ഞോടി. അവന്റെ പിന്നാലെയെത്തി പിടിച്ചു നിർത്തി. പേര് സ്റ്റീഫനാണെന്നു പറഞ്ഞതോടെ അടുക്കൽ കൊണ്ടുവന്നു.

"താനെന്തിനാ ഓടിയത്?"

"ഡീസൽ വാങ്ങിക്കൊണ്ട് വരണമെന്നു പറഞ്ഞിരുന്നു. ഇവിടെ വന്നപ്പോഴാ ഓർത്തത്."

"ഓ... ഞങ്ങളും അങ്ങോട്ടാണ്. പെട്രോൾ പമ്പിൽ ഇറക്കിത്തരാം. ജീപ്പിൽ കയറ്."

അയാളെയും കയറ്റി നേരെ മാള സർക്കിൾ ഓഫീസിലെത്തി. സി.ഐയോടു വിവരം പറഞ്ഞു.

സ്റ്റീഫനെ പ്രത്യേകം മാറ്റിനിർത്തി പറഞ്ഞു.

"എടോ, താനാണ് കോഴിക്കോട് മീഞ്ചന്ത നേഴ്സിംഗ് ഹോമിൽ പോയതെന്നും വറീത് കൂടെ ഉണ്ടായിരുന്നില്ലെന്നും പറഞ്ഞു. ശരിയാണോ? ഉള്ള സത്യം പറഞ്ഞാൽ താൻ രക്ഷപ്പെടും. കാരണം താൻ കാറിലിരുന്നതേയുള്ളൂ എന്ന വിവരം ഞങ്ങളറിഞ്ഞു. ഇനി പറയൂ. എന്തിനാണ് അവിടെ പോയത്? പറഞ്ഞില്ലെങ്കിൽ ഞങ്ങളങ്ങ് കൊണ്ടുപോകും. പുറംലോകമറിയില്ല. നിന്നെക്കൊണ്ട് എല്ലാം പറയിച്ചിട്ടേ വിടൂ."

"അതൊന്നും വേണ്ട. താൻ നിരപരാധിയാണെങ്കിൽ ഉറപ്പായും നിന്നെ രക്ഷിക്കാം. എന്താ വേണ്ടത്?"

"സർ, ഞാൻ പറയാം. ഡേവിഡ് ഡോക്ടർക്ക് ഒരു വിവാഹാലോചന വന്നു. വീട്ടുകാർക്ക് പെണ്ണിനെ ഇഷ്ടമായി. പക്ഷേ, ഡോക്ടർ ഒരുവിധത്തിലും സമ്മതിക്കുന്നില്ല. അതിന് കാരണമെന്തെന്ന് അന്വേഷിച്ച് വീട്ടുകാർ കോഴിക്കോട്ടെത്തി. അപ്പോഴാണ് അവർ അറിഞ്ഞത്, പത്തുമുപ്പത്തഞ്ചു വയസ്സു പ്രായമുള്ള അവിടത്തെ ഡോക്ടറോടൊത്ത് താമസമാണെന്നും അവരെ പിരിയാനാവില്ലെന്നും. അവർ ഡോക്ടറെ അവിടെ നിന്ന് ബലമായി പിടിച്ചു കെട്ടിക്കൊണ്ടുവന്നു.

വീട്ടുകാരുടെ കണ്ണുവെട്ടിച്ച് വീണ്ടും അവിടേക്കു പോയി. പക്ഷേ, വഴിക്കുവെച്ച് ഇവർ പിടികൂടി. എത്ര ശ്രമിച്ചിട്ടും അവിടത്തെ ഡോക്ടറെ മാത്രമേ വിവാഹം കഴിക്കൂ എന്ന് വാശിപിടിച്ചു. അയാൾ പറഞ്ഞു നിർത്തി, ഈ പെൺകുട്ടിയുടെ വിവാഹം മറ്റൊരാളുമായി നടന്ന ഉടനെ ആ ഡോക്ടറെ വിവാഹം കഴിപ്പിക്കാം എന്ന് വാക്കു പറഞ്ഞു. അതിനിടെ ഒരു വിസിറ്റിംഗ് വിസയിൽ ഒരു ബന്ധു ദുബായിൽ കൊണ്ടുപോയി. ആ സമയത്താണ് വറീതും അയാളുടെ ബന്ധുക്കളും ചേർന്ന് ഒരു പ്ലാൻ തയ്യാറാക്കി എന്നേയും കൂട്ടി അവിടെ പോയത്. ഞാൻ കാറ് ഗേറ്റിനു പുറത്ത് നിർത്തി അവിടെയിരുന്നു. അവർ മൂന്നാളുംകൂടെ അകത്തുപോയി ഏതാണ്ട് അര മണിക്കൂറിനുള്ളിൽ മടങ്ങിവന്നു. വേഗം പൊയ്ക്കോ എന്നു പറഞ്ഞ് കാറിൽ കയറി. വറീതിന്റെ ഷർട്ടിലും കൈയിലും ചോര പറ്റിയിരിക്കുന്നത് ഞാൻ ശ്രദ്ധിച്ചു. ഞാനൊന്നും ചോദിച്ചുമില്ല. പിന്നീട് പത്രത്തിൽ വായിച്ചപ്പോഴാണ് ഞാൻ കാര്യം മനസ്സിലാക്കിയത്.

സ്റ്റീഫൻ പറഞ്ഞതെല്ലാം എഴുതിയെടുത്തു. തിരികെ വറീതിന്റെ വീട്ടിലെത്തുമ്പോൾ അയാൾ സ്ഥലത്തുണ്ടായിരുന്നില്ല. അന്നു രാത്രി തന്നെ മാള സി.ഐയുടെ സഹായത്തോടെ വറീതിനേയും കൂട്ടു

പ്രതികളായ ജോസിനേയും സൈമനേയും കസ്റ്റഡിയിലെടുത്തു. നാലുപേരെയുംകൊണ്ട് കോഴിക്കോട്ടേക്ക് തിരിച്ചു.

സർക്കിളാഫീസിലെത്തി ക്ഷീണമെല്ലാം മാറ്റിവെച്ച് അവരുടെ കുറ്റസമ്മതമൊഴി രേഖപ്പെടുത്തി. സ്റ്റീഫനെ മജിസ്ട്രേറ്റിന്റെ മുമ്പി ലെത്തിച്ചു. സ്റ്റേറ്റ്മെന്റ് റിക്കാർഡ് ചെയ്യിച്ചു. ഡോക്ടർ ക്രിസ്റ്റീനയെ കൊലപ്പെടുത്തിയ രീതിയും മുറിയിലെ പെട്ടിയിൽ ഒളിപ്പിച്ച വിധവും എല്ലാം അവർ കാട്ടിത്തന്നു.

എക്സ്റേ റൂമിൽതന്നെ ഒളിപ്പിച്ചുവെച്ചിരുന്ന കത്തി കാട്ടിത്ത ന്നത് 27 റിക്കവറി പ്രകാരം മഹസ്സറിൽ വിവരിച്ചു. ബന്തവസ്സി ലെടുത്തു. തെളിവുകൾ ശേഖരിച്ച് റിമാന്റപേക്ഷസഹിതം മൂന്നാ ളെയും കോടതിയിൽ ഹാജരാക്കി.

ഒരാഴ്ച കഴിഞ്ഞ് മകന്റെ മൃതശരീരം കാണാൻ അനുവദിക്കണ മെന്ന വറീതിന്റെയും മറ്റു രണ്ടുപേരുടേയും അപേക്ഷ കോടതി യിൽ വന്നപ്പോഴാണ് നാട്ടിലെത്തിയ ഡോക്ടർ ഡേവിഡ് ആത്മ ഹത്യ ചെയ്ത വിവരം അറിഞ്ഞത്. പൊരുത്തപ്പെടാത്തവർ തമ്മി ലുണ്ടായ വിവാഹത്തിന്റെ ഫലമായുണ്ടായ ദുരന്തത്തിന്റെ കഥ വിളിച്ചുപറയാനെന്നോണം ആ നഴ്സിംഗ് ഹോം പൊളിഞ്ഞു വീഴാറായ നിലയിൽ വർഷങ്ങൾക്കുശേഷം ഇന്നും സ്ഥിതിചെയ്യുന്നു.

■

പാഠം പഠിക്കാത്തവർ

എയർ ഇന്ത്യയുടെ ദുബായ് ഫ്ളൈറ്റ് പുലർച്ചെ ലാന്റ് ചെയ്തതോടെ പുറത്തേക്കിറങ്ങാനുള്ള യാത്രക്കാർ തിരക്കുകൂട്ടി. അപ്പോൾ മയക്കത്തിൽനിന്നുമുണരാത്ത സിനിയെന്ന യാത്രക്കാരിയെ തട്ടിയുണർത്തി ജീവനക്കാർ പൊക്കിയെടുത്തു. പുറത്തിറങ്ങി താൻ എവിടെയെത്തിയെന്നറിയാതെ ഒരു നിമിഷം പകച്ചുനിന്നു. മദ്യത്തിന്റെ ആലസ്യത്തിൽനിന്നും സുബോധത്തിലെത്താൻ അല്പം കൂടെ സമയമെടുത്തു.

വിമാനത്തിനുള്ളിൽ യാത്രക്കാരെയൊക്കെ പരിഭ്രാന്തിയിലാഴ്ത്തിയതോടൊപ്പം ബ്ലെയ്ഡ് കൊണ്ട് ഇടത്തേ കൈത്തണ്ടയിലെ ഞരമ്പ് മുറിക്കുകകൂടി ചെയ്തതോടെ എല്ലാവരും ഭയന്നുപോയി. ചോര ചീറ്റുന്ന കൈകളുമായി ഒരു കൂസലുമില്ലാതിരുന്നവളെ അതേ വിമാനത്തിൽത്തന്നെ യാത്രക്കാരനായ ഡോക്ടർ ഓടിയെത്തി വിമാനത്തിലുണ്ടായിരുന്ന ബാൻഡേജ് എടുത്തു ബലമായി ചുറ്റിവെച്ചതോടെ രക്തം ഒഴുകുന്നതിനു ശമനമുണ്ടായി. വിശദമായ റിപ്പോർട്ടു സഹിതം ശംഖുമുഖം പൊലീസ് സ്റ്റേഷനിൽ ഹാജരാക്കി. ലണ്ടനിൽനിന്നും വന്ന യാത്രക്കാരിയാണെന്നും ദുബായിലിറങ്ങിയശേഷം ദുബായ്-തിരുവനന്തപുരം ഫ്ളൈറ്റിൽ വന്നിറങ്ങിയതാണെന്നും വിമാനത്തിൽനിന്നും ആവശ്യത്തിലധികം മദ്യം വലിച്ചുകേറ്റി വിമാനയാത്രക്കാർക്കെല്ലാം ബുദ്ധിമുട്ടുണ്ടാക്കിയെന്നും കൂടി പറഞ്ഞിട്ടാണ് അവർ മടങ്ങിയത്. ക്ഷീണം മാറാത്ത അവൾക്ക് വനിതാ പൊലീസുകാർ തറയിൽ ഒരു ഷീറ്റ് വിരിച്ചുകൊടുത്തു. അവിടെ കിടന്ന് സുഖമായുറങ്ങി.

രാവിലെ ഒമ്പതുമണിയോടെ സർക്കിൾ ഇൻസ്പെക്ടറുടെ ഓഫീസിലെത്തുമ്പോൾ എസ്.ഐ. വന്ന് സല്യൂട്ട് ചെയ്തു.

“സർ, ഇന്നലെ എയർപോർട്ട് അധികാരികളുടെ ഒരു റിപ്പോർട്ടും ഒരു സ്ത്രീയും ഇവിടെ സ്റ്റേഷനിലെത്തിച്ചു. റിപ്പോർട്ട് പകർത്തി

വെച്ചിട്ടുണ്ട്. എഫ്.ഐ.ആർ. രജിസ്റ്റർ ചെയ്യുന്നത് ഇദ്ദേഹത്തോടു ചോദിച്ചിട്ടാകാമെന്നു കരുതി."

"എന്താ അവർ ചെയ്ത കുറ്റം?"

"അമിതമായി മദ്യപിച്ച് യാത്രക്കാർക്കെല്ലാം ബുദ്ധിമുട്ടുണ്ടാക്കിയതു കൂടാതെ ഇടതുകൈത്തണ്ടയിൽ മുറിവുണ്ടാക്കി ആത്മഹത്യയ്ക്കു ശ്രമിച്ചു എന്നാ പറഞ്ഞത്."

"ഓകെ. ഒരു എഫ്.ഐ.ആർ. രജിസ്റ്റർ ചെയ്തിട്ട് അവരെ മെഡിക്കൽ പരിശോധനയ്ക്ക് അയയ്ക്ക്. എന്നിട്ട് എന്റെ അടുത്തേക്ക് കൊണ്ടുവരൂ. ആ സ്ത്രീയോട് കാര്യങ്ങൾ ചോദിച്ചു മനസ്സിലാക്കിയിട്ട് പ്രൊസീഡ് ചെയ്യാം. ചിലപ്പോൾ വിമാനം ജോലിക്കാരുടെ ഭാഗത്തുനിന്നാണ് പ്രകോപനമുണ്ടായതെങ്കിലോ? അതും അന്വേഷിക്കണം."

സല്യൂട്ട് ചെയ്ത് എസ്.ഐ. മടങ്ങിപ്പോയി. തപാൽ എല്ലാം പരിശോധിച്ചും മറുപടികളും എഴുതിക്കൊണ്ടിരിക്കുമ്പോഴാണ് കണ്ണമ്മൂല നിവാസികളായ ഒരു ഭാര്യയും ഭർത്താവും കയറിവന്നത്.

"എന്താ?"

"സർ, ഞങ്ങൾ രാവിലെ എയർപോർട്ടിലെത്തി. അവിടെയെത്തിയ എയർ ഇന്ത്യ വിമാനത്തിലെത്തിയ യാത്രികരെല്ലാം പോയിക്കഴിഞ്ഞിട്ടും മകളെ കാണാത്തതിനാൽ അന്വേഷിച്ചപ്പോൾ മകളുടെ പേരിൽ ഒരു കേസുണ്ടെന്നും ഇപ്പോൾ കാണാൻ പറ്റില്ലായെന്നും പറഞ്ഞു. അവർതന്നെ പറഞ്ഞു, പൊലീസ് സ്റ്റേഷനിൽ എട്ടുമണി കഴിഞ്ഞ് വന്ന് അന്വേഷിച്ചാൽ കൂടുതൽ വിവരങ്ങളറിയാം എന്ന്. അതനുസരിച്ച് ഞങ്ങൾ പോയിട്ടുവന്നതാണ്. സാറ് ഒമ്പതുമണിക്കേ വരികയുള്ളൂ എന്നു പറഞ്ഞ് കാത്തുനിന്നതാണ്."

"നിങ്ങൾ ഇരിക്കൂ. ഞാൻ ഇപ്പോൾ എത്തിയതേയുള്ളൂ. നിങ്ങളുടെ മകളുടെ പേര് സിനിയെന്നാണോ?"

"അതെ." അവർ മറുപടി നൽകി.

"എന്നാൽ ആ സ്ത്രീ മദ്യപിച്ചു വിമാനത്തിൽ മറ്റു യാത്രികർക്ക് ബുദ്ധിമുട്ടുണ്ടാകുംവിധം പ്രവർത്തിച്ചു എന്നും ഒടുവിൽ കൈഞരമ്പ് മുറിച്ച് ആത്മഹത്യയ്ക്ക് ശ്രമിച്ചു എന്നുമാണ് ഞങ്ങൾക്ക് ലഭിച്ച റിപ്പോർട്ട്. സിനിയെ മെഡിക്കൽ ചെക്കപ്പിനുവേണ്ടി കൊണ്ടുപോയിരിക്കുകയാണ്. ഇത്രയേ തൽക്കാലം എനിക്കതേക്കുറിച്ചറിയാവൂ. ആ കുട്ടി വന്ന ശേഷമേ എന്താണുണ്ടായതെന്ന് ചോദിച്ചു മനസ്സിലാക്കാനാവൂ. ഇനു പറയൂ, നിങ്ങൾക്കറിയാവുന്ന കാര്യങ്ങൾ."

“സർ, എന്റെ പേര് ഡോ. സുരേഷ്. മെഡിക്കൽ കോളേജിൽ നിന്നും റിട്ടയർ ചെയ്തു. ഇത് വേണി. എന്റെ ഭാര്യയാണ്. ഗൈനക്കോളജിസ്റ്റാണ്. ഞങ്ങൾക്ക് രണ്ട് പെൺമക്കളാണ്. സിനി മൂത്ത മകൾ പ്ലസ് ടു കഴിഞ്ഞ് എൻട്രൻസ് എഴുതി അഡ്മിഷൻ ലഭിച്ചില്ല. അവളെ ഡോക്ടറാക്കണം എന്ന ലക്ഷ്യത്തോടെ ഞങ്ങൾ അവളെ വിദേശത്ത് പഠിക്കാനയച്ചു. പക്ഷേ, ആഗ്രഹിച്ചതല്ല നടന്നത്. പഠിത്തത്തിൽ ശ്രദ്ധ ചെലുത്താതെ വഴിതെറ്റി സഞ്ചരിച്ചു. ഇതിനകം മൂന്നുപേരോടൊപ്പം ലിവിംഗ് ടുഗതർ നടത്തി. എല്ലാം ഒടുവിലാണ് ഞങ്ങളറിഞ്ഞത്. ഇപ്പോൾ അവൾക്ക് വയസ്സ് 28. എന്തു തെറ്റു ചെയ്താലും ഞങ്ങൾക്കുപേക്ഷിക്കാനാവില്ലല്ലോ? മകളല്ലേ? പലവട്ടം ഞങ്ങൾ അപേക്ഷിച്ചിട്ടാണോ എന്നറിയില്ല ഇന്ന് ഇവിടെ എത്തും എന്നറിയിച്ചിരുന്നു. സ്വീകരിക്കാനെത്തിയതാണ്.”

“ശരി. അല്പനേരം കാത്തിരിക്കൂ. മകളിങ്ങു വന്നോട്ടെ.”

അവർ പുറത്തിറങ്ങി.

എയർപോർട്ട് അധികാരികളെ ബന്ധപ്പെട്ടു. അവർ പറഞ്ഞു, എത്തിഹാഡ് വിമാനകമ്പനിയാണ് യാത്രക്കാർക്ക് ആവശ്യത്തിലധികം മദ്യം വിളമ്പുന്നത്. പല യാത്രക്കാരും മദ്യപിച്ച് ബഹളമുണ്ടാക്കാറുണ്ട്. അവർ നൽകിയ മദ്യം ബോട്ടിലിൽ സ്വീകരിച്ച് കണക്ഷൻ ഫ്ളൈറ്റായ എയർഇന്ത്യാ വിമാനത്തിൽ കയറിയതിനുശേഷമാണ് വീണ്ടും മദ്യം കഴിച്ചതും ഇടത്തേ കൈത്തണ്ടയിലെ ഞരമ്പു മുറിച്ചതും. വിമാനത്തിൽ ഒരു ഡോക്ടർ ഉണ്ടായിരുന്നതിനാൽ ബാൻഡേജിട്ട് രക്തപ്രവാഹം നിലപ്പിച്ചതിനാൽ ജീവൻ നഷ്ടമായില്ല. ഫ്ളൈറ്റിലുണ്ടായിരുന്ന യാത്രക്കാരേയും ജീവനക്കാരേയും ചോദ്യം ചെയ്യാനുള്ള അവസരമൊരുക്കി നൽകാം എന്നു സമ്മതിച്ചു. അവരുമായുള്ള സംസാരം നടക്കുന്നതിനിടയിലാണ് പുറത്ത് ഒരു ഒച്ചയും ബഹളവും കേട്ടത്. പൊലീസുകാരൻ വന്നു പറഞ്ഞു, “സർ, ഇത് ആ കുട്ടിയുടെ മാതാപിതാക്കളും മറ്റൊരാളും തമ്മിലുള്ള വഴക്കാണ്.”

“അവരെയെല്ലാം ഇങ്ങു വിളിക്കൂ.”

അയാൾ പോയി. എസ്.ഐ. ആണ് ആദ്യമെത്തിയത്. പിന്നെ മറ്റുള്ളവരും. എസ്.ഐ. പറഞ്ഞു, “ആ കുട്ടിക്ക് ഒരു മൈനർ ഓപ്പറേഷൻ വേണ്ടിവരുമെന്ന്. അവർ അവിടെ അഡ്മിറ്റ് ചെയ്യുകയും ചെയ്തു.”

ഒരു പൊലീസുകാരനെ അവിടെ സർവൈലൻസിന് നിറുത്തിയിട്ട് മറ്റേ പൊലീസുകാരൻ തിരിച്ചുവന്നു.

“ഇപ്പോഴെന്താ പ്രശ്നം?”

“സർ, ആ കുട്ടിയുടെ മാതാപിതാക്കളോട് സെൻകുമാർ എന്നൊരാൾ ഏതോ തർക്കത്തിലേർപ്പെട്ടതാണ്. അവരെ കൊണ്ടുവരുന്നുണ്ട്.”

“തന്റെ പേരെന്താണ്?”

“സെൻകുമാർ.”

“എന്തു ചെയ്യുന്നു?”

“ഇവിടെ മ്യൂസിക് ഇൻസ്ട്രുമെന്റ്സ് വിൽക്കുന്ന ഷേപ്പിൽ വർക്ക് ചെയ്യുന്നു.”

“തനിക്കെന്താ വേണ്ടത്?”

“സർ, ഞാനും ലണ്ടനിൽ പഠിക്കാൻ പോയിരുന്നു. അവിടെ വെച്ച് ഇവരുടെ മകൾ സിനിയുമായി പരിചയത്തിലായി. മലയാളികളെന്ന നിലയിൽ. ഞാൻ പഠനമുപേക്ഷിച്ചു. ഒരു ഹോട്ടലിൽ മ്യൂസിക് ബാൻഡിൽ അംഗമായി. ആ ഹോട്ടലിൽ സിനിയും കൂട്ടുകാരും ആഹാരം കഴിക്കാൻ വരിക പതിവായി. ആഴ്ചയിൽ നാലു ദിവസത്തെ ക്ലാസ് കഴിഞ്ഞാൽ പിന്നെ കുട്ടികളിൽ പലരും ചില സ്ഥാപനങ്ങളിൽ പാർട്ട് ടൈം ജോലിക്കു ചേരും. സിനിക്ക് അതിന്റെ ആവശ്യമില്ലായിരുന്നു. അതുകൊണ്ട് ആ സമയങ്ങളിൽ എൻജോയ് ചെയ്യാനായി ഹോട്ടലിലെത്തുമായിരുന്നു. ലഹരിവില്പനസംഘങ്ങളുമായി ബന്ധപ്പെട്ടു. പല ദിവസങ്ങളിലും ഹോട്ടലിൽതന്നെ ഉറക്കവും പതിവാക്കി.

ആദ്യമാദ്യം ഞങ്ങൾ ഒരുമിച്ചായിരുന്നെങ്കിലും പിന്നെ അത് മറ്റു പലരോടുമൊപ്പമായി. പരീക്ഷകൾ ഒന്നും എഴുതാതെ അവളുടെ പഠനം താറുമാറായി. ഒരു ലഹരിക്കേസിൽ പിടിക്കപ്പെട്ട് എന്നെ ഡിപ്പാർട്ട് ചെയ്തു. എന്നെ പഠിപ്പിക്കാനും മറ്റും സഹായിച്ച കുടുംബവും നാടുപേക്ഷിച്ചു പോയി.

ഞാനിവിടെ ഒരു സ്റ്റാർ ഹോട്ടലിലെ മ്യൂസിക് ബാൻഡിലെ അംഗമായി ജീവിക്കുന്നു. അവിടെ എന്നോടൊപ്പം ജോലി ചെയ്തിരുന്ന ഒരു മലയാളിയുമായി ഫോണിൽ ബന്ധപ്പെട്ടപ്പോഴാണ് സിനിയുടെ വിവരങ്ങൾ അറിഞ്ഞത്. രണ്ടോമൂന്നോ പേരുമായി ലിവിംഗ് ടുഗതറിലായിരുന്നെന്നും പല സ്ഥാപനങ്ങളിലും പാർട്ട് ടൈം ജോലി ചെയ്തു ജീവിക്കുന്നു എന്നും ലഹരി ഉപയോഗിക്കുന്നു എന്ന കാരണം പറഞ്ഞ് പലരും ജോലി നിഷേധിക്കുന്നു എന്നും മറ്റുമുള്ള വിവരങ്ങൾ ഞാനറിഞ്ഞത്. ഇന്നു രാവിലത്തെ ഫ്ളൈറ്റിൽ അവൾ വരുമെന്ന് എന്നെ അറിയിച്ചിരുന്നു. വീട്ടിൽ പോകാനാവില്ലെന്നും അതുകൊണ്ട് താമസിക്കാനൊരിടം കണ്ടെത്തി നൽകണം

എന്നും പറഞ്ഞതനുസരിച്ച് കൂട്ടിക്കൊണ്ടുപോകാൻ വന്നതാണെന്നും. അതിന് ഇവർ അനുവദിക്കില്ലെന്നും പറയുന്നു. അങ്ങനെയാണ് ഉറക്കെ സംസാരമുണ്ടായത്. ഡോക്ടറുടെ അഭിപ്രായത്തിൽ എത്രയായാലും മകളല്ലേ അവളെ ഉപേക്ഷിക്കാൻ ഞങ്ങൾക്കാകുമോ. ഞങ്ങൾക്കവളെ വേണം. ആർക്കും വിട്ടുകൊടുക്കില്ല.

സെൻകുമാറിനെ അരികിൽ വിളിച്ച് പറഞ്ഞു.

“തൽക്കാലം ഞാൻ തിരിച്ചുപോകണം. സിനിയെ സ്വീകരിക്കാൻ മാതാപിതാക്കൾ തയ്യാറാണ്. അങ്ങനെയല്ലാത്ത ഒരു സ്ഥിതിയിലായിരുന്നെങ്കിൽ തനിക്കവളെ കൊണ്ടുപോകാമായിരുന്നു. വീണ്ടും അവൾ തന്നോടൊപ്പം വന്നാൽ ദുരിതജീവിതം നയിക്കേണ്ടി വരില്ലേ? താൻ തൽക്കാലം മടങ്ങിപ്പോകണം.”

“ശരി സാർ, സമ്മതിച്ചു. ഒരുപക്ഷേ, സിനി എന്നെ വിളിച്ച് എന്നോടൊപ്പം ജീവിക്കണം എന്നാവശ്യപ്പെട്ടാൽ അവളെ കൊണ്ടുപോകാൻ ഞാൻ വരും. അന്ന് സാർ സഹായിക്കണം.”

സഹായിക്കാം എന്ന വാക്കു നൽകി അയാളെ പറഞ്ഞയച്ചു.

സിനിയുടെ മാതാപിതാക്കളെ വിളിച്ചു പറഞ്ഞു.

“ഞാൻ തൽക്കാലം എയർപോർട്ടുകാരുടെ റിപ്പോർട്ടിന്റെ അടിസ്ഥാനത്തിൽ ഒരു കേസ് രജിസ്റ്റർ ചെയ്തു. കോടതിയിൽ ഹാജരാക്കും. നിങ്ങൾക്ക് മകളെ അവിടെനിന്നും ജാമ്യത്തിൽ വാങ്ങിക്കൊണ്ടുപോകാം. അതു കഴിഞ്ഞ് എന്തു വേണമെന്ന് നിങ്ങൾക്കു തീരുമാനിക്കാം. തൽക്കാലം ആശുപത്രിയിലെത്തി മകൾക്ക് ആവശ്യമായ ചികിത്സ നൽകാനും അവസരമൊരുക്കിത്തരാം.”

ഒരു പൊലീസുകാരനെ കൂട്ടി അവരെ യാത്രയാക്കി.

നേരത്തെ പറഞ്ഞുറപ്പിച്ചതിന്റെ അടിസ്ഥാനത്തിൽ കാര്യങ്ങളെല്ലാം അതേപോലെ അവസാനിച്ചു. പെട്ടെന്നാണ് സിനിയുടെ പെരുമാറ്റത്തിൽ മാറ്റമുണ്ടായത്. മാതാപിതാക്കളോടൊപ്പം വീട്ടിലേക്ക് പോകില്ലയെന്ന വാദത്തിൽ ഉറച്ചുനിന്നു. വീണ്ടും മൂന്നുപേരെയും സ്റ്റേഷനിലെത്തിച്ചു. സിനിയെ കാര്യങ്ങൾ പറഞ്ഞു ബോധ്യപ്പെടുത്തി. അവൾ പറഞ്ഞത്, പിഴച്ചുപോയ ഞാൻ വീട്ടിലുള്ളപ്പോൾ അനുജത്തിയുടെ വിവാഹം നടക്കില്ലെന്നും അതുകൊണ്ട് വീട്ടിലേക്കില്ലെന്നാണവളുടെ നിലപാട്. അതിന് ഞാൻ വെച്ച നിർദ്ദേശത്തിന് അവൾ വഴങ്ങി. ഒരു വർഷം ഏതെങ്കിലും ഡിഅഡിക്ഷൻ സെന്ററിൽ താമസിപ്പിക്കാമെന്നും എന്നാണോ സാധാരണ നിലയിലുള്ള ഒരു ജീവിതം നയിക്കാം എന്ന് ഉറപ്പുവരുന്ന സന്ദർഭത്തിൽ മാത്രം വീട്ടിലക്ക് കൊണ്ടുവരാം എന്നും

ഇതിനിടയിൽ വീട്ടുകാർ മറ്റൊന്നിനും നിർബന്ധിക്കില്ലെന്ന പൊലീസിന്റെ ഉറപ്പിന്മേൽ അവിടേക്ക് പോകാം. എന്നും സമ്മതിച്ചു. അവളെ പൊലീസുകാരോടൊപ്പം മെച്ചപ്പെട്ട ഡീഅഡിക്ഷൻ സെന്ററിലെത്തിച്ചു. ആവശ്യത്തിനുള്ള ഡെപ്പോസിറ്റ് തുകയെല്ലാം ഡോക്ടർതന്നെ അടച്ചു.

രണ്ടു വർഷം കഴിഞ്ഞുകാണും മ്യൂസിയം സർക്കിൾ ഓഫീസിലേക്ക് മൂന്നുപേർ കയറിവന്നു. പെട്ടെന്ന് മനസ്സിലായില്ലെങ്കിലും "സർ, ഞാൻ സുരേഷ്."

ആ പേരു പറഞ്ഞതും എല്ലാം ഓർമ്മവന്നു. ഭാര്യ ഡോക്ടർ വേണി ഒപ്പമുണ്ടായിരുന്ന സിനിയെ അത്ഭുതത്തോടെ നോക്കി.

"സിനി തന്നെയല്ലേ?"

"അതെ. സിനിയാണ്. ഇത് പുതിയ സിനി. എന്റെ ഈ മാറ്റത്തിന് ഏക ഉത്തരവാദി അങ്ങാണ്. ഒരുപാട് നന്ദിയുണ്ട്. മറക്കില്ല."

അവൾ വിങ്ങിപ്പൊട്ടി.

"ഏയ് എന്തായിത്? ഒന്നിനും ഞാനാളല്ല. അത് ഒരു നിയോഗം പോലെ."

കരച്ചിലടക്കാനാവാതെ തേങ്ങിയ അവളെ അമ്മ പിടിച്ചുകൊണ്ട് പുറത്തു പോയി. ഡോക്ടർ സുരേഷ് കാര്യങ്ങൾ പറഞ്ഞു.

"ഒരു വർഷം കഴിയും മുമ്പ് അവൾ നോർമലായി. എന്നിട്ടും കുറേനാൾകൂടെ അവിടെ താമസിപ്പിച്ചു. പഴയ ആരോഗ്യം വീണ്ടെടുക്കുംവരെ. മാത്രമല്ല ഗൈനക്കോളജിസ്റ്റായ അമ്മതന്നെ അവളെ ഹൈമനോപ്ലാസ്റ്റി ശസ്ത്രക്രിയയ്ക്കും വിധേയയാക്കി. ഇപ്പോൾ അവൾ കന്യകയായ സുന്ദരിയാണ്. മാത്രമല്ല, എന്റെ ഒരു ശിഷ്യൻ ഡോക്ടർ വിനീത് എല്ലാം അറിഞ്ഞുകൊണ്ടുതന്നെ അവളെ വിവാഹം കഴിക്കാനും തീരുമാനിച്ചു. ആ വിവരം പറയാനും സാറിനെ ക്ഷണിക്കാനുമായാണ് ഞങ്ങൾ വന്നത്. കാര്യങ്ങൾ പറഞ്ഞവസാനിക്കുംമുമ്പ് വീണ്ടും സിനി കയറിവന്നു. കൈയിൽ ഒരു ക്ഷണക്കത്തുമായി. വരണം എന്നു മാത്രം പറഞ്ഞ് തിരിഞ്ഞുനടക്കുമ്പോൾ ഞാൻ ഡോക്ടറോട് ചോദിച്ചു, "അപ്പോൾ ഇളയമകൾ?"

"അവൾക്ക് യു.എസ്. സ്കോളർഷിപ്പ് ലഭിച്ചു. അവിടെ മെഡിസിന് പഠിക്കുകയാണ്."

കേട്ടപാടേ സീറ്റിൽ തരിച്ചിരുന്നുപോയി.

എന്തുപറ്റി ഈ മനുഷ്യർക്ക്?

■

തകരുന്ന സൗധങ്ങൾ

ഡിറ്റക്ടീവ് ഡിസൂസയുടെ ഡയറി വീണ്ടും വായിച്ചുതുടങ്ങി.

അന്നോളം തല ഉയർത്തിനിന്ന രണ്ട് വലിയ മന്ദിരങ്ങൾ. അത് നിമിഷങ്ങൾകൊണ്ട് തകർന്നടിയുന്ന കാഴ്ച നേരിട്ടും അല്ലാതെയും കണ്ടുനിന്ന മനുഷ്യമനസ്സുകളിൽ കാർമേഘങ്ങൾ ഉരുണ്ടുകൂടി. കോടികൾ മുടക്കി കെട്ടിപ്പൊക്കിയ സൗധങ്ങളോടൊപ്പം തകർന്നടിഞ്ഞത് എത്രയെത്ര സ്വപ്നങ്ങളാണ്, പ്രത്യാശകളാണ്. ചുറ്റും നദികളും തോടുകളും പകരുന്ന കുളിർമയും അകലെനിന്നും ഒഴുകിയെത്തുന്ന കാറ്റും ഇടതടവില്ലാതെ ഒഴുകിക്കൊണ്ടിരിക്കുന്ന വാഹനനിരകളും ഒരു നിമിഷംപോലും കണ്ണടയ്ക്കാത്ത നഗരകാഴ്ചകളും കൂടെ ഒരുക്കുന്ന ദൃശ്യവിരുന്ന്. അതായിരുന്നു അതിലെ ബാൽക്കണികൾ പകരുന്ന സുഖം. അതിനാണിവിടെ തിരശ്ശീല വീണത്. കാത്തിരുന്ന ആ കാഴ്ച കാണാൻ വളരെ അകലെയല്ലാത്ത ഒരു ഫ്ളാറ്റിന്റെ സമീപത്തുനിന്ന് അപ്പോഴും ഒരു കേസ് ഫയൽ കൈയിൽത്തന്നെ ഭദ്രമായിരുന്നു.

തകർക്കപ്പെടാൻ തയ്യാറായിനിന്ന ആ ഫ്ളാറ്റുകളിലൊന്നിലെ താമസക്കാരായിരുന്നവരാണ് ഈ ഫ്ളാറ്റിലേയും താമസം മാറ്റപ്പെട്ടവർ. നമ്പർ 718, 719 എന്നീ ഫ്ളാറ്റുകളിലായിരുന്നു ഇവർ താമസിച്ചിരുന്നത്. 718ൽ ചന്ദ്രനും ശ്രീകലയും കുഞ്ഞും 719ൽ ശ്രീനിയും ശോഭയും കുഞ്ഞും.

നിയമലംഘനം നടത്തി കെട്ടിപ്പൊക്കിയ ബഹുനിലമന്ദിരം എന്ന കുറ്റത്തിനു നടപടി നേരിടുന്ന ആ ഫ്ളാറ്റിലെ തറയോടു പാകിയ നിലത്ത് വീണ് ചോര വാർന്ന് മരണപ്പെട്ട നിലയിലാണ് ആ മൃതശരീരം കാണപ്പെട്ടത്. വിവരമറിഞ്ഞ് അവിടെയെത്തുമ്പോൾ ഇളംവെയിലേറ്റു കിടക്കുന്ന മൃതശരീരം. പോർട്ടിക്കോയിൽ അഞ്ചാറാളുകൾ നിൽക്കുന്നു. മറ്റാൾക്കാർ ഇല്ലെന്നല്ല, എല്ലാവരും ഫ്ളാറ്റുകളിൽനിന്നും തല പുറത്തേക്ക് നീട്ടിനിൽക്കുന്നു.

പുത്തൻ നഗരസംസ്കാരത്തിന്റെ ഒരു നേർചിത്രം. മൃതശരീരം നോക്കിനിൽക്കുമ്പോൾ നാലഞ്ചാളുകൾ അടുത്തേക്കു വന്നു.

"സർ, ഞങ്ങൾ അസോസിയേഷൻ ഭാരവാഹികളാണ്. ഞാൻ വാസുദേവ്. സെക്രട്ടറിയാണ്. ഞാനാണ് സ്റ്റേഷനിൽ വിവരം അറിയിച്ചത്."

"ഈ മരിച്ചുകിടക്കുന്നതാരാണ്?"

"ഇത് 718-ൽ താമസിക്കുന്ന ചന്ദ്രൻ. സെൻട്രൽ എക്സൈസിലാണ് ജോലി. ഭാര്യ ശ്രീകലയും ഒത്താണ് താമസിച്ചിരുന്നത്."

"പതിനാറാമത്തെ നിലയിൽനിന്നും വീണതാണ്."

"ആരാ കണ്ടത്?"

"ആരും കണ്ടില്ല. വലിയൊരു ശബ്ദം കേട്ട് നോക്കുമ്പോഴാണ് നിലത്തുകിടന്ന് പിടയുന്നത് കണ്ടത്."

"എന്നിട്ടെന്തേ ഹോസ്പിറ്റലിലെത്തിക്കാഞ്ഞത്?"

"വീട്ടുകാർ ആരും എത്തിയില്ലായിരുന്നു."

"എന്നിട്ട്?"

"ഇത് കണ്ട ആരോ എന്നെ വിവരം അറിയിച്ചു. ഞാൻ മറ്റു കമ്മിറ്റി മെമ്പർമാരെ വിളിച്ചറിയിച്ചു. ആ ആൾ ഇവിടെ എത്തിയ ശേഷമാണ് അയാളുടെ ഭാര്യ ശ്രീകല വന്നത്. അവരുടെ നിലവിളി കേട്ട് വന്നവർ അവരെ ആശ്വസിപ്പിക്കാൻ ശ്രമിച്ചു. അവർ വിളിച്ചു പറയുന്നുണ്ടായിരുന്നു.

"ഞാനൊന്നുമറിഞ്ഞില്ല. എന്നും ചേട്ടൻ രാവിലെ ഉറക്കമുണർന്ന് ടി.വിയിൽ വാർത്ത കേട്ട് ഇരിക്കുമ്പോഴാണ് ഞാൻ ഉണരാറുള്ളത്. ഇന്ന് വാർത്ത കേൾക്കുന്ന ഒച്ചയൊന്നും കേട്ടില്ല. പുറത്ത് സെറ്റിയിലിരിക്കുകയായിരിക്കും എന്നാണ് താൻ കരുതിയത്."

അവരുടെ വാക്കുകൾ പുറത്തുവന്നില്ല.

അപ്പോൾ ആത്മഹത്യ ചെയ്തതായിരിക്കും എന്നു മനസ്സിലായി.

"ചന്ദ്രന്റെ അടുത്തു വന്നു നോക്കുമ്പോൾ ചറിയ തുടിപ്പു മാത്രമേയുണ്ടായിരുന്നുള്ളൂ. കണ്ണുതുറന്ന് ഞങ്ങളെ ഒന്നു നോക്കി. എന്നിട്ട് വായ് തുറന്നു. വെള്ളത്തിനാണെന്ന് ആരോ പറഞ്ഞെങ്കിലും വേണ്ടാത്ത പൊല്ലാപ്പിനൊന്നും പോകണ്ടായെന്നു കരുതി ആദ്യം ഒന്നു മനസ്സിലാകാത്ത ഭാവത്തിൽ നിന്നു."

"ഓകെ. അതിനു കമ്മിറ്റി തീരുമാനം വേണമായിരുന്നു അല്ലേ?"

"അല്ല സർ. ആർക്കും മനസ്സിലായില്ല. അതാണ്. ഏറെ താമസിയാതെ അയാളുടെ ചലനം നിലയ്ക്കുകയും ചെയ്തു."

"അങ്ങനെ കാശുചെലവില്ലാതെ ലൈവായി ഒരാളുടെ മരണം കാണാൻ കഴിഞ്ഞു അല്ലേ?"

ആരും മറുപടി പറഞ്ഞില്ല.

"എന്തെങ്കിലും വഴക്കോ ബഹളമോ ആരെങ്കിലും കേട്ടിരുന്നോ?"

തൊട്ടടുത്ത 719ലെ താമസക്കാരി ശോഭയാണ്. അവർ കുട്ടിയുമൊത്ത് താമസമാണ്. ഭർത്താവ് വിദേശത്താണ്. അവർ ഒന്നും അറിഞ്ഞിരുന്നില്ലെന്നാണ് പറഞ്ഞത്.

"ആയിക്കോട്ടെ. ഇയാൾ സ്വയം ചാടിയതാണോ മറ്റാരെങ്കിലും തള്ളിവീഴ്ത്തിയതാണോ എന്നെങ്കിലും ആർക്കെങ്കിലും അറിയാമോ?"

"ഇതേവരെ അതേക്കുറിച്ച് ആരും ഒന്നും പറഞ്ഞുകേട്ടില്ല സാർ."

ഇൻക്വസ്റ്റ് നടപടികൾ ആരംഭിക്കാൻ എസ്.ഐയ്ക്ക് നിർദ്ദേശം നല്കി. കമ്മിറ്റിക്കാർ അഞ്ചുപേരുടെ പേരും അഡ്രസ്സും രേഖപ്പെടുത്തി നടപടികൾ ആരംഭിച്ചു. മരണപ്പെട്ട ചന്ദ്രൻ ഏതോ മനോവിഷമം നിമിത്തം ഫ്ളാറ്റിന്റെ 16-ാം നിലയിൽ നിന്നും ചാടി ആത്മഹത്യ ചെയ്തു എന്ന അവരുടെ അഭിപ്രായം അതേപടി രേഖപ്പെടുത്തി. മൃതശരീരം ഒരു ഷീറ്റ് വിരിച്ച് നേരെ കിടത്തി. ഇൻജ്വറികൾ പ്രത്യേകം എഴുതാനായില്ല. ശരീരം ആകെ നുറുങ്ങിയ നിലയിൽ എന്നു മാത്രം രേഖപ്പെടുത്തി.

എഴുതിക്കൊണ്ടിരിക്കുമ്പോൾതന്നെ ഫിംഗർ പ്രിന്റ് ബ്യൂറോക്കാരും മറ്റും സ്ഥലത്തെത്തി പരിശോധനകൾ നടത്തി. രണ്ടു പൊലീസുകാരെയും കൂട്ടി 718-ാം നമ്പർ ഫ്ളാറ്റിലെത്തി വീട്ടുകാരുടെ സാന്നിധ്യത്തിൽ മുറിയിലും ബുക്കുകൾക്കിടയിലും നല്ലവണ്ണം പരതി. ആത്മഹത്യാക്കുറിപ്പ് കണ്ടെത്താനുള്ള ശ്രമം പരാജയപ്പെട്ടു. മരണകാര്യത്തിൽ പ്രത്യേകം സംശയങ്ങളൊന്നുമില്ലെന്ന് ഭാര്യ ശ്രീകല അഭിപ്രായപ്പെട്ടത് രേഖപ്പെടുത്തി. അടുത്ത ഫ്ളാറ്റിൽ താമസക്കാരിയായ ശോഭയോടു ചോദിച്ചതിൽ താനും മകനുമാണിവിടെ താമസമെന്നും ഭർത്താവ് ശ്രീനിവാസൻ വിദേശത്ത് ജോലിയാണെന്നും അടുത്ത വീട്ടുകാരുമായി നല്ല സ്നേഹത്തിലാണ് കഴിയുന്നതെന്നും ചന്ദ്രൻ ആത്മഹത്യ ചെയ്തത് എന്തിനാണെന്നറിയില്ലെന്നും പറഞ്ഞു. ഭർത്താവ് ഇനിയെന്നു വരും എന്ന ചോദ്യത്തിന് ഉടനെ വരും എന്നു മാത്രം അറിയിച്ചിരുന്നു എന്നും മൊഴി നൽകി.

കണ്ടു ചോദിച്ചവരിലാരും ചന്ദ്രന്റെ മരണത്തിൽ സംശയം ഉള്ളതായോ മറ്റോ ഒരു സൂചനയും നൽകിയില്ല. മൃതശരീരം പോസ്റ്റു

മോർട്ടം പരിശോധനയ്ക്ക് അയച്ചു. അന്നത്തെ അന്വേഷണം അവസാനിപ്പിച്ചു മടങ്ങി.

അടുത്ത ദിവസം ഓഫീസിലിരിക്കുമ്പോഴാണ് സജീവൻ എന്ന ചെറുപ്പക്കാരൻ ഓഫീസിൽ കയറിവന്നത്.

“സർ, എന്റെ പേര് സജീവൻ. എനിക്ക് സെൻട്രൽ എക്സൈസ് ഷിപ്പിംഗ് വിങ്ങിലാണ് ജോലി. മരണമടഞ്ഞ ചന്ദ്രൻ എന്റെ സ്നേഹിതനാണ്. സർ, ചന്ദ്രന്റെ മരണം ആത്മഹത്യയാണോയെന്ന് എനിക്കു സംശയമുണ്ട്. ചന്ദ്രൻ നല്ല മനസ്സുറപ്പുള്ള ഒരു സ്പോർട്സ്മാനാണ്. ഞങ്ങൾ രണ്ടുപേർക്കും സ്പോർട്സിന്റെ സ്റ്റേറ്റ് ലെവലിൽ മത്സരിച്ചിട്ടുള്ളതിന്റെ അടിസ്ഥാനത്തിലാണ് ജോലി ലഭിച്ചത്. ഞങ്ങൾ ഒരുമിച്ചാണ് ഈ ഫ്ളാറ്റ് ബുക്ക് ചെയ്തത്. അതിനുശേഷമാണ് ഫ്ളാറ്റിനെതിരെ കേസുണ്ടായത്. എന്തെങ്കിലും പ്രശ്നം ഉണ്ടായാൽ പണം മടക്കി നൽകും എന്ന ഉറപ്പ് അന്നേ ഉടമകൾ നൽകിയിരുന്നു.

ചന്ദ്രന്റെ കാര്യങ്ങളെല്ലാം എനിക്കറിയാമായിരുന്നു. വിവാഹം കഴിഞ്ഞ് മൂന്നു വർഷം കഴിഞ്ഞിട്ടും ഭാര്യ പ്രസവിക്കാതിരുന്നതിലുള്ള വിഷമം അവനെ അലട്ടിയിരുന്നു. അതിനായി ഡോക്ടറെ കാണുകയും ചെയ്തിരുന്നു. ചന്ദ്രന്റെ അടുത്ത വീട്ടുകാർ കുഞ്ഞിനെ ലാളിക്കുന്നതും മറ്റും കാണുമ്പോൾ ഇവർക്കു ദുഃഖമായിരുന്നു. എങ്കിലും ആ വീട്ടുകാരുമായും നല്ല സൗഹൃദത്തിലാണ് കഴിഞ്ഞിരുന്നത്. ഇന്നലെ രാവിലെ ഏഴുമണിയോടെ ഞാൻ ഫ്ളാറ്റിലെ ബാൽക്കണിയിൽനിന്നും ഫോൺ ചെയ്തുകൊണ്ടു നിന്നപ്പോൾ ചന്ദ്രന്റെ ബാൽക്കണിയിൽ രണ്ടുപേർ നിൽക്കുന്നത് ശ്രദ്ധിച്ചു. പെട്ടെന്നാണ് ചന്ദ്രൻ താഴേക്ക് വീഴുന്നത് കണ്ടത്. ഞാൻ അതിന്റെ ഫോട്ടോ എടുത്തു. ചന്ദ്രൻ താഴേക്ക് വീഴുന്ന സമയത്ത് അവിടെ ഒരു മനുഷ്യൻ നിൽക്കുന്നുണ്ടായിരുന്നു. ആരാണെന്ന് വ്യക്തമായി മനസ്സിലാകും മുമ്പ് അയാൾ തിരിഞ്ഞുനടന്നു.

ചന്ദ്രന്റെ അടുത്ത വീട്ടുകാരൻ വിദേശത്താണെന്നറിയാം. അയാളാണോ അവിടെയുണ്ടായിരുന്നത്? എനിക്കു വ്യക്തമായി അറിയില്ല. അയാൾ ഫോട്ടോ കാണിച്ചുതന്നു. ആ ഫോട്ടോ എന്റെ മൊബൈലിലേക്ക് സെന്റ് ചെയ്യാനാവശ്യപ്പെട്ടതനുസരിച്ച് സെന്റ് ചെയ്തു. അയാളുടെ മൊബൈലിലെ ഫോട്ടോകൾ ഡിലീറ്റ് ചെയ്യരുത് എന്ന നിർദ്ദേശം നൽകി അയാൾ പറഞ്ഞതെല്ലാം രേഖപ്പെടുത്തിയശേഷം തിരിച്ചയച്ചു.

സംഭവം നടന്ന ഫ്ളാറ്റിലെത്തി. ചന്ദ്രന്റെ ഭാര്യ മരണാനന്തര ചടങ്ങുകൾക്കായി പോയിരിക്കുകയാണെന്നും 719 നമ്പർ ഫ്ളാറ്റിലെത്തി ശോഭയോടു ചോദിച്ചതിൽ ശ്രീനിവാസൻ ഉടനെ വരും

എന്നറിയിച്ചിട്ടുള്ളതല്ലാതെ എപ്പോൾ വരുമെന്ന് കൃത്യമായി അറിയില്ലെന്നും മറ്റുമുള്ള വിവരങ്ങളാണ് കൈമാറിയത്.

ശ്രീനിവാസന്റെ പാസ്പോർട്ടിന്റെ ഒരു കോപ്പി ആവശ്യപ്പെട്ടപ്പോൾ ആ ഫോട്ടോകോപ്പി എടുത്തുതന്നു. അതിൽ അയാൾ ശ്രീനിവാസൻ, കല്ലിംഗൽ വീട്, കോട്ടപ്പുറം, ആലുവ എന്ന അഡ്രസ്സിലാണ് പാസ്പോർട്ട് എടുത്തിട്ടുള്ളത് എന്നു മനസ്സിലായി. അതുമായി മടങ്ങി. ഫ്ളാറ്റിന്റെ ഗ്രൗണ്ട് ഫ്ളോറിലെത്തി സെക്യൂരിറ്റിക്കാരനോടു ചോദിച്ചതിൽ താൻ ഇന്നു രാവിലെയാണ് ഡ്യൂട്ടിക്ക് കയറിയതെന്നും ഇന്നലത്തെ ഡ്യൂട്ടിക്കാരൻ ഡ്യൂട്ടി കഴിഞ്ഞു പോയി എന്നും പറഞ്ഞു. ആ സെക്യൂരിറ്റിക്കാരന്റെ പേര് സ്റ്റീഫൻ എന്നു പറഞ്ഞതും ഫ്ളാറ്റിലെ സെക്രട്ടറിയുടെ ഫോൺ നമ്പറും എഴുതി വാങ്ങി. ഒപ്പം അയാൾ ഒരു വിവരം കൈമാറി. ഇന്നലത്തെ ഡ്യൂട്ടിക്കാരൻ പറഞ്ഞു, രാത്രി ഒമ്പതുമണിക്ക് ഒരു ദുബായ്കാരൻ വന്നിരുന്നു എന്നും ലഗേജ് മുകളിലെത്തിച്ചുകൊടുത്തതിന് 100 രൂപ തന്നു എന്നും ലിഫ്റ്റിൽ സാധനം ഇറക്കിവെച്ചിട്ട് പൈസയും വാങ്ങി തിരികെ പോന്നു എന്നും പതിനാറാമത്തെ നിലയിലാണ് ഇറങ്ങിയതെന്നും ഫ്ളാറ്റ് നമ്പർ എന്തോ പറഞ്ഞത് ഞാൻ ശ്രദ്ധിച്ചില്ലയെന്നും പറഞ്ഞിട്ടാണ് പോയത്.

അവിടെനിന്നും കരിപ്പൂർ വിമാനത്താവളത്തിലെത്തി നടത്തിയ അന്വേഷണങ്ങളിൽനിന്നും ഒരു കാര്യം വ്യക്തമായി. ശ്രീനിവാസൻ സൺ ഓഫ് അയ്യപ്പൻ എന്ന ആലുവാ സ്വദേശി അന്നേ ദിവസം എട്ടുമണിയോടെ ക്ലിയറൻസ് കഴിഞ്ഞ് പുറത്തുപോയിട്ടുണ്ട് എന്ന്. വൈകുന്നേരത്തോടെ ഓഫീസിലെത്തി ശ്രീനിവാസനെ കണ്ടെത്താനുള്ള പദ്ധതികൾ തയ്യാറാക്കിക്കൊണ്ടിരിക്കുമ്പോഴാണ് പോസ്റ്റുമോർട്ടം പരിശോധനാഫലം വന്ന കടലാസ് മേശപ്പുറത്തിരിക്കുന്നതു കണ്ടത്. ആകാംക്ഷയോടെ തുറന്നു വായിച്ചു. മനസ്സിൽ കൊളുത്തിയത് ഈ വാക്കുകൾ മാത്രം. 'വിഷമത്തിന്റെ അംശം വയറ്റിൽനിന്നും കണ്ടെത്തി.' ആരെങ്കിലും തള്ളിവീഴ്ത്തി കൊലപ്പെടുത്തിയതാണോയെന്ന് കണ്ടെത്താനുള്ള ശ്രമം നടത്തുന്നതിനിടെയാണ് ഈ വിവരം ലഭിക്കുന്നത്. എങ്കിലും മനസ്സിൽ ഉരുണ്ടുകൂടിയ സംശയം. അത് ക്ലിയർ ചെയ്യണം.

അടുത്ത ദിവസം വീണ്ടും 719-ാം നമ്പർ ഫ്ളാറ്റിലെത്തി. അപ്പോഴും ശ്രീനിവാസൻ അവിടെയെത്തിയില്ലെന്ന വിവരമാണ് ലഭിച്ചത്. ശോഭയോടു കാര്യങ്ങൾ പറഞ്ഞു മനസ്സിലാക്കിച്ചു. ശ്രീനിവാസൻ ഒഴിഞ്ഞുമാറുന്നതിനാലാണ് സംശയം വർദ്ധിക്കുന്നത്. എന്തിനാണയാൾ ഒളിച്ചുനിൽക്കുന്നത്? ഉറച്ച വാക്കുകളിൽ ശോഭ പ്രതികരിച്ചു.

"സർ, അതിനൊരു കാരണമുണ്ട് രാത്രി ഇവിടെയെത്തിയ ശ്രീനി രാവിലെ അടുത്ത വീട്ടിലെത്തി ചന്ദ്രനെ കണ്ടു സംസാരിക്കാനാണ് പോയത്. വാതിലിൽ മുട്ടി തുറന്നയുടൻ ശ്രീനിയേട്ടനെ കണ്ടു ഞെട്ടി. പെട്ടെന്ന് ഓടി ബാൽക്കണിയിലൂടെ താഴേക്കു ചാടി. തട യാൻ ശ്രമിക്കുന്നതിനു മുമ്പ് താഴേക്ക് വീണു. താൻ അവിടെ നിൽക്കുന്നത് സംശയത്തിനിടയാകും എന്നു കരുതി തിരികെയെത്തി എന്നോട് വിവരം പറഞ്ഞശേഷം ഉടനെ പുറത്തേക്ക് പോവുകയും ചെയ്തു. പിന്നീട് ഇതേവരെ മടങ്ങിയെത്തിയില്ല."

എല്ലാം കേട്ടിരുന്നശേഷം ചോദിച്ചു.

"നിങ്ങൾ പറഞ്ഞതു വിശ്വസിക്കാം. പക്ഷേ, അതിനൊരു കാരണം ഉണ്ടാവണമല്ലോ? അതാണറിയേണ്ടത്."

"അതു ഞാൻ പറയാം സാർ. പക്ഷേ, രണ്ടുമൂന്നു ജീവിതങ്ങളെ ബാധിക്കുന്ന കാര്യമാണ്. ദയവുചെയ്ത് മറ്റാരും അറിയരുത്."

മറുപടിക്ക് കാത്തുനിൽക്കാതെ ശോഭ പറഞ്ഞുതുടങ്ങി.

"സർ, ഞങ്ങൾ രണ്ടു വീട്ടുകാരും ഒരുമിച്ചാണ് ഈ ഫ്ളാറ്റിൽ താമസം ആരംഭിച്ചത്. ഭർത്താവ് വിദേശത്തായതിനാൽ പല ആവശ്യ ങ്ങൾക്കും എനിക്ക് ചന്ദ്രന്റെയും ശ്രീകലയുടെയും സഹായം തേടേ ണ്ടിവന്നു. ശ്രീകലയ്ക്ക് ജോലിയുള്ളതിനാൽ രാവിലെ ഓഫീസിൽ പോകും. ചന്ദ്രന് ഡ്യൂട്ടിസമയം മാറിമാറി വരും. ഒരു ദിവസം ചന്ദ്രൻ കണ്ണീരോടെ ഒരു സഹായം ആവശ്യപ്പെട്ടു. വിവാഹം കഴിഞ്ഞിട്ട് നാലു വർഷമായിയെന്നും പലവട്ടം പല ഡോക്ടർമാരെ കാണി ച്ചിട്ടും ഫലമുണ്ടായില്ലെന്നും എന്റെ ഒരു കുഞ്ഞിനെ താലോലി ക്കാനുള്ള അതിയായ ആഗ്രഹം. അതിനു സഹായിക്കണം എന്നാ യിരുന്നു.

ഒരു സ്ത്രീ ആഗ്രഹിക്കുന്ന എല്ലാ ഗുണങ്ങളും ഒത്തുചേർന്ന ഒരു പുരുഷന്റെ യാചന നിരസിക്കാനായില്ല. ഭർത്താവ് ലീവ് കഴിഞ്ഞുപോയ സമയം കണക്കുകൂട്ടി ഞാൻ ചന്ദ്രനെ സ്വീകരിച്ചു. മനസ്സുകൊണ്ടും ശരീരംകൊണ്ടും ചന്ദ്രന്റെ ആഗ്രഹം എന്റെ ഉള്ളിൽ തുടിക്കുകയാണെന്ന വിവരം അറിയിച്ചശേഷം പരസ്പരം സത്യം ചെയ്തു. ഈ സത്യം മറ്റൊരാൾ അറിയില്ലെന്ന്. നാലുമാസം കഴിഞ്ഞ ദിവസമാണ് അപ്രതീക്ഷിതമായി ആ വാർത്ത കേട്ടത്. ശ്രീകല ഗർഭിണിയാണെന്നും ടെസ്റ്റ് നടത്തിയപ്പോൾ പോസിറ്റീവ് റിസൽറ്റ് ലഭിച്ചെന്നും.

അന്നാണ് ആ സത്യം മനസ്സിലാക്കിയത്. ചന്ദ്രൻ തന്നെ ചതിച്ച താണെന്ന്. അതിനൊരു പരിഹാരം കണ്ടെത്താനുള്ള സമയം അതി ക്രമിച്ചു എന്നും ഇനിയുള്ള ജീവിതം അന്യന്റെ വിഴുപ്പും ചുമന്നു

ജീവിക്കണം അതും താലികെട്ടിയ പുരുഷനെ വഞ്ചിച്ചുകൊണ്ട്. ഒരവസരം ലഭിച്ചപ്പോൾ ചന്ദ്രനോട് പ്രതികരിക്കുകയും ചെയ്തു. ഞാൻ പകരം വീട്ടും. എന്റെ ഭർത്താവ് വന്നോട്ടെ. ഞാനെല്ലാം അദ്ദേഹത്തോടു തുറന്നു പറയും. അതോടെ ചതിയന്റെ ജീവിതവും അവസാനിക്കും എന്ന്. എന്റെ മാറ്റം അയാളെ ആകെ തളർത്തിയിരുന്നു. പ്രസവം കഴിഞ്ഞ് കുഞ്ഞിന് മൂന്നു മാസം പ്രായമുള്ളപ്പോഴാണ് എന്റെ ഭർത്താവ് ലീവിൽ വന്നത്. ആ മനുഷ്യൻ കുഞ്ഞിനെ താലോലിക്കുന്നതും മുത്തം നൽകുന്നതും കാണുമ്പോൾ എന്റെ ഉള്ളു നീറുമായിരുന്നു. കുഞ്ഞിനോടുള്ള എന്റെ വാത്സല്യം മുറ്റിനിന്നതിനാൽ മറ്റെല്ലാം ഞാൻ ഉള്ളിലൊതുക്കി.

ശ്രീകല പ്രസവിച്ചു. അതും ആൺകുട്ടി. എന്റെ മോന്റെ അതേ രൂപം. അതേ സൗന്ദര്യം. അതേ തേജസ്സ്. അതാണെന്നെ ഏറെ ദുഃഖിതയാക്കിയത്. അപ്പോഴും ചന്ദ്രനോടുള്ള എന്റെ വെറുപ്പും ഏറിവന്നു. അത് ഞാൻ അയാളോട് പ്രകടിപ്പിക്കുകയും ചെയ്തു. ഇനിയെന്റെ ഭർത്താവ് നാട്ടിൽ വരട്ടെ. അന്ന് എല്ലാം അവസാനിപ്പിക്കും എന്ന്. സർ, അതിനുശേഷം ഇപ്പോഴാണ് ഭർത്താവ് നാട്ടിലെത്തുന്നത്. എന്റെ ഭർത്താവ് ഒരു നല്ല മനസ്സിനുടമയാണ്. ഒരുപക്ഷേ, ഞാനീ കാര്യം അറിയിച്ചാലും അദ്ദേഹം പ്രതികരിക്കാനൊന്നും പോകുന്ന ആളല്ലെന്നും എനിക്കറിയാം. ഒന്നുമറിയാതെയാണ് അയാൾ ചന്ദ്രനെ കാണാൻ പോയത്."

എക്സ്ക്യൂസ്മീ. ഒരല്പസമയം കാത്തിരിക്കൂ. ഞാനിപ്പോ വരാം. എന്നു പറഞ്ഞു. ശ്രീകലയുടെ വീട്ടിലെത്തി. എന്നെ കാണാൻ കാത്തിരുന്നപോലെ പറഞ്ഞു, "സർ, മുറിയൊക്കെ അടുക്കിവെക്കുമ്പോൾ എനിക്കൊരു കത്തു കിട്ടി. എന്റെ ചന്ദ്രേട്ടൻ അവസാനമായി എഴുതിയ കത്ത്. അത് ഞാൻ എടുത്തുവെച്ചിട്ടുണ്ട്."

അവർ ആ കടലാസ് എടുത്ത് എന്റെ നേർക്കു നീട്ടി.

"വലിയൊരു കുറ്റബോധവും ചുമന്ന് ഇനിയെനിക്ക് ജീവിക്കാനാവില്ല. ഞാൻ ജീവിതം അവസാനിപ്പിക്കുന്നു. മാപ്പ്. എല്ലാറ്റിനും."

ചെറിയ ആ കുറിപ്പ് വായിച്ച് മടക്കിവെച്ചു.

"ചന്ദ്രൻ കഴിച്ച വിഷത്തിന്റെ ബാക്കി എവിടെയെങ്കിലും ഉണ്ടാവുമോ?"

"സർ, അത് ഞാൻ അന്നേ നശിപ്പിച്ചു. വാഷ്ബേസിനിൽ ഒഴിച്ച ശേഷം ബോട്ടിൽ വേസ്റ്റ് ബോക്സിൽ ഇട്ടു. അത് അവർ കൊണ്ടുപോവുകയും ചെയ്തു."

ഒന്നും ശബ്ദിക്കാനാവാതെ നിന്നുപോയി. അവരുടെ ഒക്കത്തിരുന്നു ചിരിക്കുന്ന കുഞ്ഞുചന്ദ്രനെ ഒന്നു തലോടി പുറത്തിറങ്ങി.

പ്രതീക്ഷിച്ചിരിക്കുകയായിരുന്ന ശോഭയോട്, "ഞാനീ കേസ്സിന്റെ അന്വേഷണം അവസാനിപ്പിക്കുകയാണ്. എല്ലാ തെറ്റിനും മാപ്പപേക്ഷിച്ചുകൊണ്ടുള്ള കത്ത് എഴുതിവെച്ചശേഷം ചന്ദ്രൻ ആത്മഹത്യ ചെയ്തതാണ്. കേസ് ഫയലിൽ ശ്രീനിവാസന്റെ ഒരു സ്റ്റേറ്റ്മെന്റ് എടുത്തുവെക്കേണ്ടതുകൊണ്ട് സ്റ്റേഷൻ വരെ ഒന്നു വരാൻ പറയണം."

അത്ഭുതംകൂറിനിന്ന ശോഭനയെ ഒന്നുകൂടി നോക്കി തിരിഞ്ഞു നടന്നു.

കേസും നടപടികളും എല്ലാം അവസാനിച്ച് രണ്ടു ഫ്ളാറ്റുകളും പൊളിച്ചുമാറ്റാനുള്ള അവസാന ഉത്തരവും നടപ്പിലാക്കുന്നതിന്റെ ഭാഗമായി മറ്റുള്ളവരുടെ സുരക്ഷയ്ക്കായി ഡ്യൂട്ടിയിലുണ്ടായിരുന്നവരോടൊപ്പം നിൽക്കുമ്പോഴാണ് ഒരാൾ വന്ന് ഗുഡ്മോണിംഗ് പറഞ്ഞത്.

"ആരാ?"

"സർ, എന്റെ പേര് ശ്രീനിവാസൻ."

"ഇപ്പോൾ പൊളിക്കുന്ന ഫ്ളാറ്റിലെ താമസക്കാരനായിരുന്നു. ചന്ദ്രന്റെ ആത്മഹത്യയെക്കുറിച്ച് അന്വേഷിക്കാൻ സാറ് പലവട്ടം അവിടെ വന്നിരുന്നു."

പെട്ടെന്നാണ് സെൻട്രൽ എക്സൈസിലെ ചന്ദ്രന്റെ കേസിന്റെ കാര്യം ഓർമ്മവന്നത്.

"ആ ഫ്ളാറ്റിൽനിന്നും ഇവിടേക്കാണോ മാറിയത്?"

"അതേ സർ. പകുതി പണം പോലും മടക്കിനൽകിയില്ല. മറ്റൊരു ഫ്ളാറ്റിനെക്കുറിച്ചന്വേഷിച്ചപ്പോഴാണ് അവിടെനിന്നും ലഭിച്ചതിന്റെ ഇരട്ടി പണം അടയ്ക്കണം എന്നറിഞ്ഞത്. ഞങ്ങൾ രണ്ടുവീട്ടുകാരും കൂടെ ആ പണംകൊണ്ട് ഒരു ഫ്ളാറ്റ് വാങ്ങി ഞങ്ങൾ ഒരുമിച്ചാണ്. സാറ് ഒന്നു വരണം. ഫ്ളാറ്റ് നമ്പർ 37 ആണ്. ഞങ്ങൾ കാത്തിരിക്കും."

ശരിയെന്ന് തലയാട്ടി. പോകണം എന്ന് കരുതിയതല്ലെങ്കിലും മനസ്സു പറഞ്ഞു പോകണം. ആ കുട്ടികളെ കാണണം.

രണ്ടു കൂറ്റൻ കെട്ടിടങ്ങളും തകർന്നടിയുന്നത് കാണ്ടുനിന്നു. പൊടിപടലങ്ങളും കെട്ടടങ്ങി കാഴ്ചക്കാരായി എത്തിയവരും മടങ്ങി. ഡ്യൂട്ടി കഴിഞ്ഞ് മടങ്ങാൻ തുടങ്ങുമ്പോവാണ് അക്കാര്യമോർത്തത്. 'ഗ്രീൻലീഫ്' ഫ്ളാറ്റിന്റെ മൂന്നാം നിലയിലെ 37-ാം നമ്പർ ഫ്ളാറ്റിലെത്തുമ്പോൾ സ്വീകരിക്കാൻ കാത്തുനിൽക്കുന്നു. ശ്രീകലയും ശ്രീനിയും ശോഭയും. ഒപ്പം രണ്ട് ആൺകുട്ടികളും. ടീപ്പോയിൽ

എന്തോ ഒക്കെ ഒരുക്കിവെച്ചിരുന്നെങ്കിലും ഒരു ഗ്ലാസ് വെള്ളം മാത്രം എടുത്തുകുടിച്ചു. ശോഭയാണ് പറഞ്ഞത്, "ഇത് ചന്ദ്രന്റെ മകൻ. ഇത് എന്റെ മകൻ. അന്ന് ഇവൻ പിറന്നിട്ടില്ലായിരുന്നു. അത് പറയുമ്പോൾ ആ മുഖത്തെ ഭാവമാറ്റം ശ്രദ്ധിച്ചു. ഇനിയുമൊരാൾ?

"മൂത്ത മകൻ ട്യൂഷനു പോയിരിക്കുകയാണ്."

കൂടുതൽ നേരം അവിടെ നിന്നില്ല. മനസ്സു നിറയെ ഓർമ്മകളുമായി ആ ഫ്ളാറ്റിന്റെ ലിഫ്റ്റിലൂടെ താഴേക്ക് ഇറങ്ങി. അപ്പോഴും മനസ്സിൽ ഒളിപ്പിച്ചു വെച്ച ആ രഹസ്യം പുറത്തുചാടാൻ വിതുമ്പി.

ഡയറി വായിച്ചു മടക്കിവെച്ചു.

■

www.ingramcontent.com/pod-product-compliance
Lightning Source LLC
LaVergne TN
LVHW100258051026
849517LV00006B/2129
* 9 7 8 9 3 9 5 8 7 8 9 1 3 *